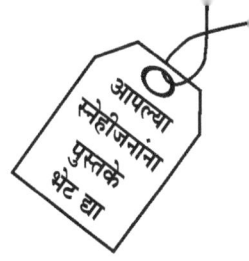

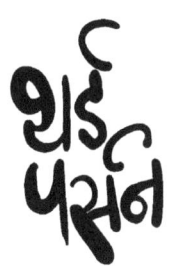

थर्ड पर्सन

यशोधरा काटकर

D9900511

मेहता पब्लिशिंग हाऊस

✆ +91 020-24476924 / 24460313

Email : info@mehtapublishinghouse.com
production@mehtapublishinghouse.com
sales@mehtapublishinghouse.com

Website : www.mehtapublishinghouse.com

THIRD PERSON by YASHODHARA KATKAR

थर्ड पर्सन / कथासंग्रह

© यशोधरा काटकर
१२/ए, रेशम अपार्टमेंट, सात बंगला, अंधेरी (प.),
वर्सोवा, मुंबई - ४०००६१.
०२२-२६३३३७३४ E-mail : lekhika_12a@yahoo.com

प्रकाशक : सुनील अनिल मेहता, मेहता पब्लिशिंग हाऊस,
१९४१, सदाशिव पेठ, पुणे ३०.

अक्षरजुळणी : एच. एम. टाईपसेटर्स, ११२०, सदाशिव पेठ, पुणे – ३०.

मुखपृष्ठ : चंद्रमोहन कुलकर्णी

प्रकाशनकाल : मार्च, २००७ / पुनर्मुद्रण : मे, २०१५

ISBN for Printed Book 9788177668216
ISBN for E-Book 9788184987430

आल्बेर काम्यू,
रिचर्ड बाख,
ओ. हेन्री,
मोपासाँ
आणि
पी. जी. वुडहाऊस
अशा थोर मंडळींना...

भावविश्व रेखाटणारी शब्दशिल्पे

यशोधराची कथा आपल्या खास कथावैशिष्ट्यांनी लक्षवेधी झालेली आहे. ती आशयघन तर आहेच, पण तिच्या रूपाचे वेगळेपण वाचकाचे लक्ष खिळवून ठेवते; इतके ते अस्सल आणि देखणे आहे. अभिजात साहित्यसौंदर्याने ती नटलेली आहे. त्यामुळे मराठी साहित्यविश्वात ती अंगभूत अशा आपल्या वेगळ्या खास गुण रूपामुळे वाचकाचे लक्ष वेधून घेणारी आहे.

रूढ असलेल्या कालक्रमनिष्ठ पद्धतीने ती अवतरत नाही. वाचकाचे भान ठेवून पारंपरिक बहिर्मुख पद्धतीने ती आकारत नाही. ती अवतरते आत्माविष्काराच्या आत्ममग्न टवटवीत शैलीत. तिचा हा आविष्कार त्या त्या वेळी घडणाऱ्या आणि स्वाभाविक वाटणाऱ्या लहानमोठ्या घटना-प्रसंगांतून पुढे सरकत असतो.

आत्मनिष्ठ आविष्कार असल्याने दोन पात्रे एकमेकांना सहज भेटतात किंवा सामोरी येतात आणि त्यांच्यात संवाद सुरू होतो. त्या पात्रांचा मागचापुढचा संदर्भ लेखिका तिथल्या तिथे देत नाही. त्यामुळे पात्रांच्या नात्याला वाचकांच्या दृष्टीने धूसरता प्राप्त होते. त्यातूनच वाचकाची जिज्ञासा वाढत जाते आणि तो कथा पुढे वाचत जातो, त्याला त्या कथेची ओढच लागते. अशा रीतीने त्यांची कथा वाचकाला आरंभापासूनच खिळवून ठेवते.

संवाद घडून गेल्यावरही लेखिका निवेदनातून पात्रांचे नाते स्पष्ट करील, असे जे वाटते; तसेही घडत नाही. लेखिका उलट त्या संवादाच्या प्रतिक्रिया पात्राच्या मनात काय, कशा उमटल्या असतील याचा शोध घेण्यात रमते. ही शोध घेण्याची तिची शैलीही रूढ पद्धतीची नाही. ती शैलीही कलात्मक आहे.

पात्रे ज्या स्थळी असतात त्यांच्या आसपासच्या वातावरणाकडे ती वळते. त्या वातावरणातील वस्तूंची स्थितिगतींची प्रतीके घेऊन लेखिका पात्रांच्या मन:स्थितीचा वेध घेऊ लागते. त्यामुळे ते लेखन केवळ वातावरण निर्मितीसाठी केलेले निसर्ग-

वर्णन किंवा आजूबाजूचे पूरक वास्तववर्णन राहात नाही; तर ते दुहेरी कार्य करते. म्हणजे असे की निसर्गाचे किंवा वास्तवाचे वर्णन तर होतेच; पण पात्रांच्या मन:स्थितींचा वेधही त्यातून प्रत्ययाला येतो. अशा रीतीने कथा गहिरी, काव्यात्म आणि कलात्म होत पुढे प्रवाहत राहाते.

त्यामुळे कथेचा लेखनप्रवाहही गहिऱ्या गूढतेतून प्रवास करत राहतो आणि वाचकाला अधिकाधिक खिळवून ठेवत वाचनप्रवृत्त करतो. मग कथेतील पात्रेही गूढ वाटू लागतात.

अशा रीतीने प्रसंग, घटना, स्थिती-गती, पात्रे, त्यांचे संवाद, भोवतालचे वातावरण इत्यादीतून पुढे सरकत जाताना तिचे गूढतेचे रंग गहिरे, ओढ लावणारे, जिज्ञासा वाढवणारे होत जातात. त्यामुळे धुक्यात हरवलेल्या एखाद्या सुंदर शिल्पासारखी ही कथा वाचकाच्या मनात धूसरपणे आकारत, ढगासारखे आकार बदलत हळूहळू रूप घेत राहते.

कथेत जरी सुटेसुटे वाटणारे घटना-प्रसंग, पात्रे, वातावरण जाणवत असले तरी लेखिकेच्या मनात या सर्वांचे परस्पर संबंध, त्यांची क्रमवारी, त्यातील कार्यकारण संबंध, पात्रांची नाती स्पष्ट असतात. त्यामुळे कथा शेवटपर्यंत वाचकाला गूढ वाटत असली तरी ती कथा काळजीपूर्वक पूर्णपणे वाचल्यावर मात्र त्याच्या मनात ते परस्परसंबंध स्पष्ट होतात. ते स्पष्ट झाले की मग वाचकाला ती कथा नीटपणे कळते. त्याला कथेचे आकलन पूर्णपणे होते.

वाचकाची कथावाचनात अशी अवस्था होत असल्यामुळे आरंभी ती गूढ वाटणारी कथा शेवटी त्याला आकळल्यासारखी वाटते. तोवर मात्र ती त्याला खिळवून ठेवते, त्याची जिज्ञासा वाढवीत राहते. त्याच्या मनाला वाचनाची ओढ लागते. कथेचे हे अंगभूत सामर्थ्य विलक्षण आहे.

कथालेखिका स्वत: संवेदनशील असल्याचे तिच्या सर्व कथांतून जाणवते. तशी ती असल्यामुळे तिच्या बहुतेक कथांतून प्रतिमा, प्रतीके, रूपके इत्यादींची योजना तिने यशस्वीपणे केली आहे. तिची निरीक्षणशक्तीही विलक्षण आहे. भोवतालच्या वातावरणातील वस्तुमात्रांचे, स्थितिगतींचे, विविध निसर्गावस्थांचे बारकाईने अवलोकन करून ती चित्ररूप वर्णने करते. वातावरणातील बारकावे वैशिष्ट्यपूर्णतेने टिपू शकते. त्यामुळे तिची कथा स्वाभाविकपणेच चैतन्यपूर्ण होते. ती समोर घडत असल्याचा प्रत्यय देते. चित्ररूप आणि काव्यात्म व कलात्मही ती वाटू लागते. या गुणांमुळेच कथेला देखणेपणा, जिवंतपणा येतो. कथेला तिचे असे वेगळे व्यक्तिमत्त्व लाभते. ती सर्वसामान्य, रूढ मराठी कथांपेक्षा वेगळी, स्वतंत्र, तिचे तिला एक खास व्यक्तिमत्त्व असलेली अशी कथा वाटते.

लेखिकेची ही वैशिष्ट्यपूर्ण कथा नेहमीच महानगरीय वातावरणात घडते.

लेखिकेचे बहुतेक आयुष्य मुंबईसारख्या महानगरात गेले आहे. ती मध्यमवर्गीय संस्कृतीत तिथे वाढलेली आहे. ती स्वत: नोकरी करते. स्वाभाविकच महानगरीय समाज, संस्कृती, वातावरण, माणसे यांचा तिचा आतून-बाहेरून परिचय आणि संबंध घडलेला दिसतो. लेखिका संवेदनशील स्त्री असल्यामुळे तिने हे महानगरी जीवन अंतर्बाह्य अनुभवलेले, सोसलेले, भोगलेले असल्याचे तिच्या कथांतून जाणवते. किंबहुना त्यामुळेच तिच्या कथा सच्च्या आणि प्रत्ययकारी झाल्या आहेत किंवा असेही म्हणता येईल की तिच्या कथा ह्या तिच्या जीवनातील विविध आणि भल्या बुऱ्या अनुभवांचेच कलात्मरूप घेऊन अवतरल्या आहेत. त्यात कुठेही सांगोवांगीचे, कल्पनाजन्य किंवा दिवास्वप्नातील अनुभव नाहीत. तसे असते तर त्या कथा फिक्या, प्रयत्नपूर्वक कमावलेल्या किंवा घडवलेल्या झाल्या असत्या. तशा त्या मुळीच नाहीत.

तिच्या या अस्सल स्वानुभवांमुळेच लेखिकेच्या बहुतेक कथांतून महानगरीय तरुण स्त्रीमनातील ताणतणाव, विविध भावच्छटा, तिचे एकटेपण, एकाकी पडणे, हळव्या भावनाशील मनामुळे अशा महानगरीय वातावरणात तिची ससेहोलपट होणे, स्वप्नांचा चुराडा होणे इत्यादी वैशिष्ट्ये लेखिकेच्या कथांतील बहुतेक नायिकांना लाभलेली आहेत. त्यामुळे ह्या कथा महानगरीय तरुण स्त्रीमनाचे भावविश्व यशस्वीपणे रेखाटणारी शब्दशिल्पे झाली आहेत. स्वत:चेच एक कलात्म विश्व निर्माण करणाऱ्या अशा ह्या कथा इतर बहुतेक तरुण स्त्रीवादी लेखिकांच्या कथांपेक्षा एकदम वेगळ्या आणि दर्जेदार वाटतात. कारण त्यांना कुठल्याही वादाचे, अभिनिवेशाचे, पुरुष-विरोधी धोपट रागालोभाचे तत्त्वज्ञान माहीत नाही. त्या निरभिनिवेश आहेत. त्यांना फक्त कलात्मतेचे सुजाण भान आहे. त्यामुळेच त्या अधिक प्रभावी वाटतात, वास्तव जीवन रेखाटणाऱ्या, महानगरीय स्त्रीचा एकाकीपणा, एकटेपणा टिपणाऱ्या वाटतात. मराठी कथेच्या क्षेत्रात वेगळे दालन निर्माण करणाऱ्या वाटतात.

म्हणून तिने उदंड कथालेखन करून हे कलादालन समृद्ध करावे, असे तिला अपेक्षात्मक आशीर्वाद द्यावेसे वाटतात.

आनंद यादव

कथानुक्रम

परत

पाण्याच्या टाकीला वळसा घालत रिक्षा चढावर येत गेली तशी इतका वेळ तारवटलेली सुधा एकदम ताठ होऊन बसली. पुढचा रस्ता उताराला लागत, सरपटत पहाटेच्या धुक्यात विरघळून अदृश्य झाला होता.

रस्ता...

धुरकट धुक्याने व्यापून गिळून टाकलेला.

झाडे...

चिंब भिजून गप्प.

सूर्याचे किरण...

थिजलेले.

सगळा आसमंत...

दाट घट्ट राखी रंगात बुडालेला.

आणि अशा वातावरणात दूर अस्पष्टशा दिसणाऱ्या माळावरच्या कुरणात चरत होता एक हडकुळा, लंगडा घोडा.

मधूनच दुष्टपणे खिंकाळत, शेपटी फुलवत चरणारा.

लंगडणारा... जखमी... तरीही चरत राहणारा.

निरर्थकच सगळे...

सुधाच्या मनात शब्द उमटले.

पूर्वी या चढावरून रिक्षा सरसरत वर येत गेली की तिचे मन आनंदाने अगदी फुलून येई. गावाबाहेरचा हा परिसर ती बालपणापासून बघत आली होती. हा माळ अगदी उघडाबोडका, दगडाखडकांनी भरलेला होता तेव्हा कधीतरी अचानक एक आश्चर्यकारक घटना तिथे घडली. एका उंच मनोऱ्यावर बाहेरून स्पेस-शिपसारखी दिसणारी एक भलीमोठी चक्राकार पाण्याची टाकी बांधली गेली. मग या परिसरात भराभर वसाहतींची बांधकामे व्हायला सुरुवात झाली. टीचर्स कॉलनी... पत्रकार नगर... आर्ट स्कूलच्या त्रिकोणी इमारती... माळाचे रूपरंग झटपट बदलत गेले. बैठ्या बंदिस्त घरांच्या ओळी तारांच्या कुंपणासकट माळावरून शिस्तीने कवायत

केल्यासारख्या सरकत पुढे-पुढे निघून गेल्या. त्यांच्या सोबतीने इलेक्ट्रिसिटीच्या खांबांचे जाळे उभे राहिले. तिच्या लहानपणी इथे बसच्या दिवसाला दोन फेऱ्या व्हायच्या. संध्याकाळी तिला शाळेतून परत घेऊन येणारी बस पुढच्या गावी शेवटच्या थांब्यावर रात्रीच्या मुक्कामाला जाई आणि सकाळी पुन्हा तिला न्यायला येई. पण वस्ती वाढली तसा रस्ता डांबरी, गुळगुळीत झाला अन रस्त्यावरून रिक्षा, टेंपोची रहदारी धडाडून सुरू झाली. मग एसटीडी बूथ, पावभाजीच्या गाड्या, आइस्क्रीम पार्लर्स... हे ओघाने आलेच. खडकाळ माळाचे रूपरंग बदलत गेले. बदलली नाही ती एकच गोष्ट. घराच्या व्हरांड्याच्या दाराशी उभी आजी.

सुधाची आजी.

पांढऱ्या केसांची म्हातारी.

संध्याकाळी बसमधून शाळेतून परतणाऱ्या सुधाला तो ठिपका चढावरूनच दिसू लागायचा. तिच्या पाठीवरचे दप्तर पोटातून खवळलेल्या जबरदस्त भुकेमुळे आणखीन जड होत चाललेले असायचे आणि 'शू' ची घाईदेखील दाटून आलेली असायची. तेवढ्यात चढाच्या टोकावर वळण घेताना दूर माळावर आजीचे घर दिसू लागायचे.

बुटकेसे... सूर्याची किरणे पाठीवर रेंगाळणारे...

आजीचे घर.

या नव्या घरात राहायला येताना रघूमामाने एक गोष्ट अगदी अट्टाहासाने करून घेतली होती. या घरासाठी कोणतीही उस्तवार न केलेल्या मामाला तीच एक गोष्ट नेमकी कशी काय सुचली न कळे, पण घराच्या लांबलचक व्हरांड्याला त्याने काळ्या रंगाचे लोखंडी दणकट ग्रिल ठोकून घेतले. प्रशस्त, हवेशीर व्हरांड्याचा असा अचानक एक लोखंडी, अंधारा, सळीदार पिंजरा झालेला बघून आजी एकदम सर्दावलीच होती. त्याबद्दल ती नेहमी बडबडत, तक्रार करत राहायची. मामा त्याकडे साफ दुर्लक्ष करतोय हे जाणून देखील ती कुरकुरत राहायची.

पण संध्याकाळी शाळेतून घरी परतणाऱ्या नातीची वाट बघत ती त्या सळ्यांच्या आत उभी राहायचीच. न चुकता, न विसरता.

काळ्या कुळकुळीत समांतर रेषांच्या पाठच्या अंधारलेल्या अवकाशात तो शुभ्र, मऊ ठिपका तिथे दूरवर दिसला की सुधाला हायसे व्हायचे. मग तिच्या पोटातली भूक उसळ्या घेत तळमळून अनावर होत जायची. कधी एकदाची बस थांबते आणि उतारावरून घराकडे धावत सुटते असे तिला होऊन जाई. या धांदलीत उतारावरून घसरत, ठेचकाळून पडत तिने कितीतरी वेळा ढोपरं फोडून घेतली होती. तिला बसचा दरवाजा उघडून देताना कंडक्टरमामा रोज बजावून सांगत,

"बेबी, जपून. काय? नाहीतर पडशीलबिडशीला परत. मग माई वराडत्यात

बगा तुमाला... आणि मला बी...''

तरीदेखील ती उतारावरच्या तांबड्या मातीतून घराकडे धावत सुटायची. घामाने चिप्प भिजलेल्या, चिखलात बूट राड करत धावत येणाऱ्या नातीला बघून आजी तुरुतुरु चालत पुढे यायची, घाईघाईने तो तुरुंगाच्या दारासारखा कर्ऽ... आवाज करणारा दरवाजा उघडायची, एकदम बाहेरच्या लख्ख सोनेरी प्रकाशात येऊन उभी राहायची अन् म्हणायची,

''सुटली का शाळा, सुधाताई?''

तिच्या गोऱ्यापान चेहऱ्यावरच्या चमकदार डोळ्यांमध्ये फुललेले हसू बघायला सुधाला फार फार आवडायचे. ते बघता बघता दुपारच्या सुट्टीत नंदूने मुद्दामशा मारलेल्या पेन्सिलीच्या अणकुचीदार ओरखड्याची झोंब, गणिताच्या वहीतल्या लाल फुल्या, पीटीच्या सरांनी सगळ्यांसमोर केलेली कुचकी थट्टा... सगळे एकदम विसरले जायचे. आजीची घरात धुऊन धुऊन पिसासारखी झालेली पांढरी सुती साडी, तिचे जवळ ओढून घेणारे गोरेपान मऊसूत हात, घरातली इतकी सगळी कामे चपळाईने करूनही कधीच भेगा न पडलेली गुळगुळीत पावले... सगळे कसे सुंदर होते आणि तिच्या अंगाला येणारा तो पारिजातकासारखा सुवास... उजळ सूर्यप्रकाशात नाहून निघालेली ती आकृती. तिच्या कंबरेला मिठी घालून सुधा त्या उजाळ्यात बुडून जायची. आजी... आजी... आज्जी गं...

सुधाला आता ते पूर्वीचे सगळे अगदी लख्खपणे आठवत गेले. ते आठवायचे नाही हे मनाशी घट्ट ठरवलेले असूनदेखील ते आठवते आहे हेही तिला आतून जाणवत गेले. तिने बाहेर वाकून बघितले.

कुरणात लंगडत चरणारा घोडा.

श्वासांचे उष्ण भपकारे सोडणारा...

खिंकाळणारा...

बाकी सगळे शांत. जसेच्या तसेच. काहीच कसे बदलले नाही?

तिला आठवत गेले. आजीची घरे. रहदारीने गजबजलेल्या शनिवार चौकातले ते उंच लाकडी जिन्याचे अंधारे घर.

आणि त्याच्याही पूर्वीचे.

गावाबाहेरच्या खेड्यात जिथे सुधाची बस रात्री मुक्कामाला जायची तिथले आजीचे जुने घर.

उंचच उंचशा जोत्यावर उभे असलेले ते घर. भल्या प्रचंड आकाशाच्या वाटोळ्या पोकळीखाली ते एकमेव घर त्या माळावर उभे होते. एकलकोंडे. कठडा नसलेल्या दगडी जोत्याच्या दोन-तीन पायऱ्या चढून गेल्यावर, वरच्या सपाट पृष्ठभागावर कडप्पाची निळी-काळी फरशी पसरली होती. त्या जीर्ण पायऱ्यांसारखीच

वेडीवाकडी अन् तुटकी-फुटकी.

त्या चौथऱ्यावर हे विचित्रशा बेडौल उंचीचे घर कुणी तरी फार फार पूर्वी बांधले होते. पूर्वेकडे सूर्य जरासा वर आला की जोत्यावरची फरशी तापून निघायला लागायची. दिवसभराच्या कडकडीत उन्हात ती फरशी ऐरणीतल्या लोखंडासारखी तापत जळजळत राहायची, ती अगदी थेट रात्रीपर्यंत. ती आग घराला छळत राहायची; पण माळावरच्या घराचे कौलार, मातीच्या जाडजूड भिंती अन् शेणगोळ्याने सारवलेली हिरवीगार जमीन घरात आतून काळोखाचा थंडावा पेरत राहायची. आकाशातून माळावर ओतल्या जाणाऱ्या झळांना न जुमानता, तापलेल्या फरशीवर न रागवता, उष्ण खडकांवरून धावत येणाऱ्या वाऱ्याला दाद न देता ते घर आपला धर्म गुणीपणे पाळत राहायचे.

तशीच सुधीची आजी.

दिवसभर लगाबगा कामे करत घरभर वावरणारी. तिचा वावरदेखील तिच्यासारखाच सुंदर आणि प्रसन्न होता. त्या अंधाऱ्या घराला प्रकाशमान करून टाकणारा होता आणि आजी एरव्ही कितीही कामात असली, अगदी आजोबा घरात असले तरी संध्याकाळी घराच्या दाराला लावलेल्या चिकाच्या पडद्याआड उभीच असायची. प्रकाशाच्या फटीला डोळा भिडवून, शाळेतून परतणाऱ्या तिच्या नातीची वाट बघत. न त्रासता, न कंटाळता.

नात जोत्याच्या पायऱ्या चढताना दिसली रे दिसली की तिची घाई सुरू होई,

"चल गं पोरी, दप्तर ठेव अन् हातपाय धू बघू लवकर... थालिपीठ टाकते बघ."

मग धावत-पळत मोरीत शिरलेल्या नातीचे हातपाय धुऊन होईपर्यंत तव्यावर चुर्रकन् पडलेल्या थालिपीठाचा वास तरंगत तिच्या नाकाशी येऊन पोहोचायचा आणि तिच्या तोंडाला सरसरून पाणी सुटायचे.

कधी तांदळाच्या चमचमीत आंबोळ्या आणि लालभडक लोणच्याची फोड. भोपळ्याच्या पानांची तेलावर लसणीची चुरचुरीत फोडणी दिलेली भाजी आणि पांढरी कडक भाकरी. थाळी हातात घेऊन खिडकीत बसून बाहेर झुलणाऱ्या लिंबोणीच्या झाडांकडे बघत बघत गपागप खाणारी नात आणि ते कौतुकाने, भरल्या मनाने बघणारी आजी.

"खा... पोरी, तुझे आईबाप कुठं वणवण फिरत असतील बाई. त्या अंबाबाईलाच सगळी काळजी." पोटापाण्यासाठी दूरदेशी निघून गेलेल्या आपल्या लेक-जावयाच्या आठवणीने कातर होत डोळ्यांच्या कोपऱ्यात गोळा झालेले पाणी थरथरत्या बोटांनी निपटून काढत ती नातीकडे डोळे भरून बघत राहायची.

निंबोणीचं झाड करवंदी
मामाचा वाडा चिरेबंदी...

नात आपली त्या वाऱ्यावर झुलणाऱ्या लिंबोण्यांमागे रमलेली असायची.

तसे हे खऱ्या अर्थी आजीचे घर नव्हते. आजोबांच्या शाळेतर्फे त्यांना ते तात्पुरते राहायला मिळालेले होते. तिथेच पलिकडे आजोबांच्या परिश्रमातून उभी राहिलेली शाळेच्या वसतिगृहाची एक आश्रमासारखी बैठी इमारत आणि माळावर भिरकावून दिल्यासारखी शिक्षकांची दोन-तीन चिल्लर घरे सोडली, तर त्या घराला तशी कुणाचीच सोबत नव्हती. त्या भल्यामोठ्या अवकाशात ते आपले एकटेच आभाळाखाली शांतपणे उभे असायचे. स्वत:तच गुंतलेले. त्या घराला कुणी कधी एखादे नावदेखील दिले नव्हते.

शेवटी आजीनेच कुठून तरी कडुनिंब, बकुळी अन् शेवरीची चार रोपे आणवून त्या माळावर लावली होती. त्यांची कुणी विशेष काळजीदेखील घेत नव्हते की, त्यांना खतपाणी घालत नव्हते, पण ती झाडे तशातदेखील झपाट्याने वाढत गेली होती. उंचनिंच होत घराच्या कौलारांपर्यंत पोचली होती. सगळ्या ऋतूंमध्ये तेवढीच काय ती घराला सोबत असायची.

दिवेलागणीची वेळ झाली की आजी घरातले सगळे कंदील स्वच्छ पुसून पेटवायची. जोत्यावर कंदील लावला की त्या मंद उजेडात गीतेचे अध्याय पाठ करायला आजीबरोबर नातदेखील तिथे बसायची. अंधारातून साद घालणाऱ्या लिंबोणीची सळसळ ऐकत दोघींचे पाठांतर एका सुरात सुरू व्हायचे.

वासांसी जीर्णानी यथा विहाय नवानी गृह्णाती नरो पराणी ।
तथा शरीराणी विहाय जीर्ण्याण्यवी संवाती नवी देही ॥

एकदा असेच पाठ करता करता आजीचा श्लोक पार विसरला गेला आणि ती एकदम अडली... अडखळली...

न तद्भासयते सूर्यो... न शशाङ्को... न...

तिला क्षणभर काही सुचेना. तेव्हा आजीच्या तोंडून रोजच ते ऐकून पाठ झालेल्या, तिथे आजीच्या मांडीवर डोके ठेवून पेंगुळलेल्या सुधाने श्लोकाची पुढची ओळ पुरी केली होती–

न तद्भासयते सूर्यो न शशाङ्को न पावक:
यद्गत्वा ना निवर्तन्ते तद्धाम परमं मम ॥

ते ऐकताच आजी एकदम चकित झाली होती. आधी आश्चर्य अन् मग आनंदाने तिला अगदी खुसुखुसु करून हसू फुटत गेले. दुसऱ्या दिवशी दिवसभर तोंडावर पदर घेत अगदी पोटाच्या तळापासून हसत हसत तिने ती बातमी घरी आलेल्या

प्रत्येकाला मोठ्या अपूर्वाईने पुन:पुन्हा सांगितली होती.

"बघा हो कुळकर्णी काकू, काय बाई तरी पोरगी... झोपता झोपता गीतेचे श्लोक पाठ केले. कम्माल झाली अगदी. आईबापांच्या कष्टांचे चीज करणार बरं आमची सुधी..."

त्या चुकूनमाकून केलेल्या एवढ्याशा पराक्रमाबद्दल नातीची चांगली मीठ-मोहऱ्यांनी दृष्ट काढून, गालफडांवरून बोटे ओढून मोडत अलाबला घेतली, तेव्हा कुठे तिला बरे वाटले.

"मोठ्ठी हो गं पोरी... खूप खूप मोठ्ठी हो!"

अशी ती आजी.

तशी होती ती इतर चार घरातल्या आज्या असतात तशीच. पण सुधाच्या लेखी ती अतिशय महत्त्वाची व्यक्ती होती. तेव्हा आणि आत्तादेखील. सुधाने स्वत:शीच मान हलवली.

सुधाचा जन्म माळावरच्या या घरात झाला होता, म्हणूनच की काय सुधाला आजीचे ते माळावरचे घरच अगदी खरेखुरे आजीचे स्वत:चे आहे असे वाटायचे. दर आठ-पंधरा दिवसांनी घर सारवण्यापासून ते पावसाळ्यापूर्वी कौलारांची डागडुजी करण्यापर्यंत वर्षभर घराची कुठली ना कुठली कामे निघत राहात. आजीइतकीच नातदेखील यात गुंतून जाई. तिच्या लेखी आजीइतके सुंदर, नीटनेटके दुसरे कुण्णीच या जगात नव्हते.

आणि... ते घर आणि आजी या कुणी दोन वेगळ्या गोष्टी नव्हत्या– एकच होत्या त्या. म्हणून आजीचे घर म्हटले की सुधाला ते माळावरचे घरच नेहमी आठवायचे.

त्याशिवाय... त्या घरात असताना आजी खूप सुखी, समाधानी असायची. स्वत:शीच एकटी असताना, काही खास कारण नसूनदेखील ती अतिशय आनंदी आणि त्यामुळे सुंदर दिसत राहायची, म्हणून तसे असेल... किंवा तशी आनंदी अन् सुंदर ती त्यानंतर कधीच दिसली नाही म्हणूनदेखील तसे असेल कदाचित!

पण शाळेतून रिटायर होता होताच आजोबा गेले आणि आजीला ते घर सोडावे लागले. तेव्हा तिच्या नेहमीच्या स्वभावाला अनुसरून जरासुद्धा न कुरकुरता ती रघुमामाबरोबर शनिवार चौकातल्या भाड्याच्या घरात राहायला गेली, पण थोड्याच दिवसांत मामाच्या पाठी लागून लागून तिने तिच्या त्या जोत्यावरच्या उंच घराच्या जवळपासच्या माळावरचा एक वीतभर जमिनीचा तुकडा विकत घ्यायला लावला. तिच्यापाशी होते नव्हते ते किडुकमिडुक विकून, एक-एक वीट जमवून तिने हे लहानसे घर उभे केले. सुधाच्या आईला येणाऱ्या तिच्या प्रत्येक पत्रात या घराची सविस्तर वर्णने येत राहिली.

कधीतरी जपून ठेवलेल्या जुन्या अंतर्देशीय पत्रांवरच्या त्या तिच्या अक्षरांच्या मोडी लिपीसारख्या वळणदार निळ्या ओळी... हलक्याशा... त्यातून आजीचे नवे घर आता शहरात शिकणाऱ्या नातीच्या मनात जिवंत, मोठे होत गेले. लवकरच वास्तुशांत होऊन सगळेजण त्या घरी राहायला गेले. त्या समारंभासाठी आईला गावी जाता आले नाही पण त्या दिवशी संध्याकाळी गॅलरीत तंद्री लावून एकटीच बसलेली आई स्वत:शीच बडबडली होती,

"माई आहे म्हणून झालं सगळं. रघूच्या डोक्यावर कायमचं छप्पर बांधलंच शेवटी. कधी उपकार फिटायचे नाहीत तिचे!"

आणि कशासाठी तरी आईला शोधत तिथे आलेल्या सुधाने ते शब्द नेमके ऐकले आणि तिलाही ते आतून पटत गेले होते. आजीला नवे घर मिळाले. तरीही ते माळावरचे कौलारू घर नातीच्या मनातून कधीच पुसले गेले नाही.

आज्जीचे घर!

आणि आज्जी?

ती मात्र त्या घराच्या इतक्या जवळ राहायला जाऊनदेखील पुन्हा कध्धीच त्या घराकडे परत वळून गेली नाही. नुसते साधे बघायला पण ती कधी तिथे गेली नाही. चुकूनदेखील नाहीच.

सुधा आता गावी आली की या नव्या घरी मुक्कामाला येई. ती धावत-पळत आपल्या जुन्या शाळेत जाऊन सर्वांना भेटून येई. मात्र एकच गोष्ट करायची राहून जाई. त्या जुन्या उंच घराची भेट घ्यायची राहूनच जाई. एकदा आजी कामात गुंतलेली बघून तिने आजीला विचारायची संधी साधून घेतली होती.

"आज्जी... ए आज्जी, मी जरा माळावर जाऊन येऊ?"

"काही जायची गरज नाही. गप्प बस."

आजी वसकन् ओरडून म्हणाली.

सुधा चक्रावून गेली. तिच्या स्वभावाचा हा दुखणारा कंगोरा सुधाला समजेना. इतकी बदलली आजी? असे का झाले? हळूहळू तिच्या लक्षात येत गेले. या नव्या घरात आजी तितकीशी खूष नाही. हे घर तिने बांधले खरे, पण इथे कुठलीच गोष्ट तिला हवी तशी, तिच्या सोयीची नाही. इथे आल्यापासून तिचे गुडघ्याचे जुने दुखणे पुन्हा उफाळले आहे. कितीही नीट थापलेली तिची थालिपिठं तव्यावरच मोडतात हल्ली आणि घराभोवती एवढी मोठी बाग असूनही ती भोपळ्याच्या पानांची भाजी या घरात आता केली जात नाही. खरे म्हणजे हल्ली आजी स्वयंपाकघरात फारशी नसतेच. या बंदिस्त घरातल्या भिंतींमध्ये, ग्रिलच्या त्या सळ्यांमागे श्वास घुसमटतो की काय तिचा? जीव रमत नाही?

काय बदलले आहे? कुणी बदलले? हे घर आजीचे... माझ्या आजीचे आहे

असे मला का वाटत नाही? ती विचार करत राहिली.

ते सगळे खरे होते, तरी या नव्या घरातदेखील एक गोष्ट मात्र कधीच बदलली नाही. आजीचे नातींची वाट बघणे.

पूर्वी सुधा.

आता वृंदा, मीना, अनिता, धाकटा रोहन.

ते मात्र तसेच.

नातीच्या मनातले आजीचे ते जुने घर कधी पुसले गेले नाही. नाती मोठ्या होऊन कॉलेजला जाऊ लागल्या, तरी आजीचे त्यांची वाट बघणे कधी थांबले नाही. थांबली ती तिची मोडी लिपीच्या निळ्या वळणदार अक्षरांची पत्रे. ती मात्र कालांतराने कमी होत होत कधीतरी मध्येच पावसाची झड संपल्यासारखी थांबूनच गेली. कुंपणाने बंदिस्त केलेल्या, त्या ग्रिल ठोकलेल्या घरात राहता राहता तिच्या त्या चकाकणाऱ्या डोळ्यांत मोतीबिंदू जन्माला आला होता. आधी डाव्या डोळ्यात, मग उजव्या डोळ्यात. कितीही मन घट्ट करायचे ठरवले होते, तरी सुधाला रडू कोसळलेच.

रिक्षा चढावरून सरसरत वर आली. सुधाने डोळे पुसले. त्या कोपऱ्यावरची निलगिरीची दोन उंच झाडे... तिथूनच उतार सुरू होत होता. कुठे गेले ते घर?

तिने बघितले तर तिथे आता किती तरी नवी घरे, बंगले बांधले गेले होते. त्या अनोळखी घरांच्या गर्दीतून तिला आजीचे घर क्षणभर ओळखू आले नाही. त्या सुंदर, सुबक बंगल्यांवरून तिची नजर धावत, ओळखीच्या खुणा शोधत राहिली.

कुठेय्... कुठेय् ते घर? तिला समजेनासे झाले. रिक्षा उतारावरून वळत, एकदम सुसाट वेगाने खाली उतरत, धावत सुटली. पाण्याच्या उंच टाकीवरून कुणीतरी पाठून धक्का देत ढकलून दिल्यासारखे होत तिला गरगरून आले. कानात दडे बसत गेले. पोटात डचमळून खड्डा पडला.

भूक...भूक...भूक लागलीय मला...आज्जी...आज्जी गं...

आणि फाटकापाठचे काळे ग्रिल ठोकलेले घर एकदम तिच्या नजरेच्या टप्प्यात आले. तिने न सांगतादेखील रिक्षा गच्चकन् धक्का देत नेमकी घरासमोर थांबली. आपली भोवळलेली दृष्टी कशीबशी सावरत तिने वर बघितले. आज तिथे कुणीच वाट बघत उभे नसणार हे माहिती असूनही तिने मोठ्या आशेने तिथे बघितले.

काळ्या गजांच्या तकाकदार समांतर रेषा.

त्याखाली तरंगणारा अंधाराचा सुतकी तुकडा.

अंगणातल्या वृंदावनात सुकून मान मोडलेली तुळस.

सगळ्या दृश्यावरून तिची नजर चाचपडत फिरत गेली. घराच्या शेजारी नव्याने बांधलेल्या टपरीचे दार बंद होते पण त्या दारासमोर टेकवून ठेवलेला फळा तिला

इथूनही स्पष्ट दिसत होता. त्यावरचा पुसट झालेला मजकूर... ती अक्षरे तिच्या भोवळलेल्या डोळ्यांना नीट दिसत नव्हती पण न वाचता देखील ती पांढऱ्या खडूने लिहिलेली अक्षरे, त्यांच्या चरचरीत आवाजासकट तिच्या मनात उमटत गेली.

शिक्षक वसाहत तरुण मित्र मंडळ

गोखले हायस्कूलचे भूतपूर्व प्राचार्य कै. आप्पासाहेब ऊर्फ श्रीनिवास पटवर्धन यांच्या पत्नी श्रीमती माई ऊर्फ विद्याताई पटवर्धन यांचे आज भल्या पहाटे वृद्धापकाळाने निधन झाले. त्यांची अंतिम यात्रा आज दुपारी चार वाजता...

तापत चाललेल्या उन्हात ती सुन्न होऊन तशीच रोखून बघत उभी राहिली.

पाठचा ग्रिलचा दरवाजा करकरत उघडला गेला. तो आवाज ऐकताच ती वळली. रघुमामा पायऱ्या उतरत होता. त्याच्या तासलेल्या डोक्यावरचा घेरा... कळाहीन चेहऱ्यावरचे दाढीचे रखरखीत खुंट... काटकुळ्या अंगावरचे ढगळ, भोंगळ कपडे... सुधा त्या गबाळ्या आकृतीकडे बघत राहिली.

''सुधा... आलीस? ये.''

रघुमामा. माझ्या आजीचा एकुलता एक मुलगा.

माझ्या आजीचा गोरा रंग, सुंदर रूप, पोथी वाचणारा गोड आवाज... काहीच याच्यात उतरले नाही? असल्या सामान्य कुटुंबाच्या चौकटीत राहिलेली आजी शेवटपर्यंत एवढी धडधाकट अन् देखणी राहिली. आणि तिची मुले? तिचा जबरदस्त चिवटपणा, प्रसंगी चकित करून टाकणारा कर्कश कठोरपणा कुणाच्यातच कसा आला नाही? या गजबजलेल्या घरात तीच एवढी विलक्षण वेगळी कशी होती? अगदी जख्ख म्हातारी होईपर्यंत तिला कधी आजारपण आले नाही की हॉस्पिटलमध्ये जायची पाळी आली नाही. हल्ली-हल्ली मामी तिला हात धरून मोरीत घेऊन जायची अन् आंघोळ घालायची, तिचे केस विंचरून द्यायची आणि फक्त रात्री मदत करायची. पण एरव्ही सगळे आपले आपणच करायची ती... तिची जेवायची वेळ झाली की भिंतीच्या आधाराने चालत स्वयंपाकघरात येऊन खुर्चीवर पाय वर घेऊन बसायची. दुधात कुस्करून ठेवलेली मऊ भाकरी, दोन चमचे गुरगुट्या भात चवीने मुटूमुटू खायची, ते झाले की औषधे घेऊन पुन्हा हळूहळू पावले टाकत कॉटवर जाऊन पडायची.

येणाऱ्या प्रत्येक अडचणीवर मात करत, ती होती त्या परिस्थितीतदेखील उत्तम आयुष्य जगली आणि तितक्याच शांतपणे सगळ्यांना सोडून निघून गेली. सुधाचा दर आठ दिवसांनी फोन व्हायचा. मामी म्हणायची,

''सुधे... आजी झोपलीय गं, उठवू?''

पण तिचे वाक्य पुरे होईपर्यंत आजीचा कापरा, खरखरीत आवाज तिला

फोनमधूनसुद्धा स्पष्ट ऐकू यायचा.

"सविता... सुधीचा फोन काय गं?"

मग कॉटवरून हळूहळू उठणारी आजी... थकली पावले टाकत फोनपर्यंत येणारी...

"काय सुधाकरराव, बरी आठवण केलीत? चित्रू कशी आहे गं? परीक्षा झाली तिची?"

सुधा थक्क होऊन ते ऐकत राही.

कुडी एवढी थकली, नजर अंधारली तरी नातीची वाट बघणे... ते तसेच! सगळ्या नातींची मुले-मुली, त्यांची नावे, कोण कोणत्या इयत्तेत पोचले अन् कोण परदेशी पांगले ते तिच्या स्मृतीतून कधी ओघळून, हरवून गेले नाही.

आणि आता तर तीच निघून गेली.

नाती, पतवंडांनी भरलेले घर सोडून निघून गेली. त्यांच्यात गुंतलेला आपला जीव काढून घेऊन कशी गेली?

रघुमामाच्या पाठोपाठ मामी होतीच. तिच्यापाठी वृंदा, मीना, रोहन सगळेच घराबाहेर पडत होते आणि सगळ्यांत शेवटी सुधाची आई. थकून गेलेली. म्लान. शाल पांघरलेली. सुधाला बघताच ती पायरीवरच थबकली. मायलेकी एकमेकींकडे बघत राहिल्या.

"आई..."

"सुधा... सुधा... आपली आजी गेली गं..."

आईला हुंदका फुटला, तसे सुधालाही रडू आवरेना. मग इतरांनाही. सगळ्याजणी सुधाचे सांत्वन करायला पुढे सरसावल्या अन् अंगणात क्षणभर सर्वांचा एकच आक्रोश उन्मळत राहिला. मामा काय करावे ते न सुचल्याने गोंधळून तसाच बाजूला उभा होता. परिस्थिती हाताबाहेर जात चालली ते बघताच मामी पोक्तपणाने पुढे सरसावली.

"वन्सं... वन्सं... अशा रडू नका बरं. माईंना आवडेल का ते? आवरा बरं... गंगेवर जायचं ना आपण? गुरुजींनी ठीक नऊला पोचायला सांगितलंय..."

रडणाऱ्या सुधाची नजर पायऱ्या चढत वर गेली आणि तिचे डोळे विस्फारून गेले. काळ्या ग्रिलपाशी रेंगाळणाऱ्या धुरकट अंधारात पांढऱ्या केसांची एक वृद्ध आकृती उभी होती.

म्हातारी? आजी? चंद्रावर बसून चरख्यावर सूत कातणारी बूढी माँ?

कोण उभे आहे तिथे? की मला भास होतोय?

डोळ्यांतून झरणारे अश्रू निपटून काढत तिने पुन्हा नीट बघितले. तेवढ्यात ती आकृती तिथून हलली अन् कशीबशी भिंतीच्या आधाराने अलगद पावले टाकीत ग्रिलबाहेरच्या प्रकाशात आली. चित्र बदलले. ते अधिक ठळक झाले. तशी सुधाच्या

मनात त्या प्रतिमेची ओळख जागी होत गेली. भूतकाळात कधीतरी मागे फेकून दिलेली एक जुनीशी ओळख.

मोठी आजी?

मोठ्ठी आज्जीच ती!

आजीची मोठी जाऊ!

तिचे ओठ हलले.

"सुधे... पोरी इकडे ये... आत ये."

आणि अंगणातल्या मंडळींकडे बघून ती तशीच अधिकाराने पुढे म्हणाली, "रघू, सविता तुम्ही सगळे निघा बरं. सुधाची आंघोळ आटोपली की ती येईलच तिकडे लगोलग. तुम्ही व्हा पुढे."

सुधा आंघोळ आटपून स्वयंपाकघरात आली. तिथे अजून तेच जुने जेवणाचे टेबल होते. बाजूला आजीचा देव्हारा. रोज तिथेच बसून आजी पूजा संपल्यानंतर पोथी वाचायची. नातींना खाऊ-पिऊ घालायची. काही दिवसांपूर्वीच ती तिथे बसली असेल, सुरकुतलेल्या खारकेसारखी म्हातारी. पोथी गुंडाळून पेटीत ठेवता ठेवता मामीला म्हणाली असेल,

"सविता, वृंदा आलीय. गुळाचा शिरा कर बरं. आवडतोय बघ पोरीला माझ्या."

पण आज त्या अंधारलेल्या स्वयंपाकघरात टेबलावर भरपूर पसारा पडलेला दिसत होता. खरकट्या, शिळ्या अन्नाचा आंबूस वास सुधाच्या नाकाला झोंबला. तिला भडभडून आले.

आजीची रिकामी खुर्ची.

तिला तिथे थांबवेना. ती मधल्या खोलीत आली.

तिथे स्टुलावर आजीचा तरुणपणीचा सुंदर फोटो.

सुंदर, रसरशीत आणि जिवंत.

पारदर्शी काचेतून घरातल्या अस्ताव्यस्त पसाऱ्याकडे बघणारे आजीचे पाणीदार डोळे.

सुधा आजीच्या फोटोसमोर आली. त्या फोटोच्या काचेत नातीचे प्रतिबिंब उमटत गेले. हळूहळू ते स्पष्ट होत गेले. आजीच्या कपाळावरचे ठसठशीत कुंकू, नथ, टोपपदरी लुगड्याचा पदर ते रूप नातीच्या प्रतिमेत सामावत गेले, नातीशी एकजीव झाले, तशी आजी दिसेनाशी झाली.

नात भरलेल्या डोळ्यांनी ते बघत राहिली.

तेवढ्यात मागे पावले वाजली. मोठी आजी चहाचा कप घेऊन येत होती.

"आजी, तू कशाला आणलास? हाक मारायचीस, उगीच त्रास."

"असू दे पोरी. घे... चहा घे. रात्रभर प्रवास करून आलीस तू."

काही क्षण तसेच गेले.

"त्रास करून घेऊ नकोस हो पोरी. अगदी शांतपणे गेली तुझी आजी आणि केवढी गर्दी जमली तिला न्यायला... महाराणीसारखी नेली तिला. हे गेले, एवढे आपले अप्पा गेले पण असं मरण कुणाच्याच वाट्याला आलं नाही. पुण्यवानच होती ती बाई. किती जणांवर उपकार आहेत तिचे..."

आणि पूर्वीचे काही आठवल्यासारखी ती उसासून थांबली.

तेवढ्यात तिचे लक्ष पुढ्यातल्या फोटोकडे गेले. तशी ती क्षणभर तळमळली.

"पण हे पाहिलंस? हे या घराचं दरिद्री लक्षण. या घरातल्या लोकांना किंमत नव्हती तिची. साधा हार आणायला जड होतो त्यांना? निदान आजचा दिवस तरी कळायला नको या सविताला? इथवर सगळ्या मिजाशी केल्या त्या तिच्या जिवावर. खरं सांगते सुधे, इतक्यात विसरले हे सगळे उपकार तिचे, कसं ऋण फेडतील गं?"

ती स्वतःशीच धुसफुसत राहिली आणि त्या ताणाने, रागाने थकून जात, धापा टाकत भिंतीला टेकून खाली जमिनीवर बसली. सुधा गुपचूप चहाच्या कपात जमत चाललेल्या सायीकडे बघत राहिली. खरेच तर होते, मोठी आई म्हणत होती ते! पण ते तिलाही लागू होते. शेवटच्या काही दिवसांत किती व्याधींनी छळलं असेल आजीला! कितीदा वाटायचं तिच्या हलक्याफुलक्या झालेल्या कुडीला इथून सरळ उचलून घेऊन जावं, चांगल्या डॉक्टरांना दाखवावं, सगळी शुश्रूषा करावी पण ते सगळं करायचं राहूनच गेलं. तिनेही ते करू दिलंच नसतं अशी सोयीस्कर समजूत करून घेतली म्हणून तिला तसं कधी विचारलंदेखील नाही. इतकं गृहीत धरलं मी तिला? माझ्या आयुष्यात इतकी गुंतून गेले? आणि ती मात्र आयुष्यभर माझी वाट बघत राहिली अन् खस्ता काढत राहिली. अगदी अखेरच्या क्षणापर्यंत आठवण काढत वाट बघितलीच असेल माझी तिने... नक्की! चुकलं माझं... चुकलं...

सुधाला एकदम भडभडून रडू कोसळले. ती उन्मळून मोठ्याने रडू लागली. मोठ्या आईला आपले काय चुकले ते नेमकेपणाने समजले नाही. ती हतबुद्ध होऊन रडणाऱ्या सुधाकडे बघत राहिली.

सुधा घराबाहेर पडली. सकाळी तिला स्टेशनवरून घेऊन आलेला रिक्षावाला समोर पानवाल्याच्या टपरीपाशी उभा होता. सुधाला बघताच तो हातातली सिगरेट खिशात कोंबत, रस्ता पार करून धावत आला.

"ताई, चला, गंगेवर जायचं ना?"

"हो, पण... पण तुम्हाला कसं कळलं?"

''सांगतो. पण आधी चला. तिथं तिलांजली द्यायला वेळेवर पोचाया हवं तुमी.''

कडकडीत उन्हात घाटाच्या उंच पायऱ्या उतरताना तिची पावले अगदी जड होत गेली. पायऱ्या इतक्या उंच... ठिकठिकाणी ढासळलेल्या... त्यावर गवताचे पुंजके उगवलेले होते. किती वर्षांत त्यांची डागडुजी कुणी केली नसेल आणि कोण कशाला करेल? उतरता उतरता तिचे लक्ष डावीकडे गेले. गंगेचा शांत प्रवाह तिथून वळण घेत इथपर्यंत आला होता. त्या शांत, स्थिर प्रवाहाच्या काठावरच्या घाटाच्या आखीव, सुबक ओळी तिच्या नजरेत भरल्या. देवळांची दोन-तीन शिखरे, कार्ये करण्यासाठी उभ्या केलेल्या छत्र्या... तिथे माणसांची चाललेली नि:शब्द लगबग... ते बघताच चालता चालता तिची पावले थबकली. आजी... आजी घेऊन यायची मला इथे! शाळेतले पोहण्याचे वर्ग. बाई बरोबर असायच्या तरी आजी यायचीच सोबत. नातीचे पोहून होईपर्यंत घाटावर बसून राहायची. तिचे कपडे बदलून, केस पुसून देऊन शाळेच्या बसमधून संध्याकाळी घरी घेऊन यायची. क्षणभर नजरेआड होऊ द्यायची नाही. नदीच्या प्रवाहात हातपाय मारत पोहायला तिनंच शिकवलं मला आणि आज या घाटावरच्या ढासळलेल्या पायऱ्यांवर तिला तिलांजली द्यायला जमलेत सगळे? तिला शेवटचा निरोप द्यायला?

ती भानावर आली. तिथे बरीच मंडळी जमली होती. काही ओळखीची... काही अनोळखी... बहुतेक अनोळखीच... भूतकाळातून वर्तमानात येता येता अनोळखी होऊन गेलेली...

गुरुजींनी घाटावर पान मांडले होते.

पायरीच्या कडेवर पत्रावळ ठेवली गेली होती. भाताचे पिंड... वरणाचा पिवळा ठिपका, द्रोणात कढी, बाजूला जिलबीचा गुंता अन् बर्फीचे तुकडे... पाठमोरा रघूमामा पानाला नमस्कार करून वळला. समोरच्या पायऱ्या खाली खोलवरच्या प्रवाहापर्यंत उतरत गेल्या होत्या. उन्हात चमकणाऱ्या गंगेच्या प्रवाहात कसलीच हालचाल नव्हती. दुथडी भरून हिरवेगार पाणी जणू स्तब्ध झाले होते. पलीकडच्या काठावर घनदाट आमराई शांत उभी होती आणि या सर्वांवर पसरलेले स्वच्छ, निरभ्र, वाटोळे आकाश! त्या प्रचंड अवकाशातदेखील कुठेच अस्थिरता जाणवत नव्हती. माळावरच्या घरावर असायचे तसेच शांत, स्वच्छ अन् शाश्वत आकाश सर्वांना सांभाळत उभे होते.

अन् कावळ्याची काव काव... ती अस्पष्टशीसुद्धा कुठून ऐकू येत नव्हती.

एकेक जण पुढे सरकत गेले अन् पिंडाला नमस्कार करून वळू लागले. तसे दबके हुंदके उमटू लागले. सर्वांत शेवटी सुधा पुढे आली. पायरी उतरून त्या अन्नाकडे बघत तशीच उभी राहिली. आजी गेली. तिच्या त्या फुलासारख्या नाजूक

शरीराची चिमूटभर राखदेखील या गंगेच्या प्रवाहात विरघळून नाहीशी होणार आहे हेच सत्य आहे. बाकी काहीच खरे नाही. मग हे अन्न इथे असं ठेवायचं, याला कावळ्याने स्पर्श केला की आजीच्या आत्म्याला मुक्ती मिळेल हे थोतांड असलं, तरी इतर चार जण सत्य मानून घेतात तसंच समजून घ्यायचे... ती स्वत:लाच बजावत राहिली. आजीचा प्राण सर्वांमध्ये इतका गुंतलेला होता, इतकी चिवट जीवनेच्छा असणारा आत्मा तो, इतक्या सहजासहजी आपल्याला सोडून जाईल? ती अजूनही त्या फोटोमधून अशी का बघत राहते? जिवंतपणे चमकणाऱ्या डोळ्यांनी घरातल्या पसाऱ्यात लवंडून पडलेल्या नातवंडांच्या खेळण्यांच्या टोपलीकडे बघते. समोर उभ्या, केस पिकू लागलेल्या नातीकडे बघत इतकी खुशीत सुंदरशी हसते? तिला स्वत:त सामावून घेते? तिथेच रेंगाळतोय तिचा जीव... आणि किती दिवस तिने त्या काळ्या ग्रिलजवळच्या अंधारात प्रतीक्षा करत राहायची? कशी मुक्ती मिळेल तिला? इथे कावळ्याचा स्पर्श झाला की तिच्या जन्मभराच्या उपकारांतून मोकळं झाल्याचा श्वास सोडता येईल मला... अन् या सर्वांना त्या ऋणातून मोकळं होता येईल?

खरंच?

त्या प्रश्नचिन्हाकडे ती बघत राहिली.

''सुधा...''

आईने पुढे येत हलकेच हाक दिली. सुधाने हात जोडले.

''आजी... आजी गं...''

मायलेकी पायरीवरून हलल्या. उघड्या-बोडक्या दगडी घाटावर उन्हाचा चटका आता चांगलाच जाणवायला लागला होता. जमलेली मंडळी हळूहळू समोरच्या पिंपळाच्या पाराकडे सावलीत बसायला सरकू लागली. सुधाने आईकडे बघितले, ती थकून गेली होती.

''चल आई, तिथे थांबू.''

थांबणे भाग नव्हते खरे तर, आईला घेऊन घरीच जावे का? तिच्या मनात विचार आला आणि तेवढ्यात वरच्या तापलेल्या स्तब्ध आभाळातून हालचालीचे तरंग तरलपणे... तरळत खाली येत असलेले तिला अस्पष्टसे जाणवत गेले.

कोण?

पंखांची भरभर उघडझाप करत आकाशातल्या उन्हातून खाली जमिनीकडे झेपावत येणारा कावळ्याचा ठिपका सर्वांच्या दृष्टिपथात येत गेला. तो नजरेच्या टप्प्यात येत वळण घेत, पंख स्थिर करत गंगेच्या प्रवाहाशी समांतर होत गेला. तिथे क्षणार्ध स्थिरावत तो तसाच हवेत तरंगत राहिला. मग मान वाकडी करून त्याने खालचा अदमास घेतला आणि मोठ्ठी झेप घेत तिरका सूर मारत तो वेगाने खाली

पायरीकडे येत गेला अन् कुणाला कळते ना कळते तेवढ्यात पानातल्या बर्फीच्या तुकड्यावर झडप घालत, तो चोचीत उचलून घेऊन झपाझप पंख हलवत वर वर निघून चालला. धनुष्यातून उसळलेल्या विषारी बाणासारखा तो चढत उंचावर गेला. पुन्हा तसाच पंख थबकवून हवेत क्षणभर तरंगत राहिला.

सुधा श्वास रोखून ते बघत राहिली.

तापलेल्या अवकाशात तरंगणारा एक काळा पक्षी.

तेवढ्यात त्याने आपली दिशा बदलली. सर्वांकडे पाठ फिरवून गंगेच्या प्रवाहावरून झेपावत, तो पलीकडच्या काठावरच्या झाडीच्या दिशेने संथपणे उडत राहिला. लहान होत होत गेला. काही क्षणातच त्या काळ्या ठिपक्याचा मागमूस त्या उष्ण अवकाशातून नाहीसा झाला.

जणू तो कधी तिथे उमटलाच नव्हता.

गंगेचा संथ वाहणारा प्रवाह.

ढासळलेल्या पायऱ्यांवर सुटका झाल्याचा नि:श्वास सोडणारा माणसांचा एक घोळका.

शांत, निरभ्र आकाश.

ते मात्र अजूनही तसंच.

अंगातले त्राण संपून गेलेल्या मामाला सांभाळून आधार देत आई आणि सुधा पायऱ्या चढत वर येत गेल्या. त्यांना बघताच तिथल्या स्टँडवर उभा असलेला रिक्षावाला पुढे आला. त्याच्या खाकी कुडत्यावर लावलेला त्रिकोणी बिल्ला क्षणभर उन्हात तळपला. त्याच्या तांबारलेल्या डोळ्यांवरच्या केसाळ भुवया... त्यांच्यामधला गंधाचा टिळा... सुधाच्या मनात काही चमकले. ते तिघे रिक्षात बसायला पुढे होतच होते, तेवढ्यात मामी कुठूनशी लगालगा धावत तिथे आली आणि मामाच्या हाताला हिसके देत थांबवत त्याला म्हणाली,

"अहो... अहो... आपली गाडी आहे ना, रिक्षातून कशाला निघालात? चला चला बरं..."

तिचा तो उखडलेला स्वर... एकंदरच आविर्भाव... सुधा ते बघत राहिली. मामा पुन्हा अवघडून, गोंधळून गेला आहे तेही लक्षात येत गेले.

"मामा, तू जा गाडीतून. रिक्षात पाठीला हिसके बसतात. जा तू मामीबरोबर. मी आणि आई येतोय रिक्षातून पाठोपाठ."

"चला हो."

"चल आई."

आई वळली. घाटावर आता कुणीच उरले नव्हते. पाठी वळून बघत तिने हात जोडले. डोळे मिटून ती क्षणभर तशीच उभी राहिली. मग एक दीर्घ सुस्कारा सोडत

ती म्हणाली,

"संपलं... एक पर्व संपलं गं सुधे."

तिला पुन्हा रडण्याचा उमाळा येत हुंदका फुटतोय हे बघताच रिक्षावाला म्हणाला,

"ताई, चला बरं आपन, उन्हात जास्त येळ उभ्या राहशीला तर चक्कर येऊन पडशिलाबिडशिला."

ते ऐकताच सुधाने चमकून त्याच्याकडे बघितले.

"तू... तुम्ही... कंडक्टरमामांचे कोण?"

तो हसला.

"व्हय ताई. मी भानुदास... तुमच्या पाठीच एक वरीस शाळमंदी होतो की. आपुन संगतीच यायजायचो ना? सकाळी ठेसनवर बघताच वळखलं मी तुम्हाला..."

आई नवलाने ऐकत राहिली.

"इतक्या वरसांनी तुमची गाठ पडली. माई गेल्या तवा मी तिथंच होतो दिवसभर. माईंचं लई उपकार बघा माझ्यावर... त्यांनीच रघूदादांच्या मागं लागून लोन घ्यायला लावलं बँकेचं. तवा रिक्षामालक होऊन पोटापाण्याला लागलो आमी. पोरं आपल्याच शाळेत झकास शिकतायत. सगळी त्या माऊलीची पुण्याई बगा. किती जणांचं केलं तिनं! किती लोकांचं आशीर्वाद लागत्याल आज तुमाला..."

घाटाचा परिसर मागे टाकत रिक्षा आता शहराच्या मध्यवर्ती भागातून धावत निघाली होती.

पूर्वीची पितळी भांड्यांची बाजारपेठ, सराफीकट्टा, इंदूरी साड्यांच्या दुकानांच्या ओळी... सगळे चित्र आता बदलले होते. प्रशस्त रस्त्यांच्या बाजूला ठिकठिकाणी शॉपिंग कॉम्प्लेक्स उभे राहिले होते. तिथे आता वीकएन्डर, रीबॉक, ओनिडा... नव्या चकचकीत पारदर्शक शो-रूम्स, बँका, ट्रॅव्हल एजन्सीज, नवी प्रशस्त दुकाने... पूर्वीच्या गावाने कात टाकली होती.

"सर्वांच्यात लई जीव बघा तिचा..." भानुदास बोलत होता.

आजीनं कोणाकोणासाठी काय काय केलं असेल? मोठी आई मघाशी बोलता बोलता गप्प झाली ते का? आणि हा भानुदास? जन्मभर आजीच्या ऋणात जगत राहणार, त्यातच धन्यता मानणार. आजी गेली, तरी असे कुठे कुठे अगणित धागे गुंतलेले असतील तिचे आणि ते कधी अनपेक्षितपणे आपल्या पुढे येऊन ठाकतील, काही सांगता येणार नाही. ती संपली, नजरेआड झाली तरी संचित मागे उरलंच! जुन्या टांग्याच्या लंगड्या घोड्यासारखं, निरुपयोगी आणि निरर्थक!

निरर्थक!

पुन्हा त्या उतारावरून खाली धावत रिक्षा घराच्या फाटकासमोर थबकली. घराच्या पायऱ्यांवर चपलांचे अगणित जोड अस्ताव्यस्त पडलेले होते. आत माणसांची धांदल जाणवत होती, मोठमोठ्याने बोलण्याचे आवाज ऐकू येत होते. आईला पायरीपर्यंत पोचवताना सुधाने वाटेत थांबून घेतलेल्या हारांचे पुडे तिच्या हातात दिले. मग ती म्हणाली, "आई, मी जरा जाऊन येते."

आई थबकली.

"अगं, आता कुठे चाललीस बाई? सगळे प्रसादाचं जेवायला येणार, तू इथे हवीस."

"हो आई, मी लगेच येते."

विषय फार न वाढवता ती पटकन वळली. नातीला मनीचे सगळे काही फक्त आजीलाच सांगता यायचे, आईला ते सांगावेसे वाटूनही तिला कधी ते सांगता आले नाही...

मग आता तरी कशाला?

ती भर्रकन् रिक्षात बसली अन् घाईघाईने भानुदासला म्हणाली, "चला."

"कुठं?"

"निघा तर आधी."

रिक्षा पुन्हा रस्त्यावर आली. भर दुपारी तापलेल्या उन्हाच्या झळा चांगल्याच जाणवायला लागल्या होत्या. पुढे दूरवर सरळ धावत गेलेल्या निळसर डांबरी रस्त्यावर वाफांचा सळसळणारा नाच सुरू झाला होता.

बाकीचे सगळे बदलून गेले तरी ते मात्र पूर्वीसारखेच!

"भानुदास, माईंच्या जुन्या घराकडे घेतोस? आपल्या शाळेच्या हॉस्टेलकडे..."

फर्रकन् ब्रेक लागत रिक्षा एकदम थांबली. पाठी वळलेल्या भानुदासच्या प्रौढ चेहऱ्यावर आश्चर्य स्पष्ट उमटले होते, की खिन्नशी किंचित उदासी? भुवयांमधल्या गंधावर बारीकशी आठी उमटली होती. सुधाकडे क्षणभर रोखून बघत त्याने एक उसासा सोडला.

"ताई, तिथं जाणार तुमी?"

"हो."

"कशाला?"

त्याची अजिजी तिला समजेना.

"कशापायी ताई? तिथं काय उरलया आता?"

"तेच बघायचंय. तिथं काय उरलं आहे तेच बघायचंय."

आणि ती स्वत:शीच चकित होऊन गेली. हे कधी ठरवलं होतं मी? का ही ओढ वाटते त्या घराची? ते आजीचे इतक्या वर्षांचे राहतं घर होतं, तरी ते

सोडल्यावर ती कधीच तिथे परतून गेली नव्हती. मग मला तिथे जाऊन आता काय करायचंय? इतक्या वर्षांत ते लागेबांधे कधीच तुटून गेले आहेत... आणि मी तरी ती पूर्वीची कुठे राहिले आहे? मग काय शोधायचंय? काय द्यायचं राहून गेलं आहे? कोणती अदृश्य शक्ती मला तिथे खेचून नेत आहे? कशासाठी? काय... काय ते?

तिच्या कपाळावरून घामाच्या धारा सरसर वाहात खाली येत गेल्या. भानुदासने रिक्षाला पुन्हा किक् मारली.

ती कमानीतून आत शिरली. खरे तर ती जागा चुकलीच असती. कारण सभोवताली वाढत फोफावून आलेल्या वसाहतींच्या गर्दीत त्या परिसराचे संपूर्ण रूप आता बदलून हरवून गेले होते. वसतिगृहासाठी पूर्वी घातलेल्या तारांचे कुंपण आता ठिकठिकाणी कोलमडून पडलेले दिसत होते. प्रवेशद्वारी असणारी भली मोठी कमान गंजून गेली होती. त्या मोडलेल्या कमानीवरचा शाळेच्या नावाचा गोल फलक आता तिथे नव्हता. त्या बोर्डाचा गंजून वेडावाकडा झालेला, फाटका पत्रा कुणीतरी बाजूला उभा करून ठेवला होता. त्यावरची अस्पष्टशी अक्षरे...

स्थापना १९४२.

एवढीच काय ती दिसत होती.

भानुदास बरोबर होता म्हणून बरं. त्याने तिला बरोबर जागेवर आणून सोडले होते. तिला तिथे सोडून तो कमानीबाहेरच तिची वाट बघत थांबणार होता.

ती तिथून परत येईपर्यंत.

उजवीकडचे कुळकर्णी मास्तरांचे घर अजून तिथे उभे होते. पण त्या समोरची बाग आता सुकून ओसाडलेली. घराच्या भकास झालेल्या भिंती... ठिकठिकाणी विटा ढासळून जखमी झालेले घर... कौले कोसळून वासे उघडे पडलेले घर... 'आ' वासून आकाशाकडे बघणारे... घरासमोरच्या नळावर भडक साडीचा भला मोठा घुंघट ओढलेली बाई, टिप टिप करत गळणारे पाणी आलमीनच्या गरीबवाण्या टोपात भरत त्रासून उभी होती अन् एक नागडे पोर किरकिर करत तिथे धुळीत फतकल मारून बसले होते.

बहुधा रखवालदाराच्या कुटुंबाने त्या घराचा ताबा घेतला होता.

कुठं गेले असतील कुळकर्णी मास्तर आणि वहिनी? त्या घरातल्या मंदा, माधुरी? निवृत्त झाल्यावर कुळकर्णी मास्तरांनादेखील हे घर सोडावं लागलं होतं. ती मंडळी नंतर गावात राहायला गेली असे आजीच कधीतरी मागे म्हणाली होती. मंदा आता शेगावला आणि माधुरी कुठे बडोदा की अहमदाबाद... कुणास ठाऊक! आजीनेही पुढे फारसे संबंध ठेवले नाहीत. कधी लग्नकार्यापुरतंच जाणं-येणं. काय झालं? इतक्या वर्षांचा शेजारधर्म... कुठं गेले ते नातेसंबंध? का आजीने असे तोडून

टाकले असेल? आणि आज इतक्या वर्षांनी स्वत: निघून गेल्यानंतर मात्र नातीला इथे यायला भाग पाडते ती? ते का?

समजा, जरी आज ती मंडळी इथे असती तरी त्यांनी ओळखलं असतं मला? भानुदासनं ओळखलं नाही? मग त्यांनी ओळखलं नसतं कशावरून? ते घर ओळखेल मला?

तिच्या सर्वांगावरून घामाच्या धारा वाहू लागल्या होत्या, तरी त्या कडकडीत उन्हातून ती चालत राहिली. आकाशात ढग जमत चालले होते. वातावरणातील घुसमट वाढत चालली होती. तरी ती चालत राहिली.

कुठं गेली इथली ती प्रचंड वडाची, पिंपळाची झाडे? त्यांची दाट हिरवीगार शांत सावली?

कुठं नाहीशी झाली?

ती निकराने पावले टाकत राहिली. सगळीकडे शुकशुकाट होता. मधला चौक पार करत ती वळली. अन्... शाळेच्या वसतिगृहाची इमारत एकदम सामोरी आली. ते दृश्य बघताच सुधा विजेचा धक्का लागल्यासारखी नखशिखांत थरथरून गेली.

ही वसतिगृहाची इमारत? पूर्वीच्या सुबक आश्रमशाळेचा आता केवळ सांगाडा तिथे उरला होता. अस्थिपंजर... जर्जर...

त्याचे छप्पर ठिकठिकाणी ढासळून आत कोसळले होते. भिंतींच्या विटा पडल्याने त्यांना विचित्रसे भोकसे पडले होते. खिडक्यांची तावदाने तुटून कशीतरीच लोंबकळत मधूनच चुकून येणाऱ्या वाऱ्याच्या लाटांबरोबर हेलपाटे घेत, भिंतींवर आपटत होती. नाही म्हणायला दर्शनी दरवाजा तेवढा कसाबसा भिंतींच्या आधाराने शाबूत राहिला होता आणि त्याच्या कडीला ठोकलेले भलेमोठे पितळी कुलूप आपली लख्ख जरब दाखवत या सर्वांवर पहारा करत होते.

तिथल्या आसमंतातील मुलांची हालचाल त्या गेलेल्या भूतकाळाच्या वर्षांत कधीच बंद झालेली होती. त्या धावपळीचे, खेळांचे, त्यांच्या हसण्या-बोलण्याचे अस्पष्टसे तरंगदेखील आता तिथे कुठे सांदीकोपऱ्यांत रेंगाळत उरले नव्हते.

सगळ्या परिसरातच एक भयाण ओसाडी दाटून आली होती. इतकी वाताहत झाली? का?

त्या प्रश्नाचे उत्तर द्यायलादेखील तिथे कुणी उरले नव्हते. नुसताच भकास, रखरखीत शुकशुकाट.

ती जागच्या जागी खिळून थरथर कापत ते बघत राहिली. वसतिगृहाच्या बाजूला पूर्वी गोठा होता. तिथे बैलजोड्या बांधायचे खुंटे होते. मुलांची शेतीची औजारे ठेवायची जागा होती. त्यालगत त्यांचे खेळ ठेवण्याची भांडारखोली आणि व्यायामशाळा होती. सुधाची नजर शोध घेत वळली.

पण आता तिथेदेखील काहीच शिल्लक राहिले नव्हते. मुलांचे लेझिम... डंबेल्स... कितीतरी खेळ... काहीच नाही?

ती पुढे येत गेली.

आणि कुणीतरी हिसका देऊन खेचल्यासारखे मोठ्याने एकदम ओरडले, "नको... नको सुधा... नको गं जाऊस पुढे... परत फिर."

अगदी तिच्या अंतरंगाच्या कुठल्याशा खोलवर तळातून कुणी ओरडले, पण ती तशीच नेटाने पुढे झाली. आश्रमाला वळसा घालत पाठच्या बाजूला गेली. तिथेही तसाच शुकशुकाट होता. वारा आता पार थबकून गेला होता. त्या उष्ण अवकाशात कुणाचीच हालचाल नव्हती.

अगदी वाऱ्याच्या झुळुकीचीदेखील.

तुटलेल्या खिडकीतून तिने आत वाकून बघितले. तिथे काय दिसणार आहे ते पूर्णपणे माहिती असूनदेखील ते दृश्य बघताच तिच्या अंगावर भयभीत करणारा सरसरीत काटा उभा राहिला.

हॉलमध्ये छपराच्या कोसळलेल्या तुळयांचा, कौलांचा खच पडला होता. त्यावर पोपटी-हिरव्या शेवाळाचे भीतिदायक थर पसरत गेले होते. आकाशातून उष्ण प्रकाशाचे झोत वेडेवाकडे होत, मंदावून जात त्या उकिरड्याच्या ढिगांवर उतरले होते. त्यामुळे ती उद्ध्वस्ततेची कळा अधिकच दाट झाली होती. या सगळ्या पडझडीत विनोबांचा दगडी पुतळा मात्र अजून पूर्वीसारखा तसाच उभा होता.

विनोबांचा पुतळा...

दया, क्षमा, शांती
तेथे देवाची वसती

संदेश देणारे विनोबाजी तुटलेल्या चष्म्यातून, आंधळ्या झालेल्या नजरेने बघणारे... विनोबा...

याच हॉलमध्ये गीतापठणाच्या स्पर्धा घेतल्या जायच्या. आजी आणि नात नेहमी त्यात भाग घ्यायच्या. बाहेरच्या भिंतीवर लावलेल्या फळ्यावर पहिल्या नंबरावर हमखास लिहिलेली आपली नावे वाचून हसत-खिदळत घरी परतायच्या.

आजी... आजी गं....

तिला ते सगळे आठवत गेले. इतक्या वर्षांत विसरून टाकलेले तरीही आठवणीत जागे होत गेले.

आणि आज हे विनोबा?

मृत विनोबा.

आणि त्यांची दृष्टिहीन नजर...

तीही मेलेलीच.

तेवढ्यात तिला कसलीशी हालचाल तिथे जाणवली. त्या उकिरड्यावरच्या हिरव्या शेवाळ्यावरून एक सरडा चौथऱ्यावर सरसर चढत चालला होता. चौथऱ्यावरून पुतळ्यावर. बघता बघता ती सुळसुळीत हिरवट सोनेरी सुरळी विनोबांच्या पाठीवर चढत गेली. पाठीवरून ती त्यांच्या खांद्यावर आली. मग खांद्यावरून त्याची मान अलगद हळूच पुढे आली. तिथे तो बिनदिक्कतपणे स्थिरावला. त्या हिरवट विषारी कातडीवरचे पिवळेधमक डोळे वरून पडणाऱ्या प्रकाशाच्या झोतात मूढपणे चमकत राहिले.

काही क्षण तसेच गेले.

सरड्याची स्थिरावलेली मान लकक्न हलली. त्याचे डोळे गरागरा फिरत वेडेवाकडे सायकोडेलिक् होत गेले.

हिरवे... पिवळे... जहरी डोळे... मायावी... जीवघेणे.

तो क्षणभर तसाच बुबुळांची चक्रे फिरवत बघत राहिला आणि त्याने एकदम झेप घेतली.

ती हिरवी सुरळी हॉलमधल्या अवकाशातून झेपावलेली बघताच सुधा एकदम किंचाळली, धडपडत वळली आणि जिवाच्या आकांताने धावत सुटली. पायाखालच्या ओबडधोबड वाटेवरून, वेडीवाकडी अडखळत ती जीव मुठीत घेऊन पळत सुटली. पायवाटेवरच्या गवतावरून, दगडधोंड्यांवरून धावत एकदम उघड्या माळावर आली. तो प्रचंड आडवातिडवा पसरत गेलेला खडकाळ माळ तिच्या दृष्टीच्या टप्प्यात अचानक येताच ती ठेच लागल्यासारखी एकदम थबकली, धापा टाकत तिथेच उभी राहिली.

समोरचा विस्तीर्ण माळ वर-खाली वळणे घेत, मग पुढे उंच होत पार क्षितिजापर्यंत जाऊन पोचला होता. त्यावर नावालादेखील एखादे झाड उभे नव्हते. जिथपर्यंत नजर जात होती, तिथपर्यंत एक मळकट बिनरंगी तणकट माळावरच्या पृष्ठभागावर पसरत गेलेले होते. त्या भुईत आपली मुळे नख्यांसारखी गाडून त्या विषारी गवताने आसमंताचा कब्जा घेतला होता.

वरच्या आकाशाच्या तापलेल्या प्रचंड गोलाकारात ढगांची गर्दी खळबळून निघायला सुरुवात झाली होती, त्याने वातावरणातला घुसमटीचा दाब वाढत चालला होता. वरून येणारा उष्णतेचा लोट माळाला चटके देत भाजून काढत होता. डोळ्यांत मावू न शकणाऱ्या त्या आकारहीन अवकाशात त्या माळावर ती एकटीच उभी होती. वाट हरवल्यासारखी. तिच्या घशाला तहानेने शोष पडला होता. त्या जाळणाऱ्या प्रकाशात उभ्या-उभ्या तिला क्षणभर अंधारून आले. डोळ्यांसमोर लाल-काळे ढगांचे चक्राकार वळणे घेणारे गरगरीत लोट दाटत गेले. अंगावर चाल

करून येत गेले. अंधारातून चमकणारे सरड्याचे विषारी डोळेच डोळे... सगळीकडून चमकारे फेकणारे... भिववणारे...

जिवाचा करार करून तिने डोळे उघडले.

बघितले.

समोरच्या प्रचंड अवकाशात काहीच नव्हते.

ढग.

माळ.

तणकट.

घर?

कुठं आहे ते उंच जोत्याचं घर?

माझ्या आजीचं घर?

ती डोळे फाडफाडून त्या आसमंतात शोध घेत राहिली.

पण ते घर तिथे नव्हते.

मुळीच नव्हते.

ते घर तिथून नाहीसे झाले होते.

जणू पूर्वी कधी ते तिथे नव्हतेच.

तिचा डोळ्यांवर विश्वास बसत नव्हता.

ती तशीच पावले उचलत, धावत पुढे निघाली. माळावरच्या चढ-उतारावरून ती पुढे-पुढे जात राहिली; पण ओळखीची कोणतीच खूण तिला सापडेना. कुळकर्णी मास्तरांचे घर... वसतिगृहाची इमारत... त्या सगळ्या खुणा आता खूप पाठीमागे राहिल्या होत्या, त्या खऱ्या होत्या. चालता चालता ती पुन्हा उंचावर आली. तेव्हा तिने मागे वळून बघितले, तर तिथूनही त्या खुणा दूरवर का होईना स्पष्ट दिसत होत्या, दिसत नव्हते कुठे ते आजीचे घर!

आजीच्या घराचा कोणताच मागमूस त्या ठिकाणी उरला नव्हता. ती घाबरून कासावीस होत गेली. इथे... अगदी इथंच तर होतं ते घर. ती उभी होती तिथून तिला दूरवरचा डांबरी रस्ता... त्यावरचा बस स्टॉपदेखील दिसत होता. तिथेच तर ती उतरायची. त्या कमानीतून प्रवेश करत, कुळकर्णी मास्तरांच्या घराला वळसा घालून, धावत-पळत आजीच्या घरापर्यंत यायची. हीच ती जागा होती... नक्कीच... पण आता इथे घरच नव्हते. त्या सबंध उतारावर तेच पिवळ्या-तपकिरी रंगाचे तणकट भुईशी घट्टपणे जखडत, एकजीव होत, सपाट पसरत गेले होते. त्या दगडी पायऱ्या... जोत्यावरची निळी-काळी तुटकी फरशी... मातीच्या भिंतींचे ते कौलारू घर अदृश्य झाले होते. त्या घराची एखादी ढासळलेली भिंत... एखादा तुटलेला चिरा... विटलेली खापरे... काही काही त्या ठिकाणी शिल्लक राहिले नव्हते. जणू

कुण्या यक्षिणीने जादूची कांडी फिरवून चमत्कार घडवून आणावा, तसे ते घर त्या आसमंतात विरघळून नाहीसे झाले होते. त्या घरातील माणसे... रात्री कंदिलाच्या प्रकाशात श्लोक पाठ करणाऱ्या आजी अन् नात... मधूनच लुडबुड करणारा मामा... वेलदोड्याची वीण शिकायला येणाऱ्या कुळकर्णी काकू... सगळेच नामशेष होऊन गेले होते.

कुठं गेलं ते घर?

या सापसरड्यांनी बुजबुजलेल्या माळानं ते गिळंकृत करून जमिनीखाली गडप केलं?

की वरून ओतल्या जाणाऱ्या आगीनं स्वाहा केलं?

अन् इथल्या वावटळीने त्याची उरलीसुरली राखदेखील भिरकावून दिली?

काहीतरी शिल्लक असायला हवं त्याचं इथं...

आजीने लावलेली झाडे... ती याच निसर्गात जन्माला आली होती. याच माळावरच्या भुईत रुजत, दणकट होत, उंचनिंच झाली होती, पण त्यांचीही कुठे खूण शिल्लक नाही आता. एखादा तुटका बुंधा... खोड तरी... कुठाय माझं घर?

अंधाराचे लाल-काळे चक्राकार ढग गडगडाट करत चाल करून येऊ लागले. आकाश वेड्यासारखे चटके देणारी आग ओकतच होते. तिची शुद्ध हरपू लागली.

आणि...

आकाशातून एक सावली तिच्या अंगावरून तरंगत माळावरून संथपणे झेपावत पुढे गेलेली तिला जाणवली. तिने मोठ्या शर्थीने जड डोळे उघडून बघितले. वर उंचावर एक कावळा अलगद तरंगत होता, पण क्षणभरच. लगेच सूर मारत तो खाली येऊ लागला. तो अगदी तिच्यासमोर येत गेला आणि झपाट्याने पंख फडफडवत, दिशा बदलत एकदम झपकन् उजवीकडे वळला. धनुष्यातून सुटलेल्या बाणासारखा तो सरळ रेषेत उडत गेला. तिची थकलेली नजर त्या काळ्या रेषेचा पाठपुरावा करत माळावरून धावत गेली. आणि...

आणि डोळ्यांवरचा विश्वास पारच हरवल्यासारखी थबकून गेली.

लिंबोणीच्या झाडांची हिरवीगार ओळ... डोईवरचे पिवळसर पालवीचे कोवळे तुरे हलके-हलके डुलवत तिथे उभी होती.

लिंबोणीचं झाड करवंदी
मामाचा वाडा चिरेबंदी...

ती अजून तिथेच उभी होती. सुधाला आनंदाने... दुःखाने... फार पूर्वी हरवलेले काही सापडल्याच्या आनंदाने बांध फुटल्यासारखे रडू कोसळले.

इथेच... इथे... मी आत्ता इथे उभी आहे इथेच होते ते आजीचे घर. ती तशीच

उतारावरून लिंबोणीच्या दिशेने धावत सुटली. त्या खोडापाशी पोचली. धापा टाकत खाली बसली, तसे तिचे रडू वाढत गेले. इतक्या वर्षांपासून राहून गेलेले, सगळे साठवलेले रडू तिच्या मनातून फुटून-फुटून बाहेर पडत आले. झाडाच्या खरखरीत खोडाला मिठी मारून ती मोकळेपणाने रडत राहिली, सगळ्या ताणांतून, भयातून मुक्त होत राहिली.

लिंबोणीचे झाड आपल्या सावलीची गर्द घनदाट माया तिच्यावर ढाळत राहिले. असे किती क्षण गेले कुणास ठाऊक!

सुधाच्या रडण्याचा आवेग ओसरत गेला, ती हळूहळू शांत होत गेली. तिचे मन हलके होत गेले, तसे शरीर सैलावले. ती खोडावर आपला गाल टेकवून तशीच शांतपणे बसून राहिली.

तिच्या बाजूला हालचाल जाणवली तसे तिने वळून बघितले. झाडाच्या सावलीच्या घेरात एक मांजर कुठूनशी येऊन तिथे उभी राहिली होती. अगदी स्तब्ध उभी राहून मान वर करून ती एकटक सुधाकडे बघत होती. चार चवड्यांवर तोलून धरलेले तिचे सुदृढ शरीर झाडाच्या पानांतून खाली झिरपत आलेल्या प्रकाशात उजळून निघाले होते. तिच्या सोनेरी-केसाळ कातडीवर तांबूस रंगाच्या गडद-हलक्या छटा लाटांसारख्या एकमेकांत मिसळत उमटल्या होत्या, मागे लांबलचक पसरलेल्या शेपटाच्या तडतडीत टोकापर्यंत त्या पसरत गेल्या होत्या. त्या सबंध शरीराला एक गतिमानतेचा स्पर्श प्राप्त करून देत होत्या.

वाऱ्याच्या झुळकीने झाडाची पाने हलली, तशी त्यांची सावली आंदोळून गेली. मांजर तरीही जागेवरून हलली नाही. प्रकाशाचे कवडसे तिच्या अंगावरून हलत, पुढे-मागे होत राहिले. तिचे ताठ उभे असलेले हुशार कान, तरतरीत स्वच्छ चेहऱ्यावरचे पट्टे, तुकतुकीत नाकाजवळच्या टुणटुणीत मिशा... सगळे त्या उजेडात स्पष्ट होत गेले, उजळत गेले.

सुधा तिच्याकडे बघत होती.

इथे जवळपास वस्तीची कोणतीच खूण नाही. मग ही मांजर इथे आली तरी कशी? आणि नेमकी इथेच कशी आली? झाडाझुडपातून येताना जराही चाहूल लागू न देता एकदम अचानक अवतीर्ण झाल्यासारखी नेमकी इथेच कशी आली?

वरून एक पान टपकन् खाली पडले.

"म्यॉंव्..."

मांजर हलली. एक-एक पाऊल पुढे टाकत ती सुधाच्या दिशेने येऊ लागली. प्रकाशाच्या कवडशातून ती उजळलेली आकृती जणू तरंगत पुढे येत गेली. ती सुधाच्या पायाजवळ आली, तसे तिने आपली मान लाडिकपणे पुढे केली आणि

आपले अंग हळूहळू इकडे-तिकडे वळवत ती नाजूकपणे तिच्या पायांवर आपले शरीर घासू लागली. तो मऊ स्पर्श होताच सुधा आश्चर्याने भरून येत गेली. ठणकणारे मस्तक, जळजळणारे डोळे, दुखणारे अंग... सगळेच जणू त्या मऊ स्पर्शाची वाट बघत होते. खोडावर टेकून तिने डोळे मिटून घेतले आणि ती तो स्पर्श अनुभवत राहिली. तिच्या शरीरातला थकवा कण-कण करून विरघळत चालल्याचे तिला जाणवत गेले, तशी ती आश्चर्य, आनंदाने भरून येत गेली.

मांजर कितीतरी वेळ आपले अंग तिच्या पायांवर हळूहळू घासत राहिली.

''म्यॉंव्...''

ती थांबली. तेव्हा सुधाने डोळे उघडून तिच्याकडे बघितले... आपल्या हाकेने सुधा डोळे उघडते की नाही ते बघायला मांजर तिथे कान टवकारून उभी होती. तिच्या चेहऱ्यावरची कातडी उत्कंठेने ताणली गेली होती. मिशा फेंदारून ताठ झाल्या होत्या अन् सगळे शरीर गुबगुबीतपणे कमानदार झाले होते. सुधाने डोळे उघडताच अपेक्षा पूर्ण झाल्याचा, आनंदाचा भाव तिच्या त्या केसाळ मुद्रेवर कसा कुणास ठाऊक उमटत गेला आणि ती खूष होत चित्कारली, ''म्यॉंव्...''

तसे चित्कारताना तिचा चेहरा वर झाला. क्षणभर तो उन्हात तळपला आणि तिचे डोळे एकदम सुधाच्या नजरेत भरत गेले. त्या उज्ज्वल चेहऱ्यावर चमकदार डोळ्यांमध्ये फुटलेले हसू...

आणि नात एकदम ओरडली, ''ए आज्जी... आज्जी गं...''

ते शब्द ऐकताच मांजरीला आणखीन हसू फुटत गेले, पण त्या फुटलेल्या हसण्याबरोबरच ती चपळाईने गर्रकन् वळली आणि टणाटण उड्या मारत विरुद्ध दिशेने धावत सुटली. लिंबोणीच्या सावलीच्या घेरापलीकडे जाताच तिथे वाढलेल्या गवतात उडी टाकत ती त्यात नाहीशी झाली. त्या गवतातल्या खसबशीने त्यांचे शेंडे काही काळ आंदोळत, डुलत राहिले. मग हळूहळू तेही पूर्वीसारखे शांत, स्थिर झाले.

सुधाने एक दीर्घ श्वास घेतला.

तिने वर बघितले. सूर्य आता कलला होता. उन्हाची तीव्रता आता पूर्वीसारखी भाजून काढण्याइतपत जाणवत नव्हती. पश्चिमेकडून कसा कुणास ठाऊक या अवेळी वारा सुटला होता. त्या हलक्या-हलक्या झुळकींनी वातावरणात ताजेपणा येत चालला होता. झाडाचा आधार घेत सुधा तिथून उठली. खूप हलके वाटत गेले तिला! दुःखाच्या, अपराधाच्या वर्षानुवर्षे मनात साठवलेल्या सगळ्या जाणिवा विरघळून गेल्या होत्या. आजीकडे दुर्लक्ष केल्याबद्दलचे दुःख, त्या घराकडे कधीच परतून न आल्याबद्दलचे अपराधीपण... आजीच्या ऋणातून कसे मोकळे होता येईल त्या चिंता... आज सगळी ओझी संपूनच गेली होती.

ती लिंबोणीच्या ओळीपासून दूर होत चालत पुन्हा घराच्या ठिकाणी उंचवट्यावर आली.

माळावर अजूनही कुणी नव्हते.

आभाळ आता विस्तीर्ण, स्वच्छ, शाश्वत.

ते पूर्वीसारखेच.

तिने मागे वळत लिंबोणीच्या ओळींकडे बघितले.

त्या तिथे नसलेल्या घराकडे बघितले.

तिने हात जोडले, नमस्कारासाठी जुळवले अन् क्षणभर डोळे मिटले.

आणि मग त्या सर्वांकडे पाठ करून ती झटाझट पावले टाकत तिथून परत निघाली.

परत...

◆

(हेमांगी, दिवाळी २००२)

तो

ऐक..

हे आणि कठीणच.

कारण आवर्जून ऐकाव्यात अशा बऱ्याच गोष्टी तुला ऐकूच येत नाहीत आणि अनेक गोष्टी तुला बरोबर ऐकू येतात. न सांगता, न सवरता... त्या तुला ऐकू येतात, समजतात आणि तुझ्या लक्षातसुद्धा राहतात हे आता माझ्या लक्षात आलेले आहे, तेव्हा ऐक...

ही अंधारात रस्ता हरवलेल्या मुलाची कहाणी नाही. तर सर्वांनी पायदळी तुडवलेला मळलेला रस्ता नाकारून स्वतःचा मार्ग स्वतःच शोधत निघालेल्या एका अनाथ पोराची ही खरीखुरी कथा आहे.

ती जितकी त्याची आहे तितकीच माझीही.

कदाचित ती तुझीही कहाणी असेल, त्या... पूर्वीच्या तुझी. निदान तू तरी ती ऐकायलाच हवीस.

तेव्हा ऐक...

आजचीच गोष्ट.

मी आणि रॉय कला अकादमीत चित्रांचे प्रदर्शन बघायला गेलो होतो. तिथे नेहमीप्रमाणे चित्रांची मोठमोठी प्रदर्शने भरली होती. प्रत्येक दालनात चित्रे, शिल्पे, कोलाजेस! कुठे प्रतिष्ठित जुनेजाणते आर्टिस्ट, तर कुठे नवशिके, उत्साही... आपापल्या कंपूत गप्पा मारण्यात रंगलेले आर्टिस्ट. बाहेरून लोक येतायत, चित्रं बघतायत, कुजबुजत बोलतायत आणि निघून जातायत. मधूनच आर्ट स्कूलमधली मुले नवखेपणाने दबून पावले टाकत फिरताहेत. इथले हे नेहमीचेच दृश्य.

सवयीचे.

पण आज पहिल्या गॅलरीच्या दारापाशी आले आणि काहीतरी चुकल्याची एक जाणीव हवेच्या थंड झोताबरोबर अडखळत येऊन माझ्या अंगाला चिकटली.

काहीतरी बिनसलेले, बेसूर तिथे माझी वाट बघत होते जणू.

मग आत जावे की नाही?

मी घुटमळले.

एरव्ही मी परत फिरले असते, पण आज बरोबर रॉय होती. ती मुद्दाम माझ्याबरोबर आलेली होती. तिच्याबरोबर राहणे आपल्याला भागच आहे, असे मनाला समजावत आत गेले. चित्रे बघत पुढे गेले... आणि पुढे पुढेच जात राहिले. तिथे चित्रांच्या समोर ओळीने पुढे सरकणाऱ्या चेहऱ्यांच्या ओळीतला आणखी एक चेहरा बनून सरकत राहिले.

ती चित्रे बघताना मनाच्या तळात काहीच जागे होत नव्हते. कोणतेही हर्ष-दुःखाचे तरंग नाहीत, सूक्ष्मातली सूक्ष्म संवेदना नाही. काहीच हालचाल नाही.

असे का होत असेल?

हे तर माझे विसाव्याचे ठिकाण. एरव्ही इथे आल्यावर चित्रे बघताना कधी खूप आनंदाच्या, कधी वेदनेच्या, कधी तृप्तीच्या लहरींनी मन भरून यायचे. ताजेतवाने, जिवंत झाल्यासारखे व्हायचे. बाहेरच्या दगडी शहरातली प्रचंड उष्णता, गर्दी, आवाज, धूळ सगळे विसरले जायचे. हल्ली-हल्ली मात्र तसे होत नाही. मनाच्या रिकाम्या डोहाच्या तळाशी एक नुसतीच भकास जाणीव मनाला आतून छोटे-छोटे कुरतडत राहते. किसत राहते.

असे का होतेय?

माझे कुठे तरी काही चुकतेय का?

इतकी संवेदनाहीन मी केव्हापासून झाले? कशी झाले?

मी इतकेही हरवून टाकले, तर मग जगायचे कशाच्या जोरावर?

आपण जिवंत आहोत हे जाणवायचे तरी कसे? जोरजोरात प्रश्न उमटत राहिले अन् मिटत राहिले. उमटून मिटणारे नुसतेच प्रश्न?

...त्यांची उत्तरे कुठे आहेत?

मी कुठे आहे?

मी भानावर येत बघितले तर समोरच्या भिंतीवर तर एक भले मोठे चित्र लटकलेले दिसत होते.

...हे काय आहे? ॲबस्ट्रॅक्ट? याला चित्र म्हणायचे? का? दोन मोठे-मोठे कॅनव्हास दोरखंडाची शू-लेससारखी बांधणी करून सांधलेले... त्यावर एक अगदी विचित्र असंबद्ध रचना ...त्या विस्तीर्ण सपाट पृष्ठभागावर रंगांची नुसतीच गिचमिडलेली उधळपट्टी... चाबकाचे सपकारे फटाफट् फटाफट् करत अंगावर बरसत जावेत, तसे नुसतेच रंगांचे फटकारे. नुसतेच काहीतरी... तिथे काही नसताना काहीतरी आहे असे दाखवण्याचा एक अट्टाहास?

त्याच्याकडे बघताबघता मला पुन्हा एकदा समजेनासे होत गेले.

हे चित्र तरी आहे? जावे का इथून सरळ निघून? रॉय कुठे गेली?

वळून बघितले तर ती चित्रे बघण्यात गुंतून गेली होती. म्हणजे मला थांबायलाच हवे होते. मी पुन्हा एकवार त्या समोरच्या चित्राकडे बघितले.

तर?

तर समोर काहीच नव्हते. भिंतीवर टांगलेले चित्र कुठे गेले?

पण काहीच नव्हते कसे?

पांढऱ्याधप्प भिंतीवर एक नुसतीच काळी फ्रेम लटकत होती. स्पॉटलाईटच्या वरून पडणाऱ्या थंडगार प्रकाशाच्या झोतात मला ती स्पष्ट दिसत होती. पांढऱ्या भिंतीवर ठोकलेला हूक, त्या हुकापासून तिरप्या होत खाली उतरत आलेल्या ताठ कॉर्डस् त्या चौकटीच्या दोन्ही बाजूंना जाऊन भिडल्या होत्या. तो भार पेलताना त्यांच्यावर पडलेला ताण मला स्पष्ट जाणवत होता. पण त्या चौकटीतले चित्र मात्र आता अदृश्य झालेले होते... की ते आधीपासूनच तिथे नव्हते? त्याच्या असण्याचा एक आभास मनाला पुसटसा स्पर्श करून गेला होता? नुसती एक रिकामी चौकट तरंगतेय.

आर्ट गॅलरीच्या भिंती एवढ्या पांढऱ्या फटफटीत का रंगवत असतील?

पांढरीधप्प भिंत.

एक रिकामी चौकट.

फक्त एक रिकामी स्पेस.

अवकाश...

नुसतीच पोकळी...

शून्य...

त्या चौकोनी शून्याकडे बघत मी कितीतरी वेळ तशीच खिळून राहिले. हात-पाय थंड... बधिर होत चालले. एकदम लक्षात आले की बाजूला कुणीतरी येऊन उभे आहे. बघितले तर त्या तिथे बसलेल्या कंपूतला एक तरुण तिथे बाजूला येऊन उभा होता. त्याच्या हातातला प्रदर्शनाचा कॅटलॉग आणि त्याखाली सराईतपणे सारलेली प्राईस-लिस्ट मला दिसत होती. ती बघून मी मानेनेच नकार दर्शवला, तरीसुद्धा हसत हसत त्याने तो पुढे केला.

"घ्या, असू द्या तुमच्याकडे."

"अहो मला खरंच नकोय."

त्या क्षणी कुणाचाच संपर्क मला नको होता. अगदी नाखूश वाकडा चेहरा करत मी त्याच्याकडे बघितले, पण तो तिथून हलायला बिलकूल तयार नव्हता.

हा मला एकटी का सोडत नसेल? कशी टाळायची ही कटकट?

प्लीज... प्लीज गो अवे...

पण तो त्याचे ते लाजिरवाणे चिकट हसू हसत निगरगट्टपणे तिथेच उभा होता.

"घ्या ना, मॅडम."

त्याने जबरदस्तीनेच कॅटलॉग माझ्या हातात दिला. भला मोठा विजय मिळाल्याच्या झोकात तो झर्रकन वळला अन् दुडक्या चालीने आपल्या कंपूत बसायला निघून गेला, त्यांच्यात मिसळला, त्यांच्यातलाच एक झाला. गॅलरीबाहेरच्या फूटपाथवरून येताना मघाशी बघितलेले दृश्य मला आठवले. पिवळाजर्द, जाळीदार शर्ट घातलेला काळाकुळकुळीत मलबारी प्लॅस्टीकची रंगीबेरंगी खेळणी विकतोय.

"फूटपाथ का माल सस्तेमें. कोई भी चीज उठाव... कोई भी चीज... दस रुपिया... दस दस रुपिया फूटपाथ का माल सस्तेमें."

दुपारच्या कडकडीत उन्हात त्याच्या खरखरीत भादरलेल्या डोक्यावरून, निब्बर कातडीवरून घामाच्या धारांचे लोट वाहून चालले होते. पण त्याला त्याची पर्वा कुठे होती? शर्टाची कॉलर मागे फेकत, एका बाजूला पचापच थुंकत ती कचकड्याची बेगडी खेळणी विकण्याचा त्याचा धंदा चालूच होता. त्याचा तो तारस्वर मला इथेही स्पष्ट ऐकू येत होता.

ही रॉय येत का नसेल? झाली की नाही तिची चित्रे बघून?

तिला शोधायला हॉलवर नजर फिरवली, तर पुन्हा एकदा तोच प्रकार.

सगळ्या चित्रांची चौकटी रिकाम्या.

चित्रे नाहीतच.

काही वेळापूर्वी ती इथे होती. त्यांची आता नावनिशाणीसुद्धा उरलेली नव्हती. रंगांचा एखादा तरी फटकारा, एखादा ठिपकासुद्धा त्या भिंतींवर शिल्लक नव्हता.

सगळीच चित्रे अदृश्य झाली?

थंडगार प्रकाशाने तुडुंब भरलेल्या त्या प्रचंड दालनाच्या पांढऱ्या लख्ख भिंतींवर तरंगणाऱ्या काळ्या चौकटी आणि त्यामध्ये बंदिस्त झालेले अवकाशांचे ते भयानक रिकामे तुकडे... तुटून विखरलेले... लहानमोठे... हॉलच्या मधोमध बसलेला तो कंपूही आता गायब झालेला. त्यांच्या कुजबुजीच्या अस्पष्ट, हलक्या-हलक्या लहरी इतका वेळ माझ्यापर्यंत येऊन पोचत होत्या. आता त्याही नाहीशा झालेल्या होत्या.

इथे कुणीच कसे नाही? आणि या इथे थंडीच्या लाटा सोसत, काकडल्यासारखी, थरथरत उभी राहिलेली ही कोण आहे? मी? मला इथून हलता येत नाही, मनात असूनही भरभर पावले उचलून, सरसर पळून दूर जाता येत नाही.

आणि जाऊ तरी कुठे?

सूर्यफुलांच्या उबदार देशात मला कोण घेऊन जाणार?

"दस दस रुपिया... दस दस रुपिया..."

ते मात्र अजून चालूच आहे.

गॅलरीतून बाहेर पडता पडता लॉबीत आचार्य भेटले.

ओह नो!

आचार्य.

आर्ट क्रिटिक.

लठ्ठ.

सिल्कचा शर्ट घातलेले.

जाडजूड भिंगांचा चष्मा लावणारे, मोठमोठ्या वर्तुळांतून त्यांचा वावर आहे. मला ते, त्यांचे लिखाण फारसे आवडत नाही. आमची तशी फारशी ओळखही नाही पण त्यांना मात्र का कुणास ठाऊक, मला कुठेही बघितले तरी खूप आनंद होतो; निदान तसे ते दर्शवितात तरी. आजही नेहमीच्याच उत्साहाने तुरुतुरु चालत ते माझ्याकडे आले. हात पुढे करत म्हणाले,

"ओहो! किती दिवसांनी भेटलात. भिसेंची चित्रं बघितलीत की नाही? अगदी पॉल क्लीची चित्रे बघितली असं वाटलं ना? फारच चांगला आर्टिस्ट आहे हा भिसे, ही हॅज अ व्हेरी ब्राईट फ्युचर, डोन्ट यू थिंक सो?"

...अच्छा, म्हणजे असे आहे तर एकूण. आता आचार्यांनीच मनावर घेतलेय तर भिसेचे फ्युचर ब्राईट असणारच...

...हिऱ्यांचे व्यापारी, आर्किटेक्ट्स यांना आता ही चित्रे गलेलठ्ठ किंमतींना विकली जातील. त्यांच्या त्या अतिशय सजवलेल्या आलिशान बंगल्यांच्या, ऑफिसच्या भिंतींवर या रिकाम्या चौकटी लावल्या जातील, एकमेकांना भेटीदाखल दिल्या जातील. तिथे पार्टीला येणारे त्यांच्यासारखेच इतर मग या चौकटींबद्दल चर्चा करतील. पार्टी रंगत जाईल, धुंद होत जाईल, तशीच चर्चाही. कधी-मधी तिथे भिसेलाही बोलावण्यात येईल. अपकमिंग आर्टिस्ट म्हणून गोंजारायला, चुचकारायला एक नवीन कोकरू त्यांना सापडेल. भिसेला पुढची मोठमोठी कामे मिळत जातील. एकदा भारताचा पॉल क्ली म्हणून आचार्यांनी त्याची आयडेंटिटी ठरवून दिली की मग पुढचे ओघाने आलेच. इट इज सो इझी... इझी मनी... नेम... फेम... फॉर्च्युन. स्वत:चा स्टुडिओ, मोबाईल, एखादी एस्टीम... नाहीतर थाउजंड तरी... परदेशी ट्रिप्स... पॅरीस, ॲमस्टरडॅम, दुबई...

मी हताश होऊन आचार्यांकडे बघितले. तर ते अजून भिसेंबद्दल भरभरून काहीतरी बोलतच होते. हा माणूस बोलायचा थांबत का नसेल? त्यांना शांतपणे चित्रे बघताना, विचार करताना, लायब्ररीत बसून वाचताना, लिहिताना आपण कधीच बघितलेले नाही? हे इतके बोलत का राहतात? हे असेच आणि किती वेळ चालू राहणार?

पण तेवढ्यात रॉय पायऱ्या उतरत तिथे येत म्हणाली,

"चलेंगे?"

मी लगेच सुटका करून घेतली.

''हाँ, चल.''

आम्ही कला अकादमीची भलीमोठी लॉबी ओलांडत बाहेर पडलो.

बाहेर चटके देणारे कडकडीत ऊन पडले होते. प्रचंड उष्णतेच्या, धुळीच्या लोटांनी भरलेल्या शहरातली गर्दी आतासुद्धा अविश्रांत धावतच होती. आम्ही दोघी फूटपाथवरून चालत निघालो. रॉय चित्रे बघून खूष झालेली दिसत होती. तिच्या डोक्यात विचारचक्रे सुरू झाली की ती अगदी गप्प होते पण तिच्या चेहऱ्यावरून सगळे समजते, निदान मला तरी.

काही वर्षांपूर्वी मी सुद्धा अशीच होते नाही? या माहौलमध्ये आल्यावर उत्साहाने, आनंदाने भरून जाणारी... छोट्या-छोट्या गोष्टींनी खूष होणारी...

चमकदार डोळ्यांची रॉय.

चालता चालता आम्ही अर्धा फूटपाथ पार केला आणि का कुणास ठाऊक माझे लक्ष एकदम समोर खेचले गेले.

फूटपाथवरच तात्पुरती शेल्फ लावून एक प्रदर्शन भरवलेले दिसत होते. त्यातली बरीचशी चित्रे मागे टाकून मधल्याच एका फळीसमोर आम्ही उभ्या होतो. इच्छा नसूनही लक्ष गेलेच.

कितीतरी दिवसांनी वॉटर कलर्स?

हाताने बनवलेल्या खडबडीत पांढऱ्या कागदावर अगदी हलके काळे-निळे रंग लेववून काढलेली तीन लहानशी चित्रे तिथे लावलेली दिसत होती. त्या कडकडीत उन्हात तो निळा रंग बघूनच तिथे थांबावेसे वाटले. इतकी तरल निळाई, इतकी नाजूक, इतकी पारदर्शी... तिला स्पर्श करावासा वाटला, तरी मनात उमटलेल्या तेवढ्या जाणिवेच्या स्पर्शानेही ती विरून अलगदपणे नाहीशी व्हावी इतकी नाजूक... तो निळा रंग बघून डोळे शांत होत चालले. हलके-हलके तो निळा रंग मनात झिरपायला लागला, रिकामे झालेले मन त्या ओलाव्याने ओथंबून यायला लागले. कितीतरी दिवसांनी असा मायेचा ओला स्पर्श होऊ लागला होता. किती पिऊन घ्यायचा तो? मन भिजत चालले होते, पण माझी तहान भागत नव्हती, तृप्ती होत नव्हती. इतकी वर्षे या स्पर्शासाठी मन आसुसलेले होते, ती असोशी एवढ्या-तेवढ्याने भागणार नव्हती.

चित्रे तशी साधी होती. अगदी पुस्तकातली इलस्ट्रेशन्स असावीत ना तशी. पण त्या छोट्याशा चौकटीतल्या स्पेसमध्ये कमीत-कमी आकार, रेषा व रंग वापरून एक-एक संपूर्ण, स्वतंत्र चित्र उभे केले गेले होते. त्यात कुठेही गल्लत नव्हती, गोंधळ नव्हता. निळ्या रंगाच्या पारदर्शी छटांच्या साथीला रेषा धावून आल्या होत्या.

प्रत्येक रेषेला ताठरपणा आहे म्हणेपर्यंत ती अचानक हळुवार कमनीय होत धावत गेली होती. या प्रत्येक रंगच्छटेला, रेषेला स्वत:चे असे संपूर्ण अस्तित्व होते. तरीही त्यांनी एकमेकींना सांभाळून, तोलून धरले होते, एकमेकींना आधार दिला होता. त्यातून गायक आणि वादकांच्या आकृती कागदावर सहजपणे उतरल्या होत्या. कुठेही रंगाचा एखादा फटकारा जास्त नव्हता. रंगाचा एक थेंबही जास्त टेकवला गेला नव्हता. रेषेची कमनीयता कमी-जास्त करून उगीचच ड्रामा वाढवण्याचा, स्वत:ची शान मिरवण्याचा अट्टाहास नव्हता. प्रत्येक चित्र आपली लय सांभाळून प्रकट झाले होते. त्या जिवंतपणाकडे कितीही बघितले तरी समाधान होत नव्हते. वाटत गेले, चित्र असेच असते, असेच असायला पाहिजे. इतके सरळ, शुद्ध आणि पवित्र.

त्याच्याकडे बघता बघता आजूबाजूची गर्दी, गोंगाट सगळे अस्पष्ट होत गेले, शांत होत गेले. माझी नजर त्या चित्रावरून हटायला तयार नव्हती.

आता हा गायक तानपुरा छेडेल?

असे म्हणेपर्यंत ती इतका वेळ कागदावर स्तब्ध असलेली त्याची बोटे हळुवारपणे हलली, तारा छेडल्या गेल्या आणि त्या कंपनातून उमटला एक सांद्र स्वर... दूर आकाशातून सूर आले तसे तरंगत शब्दही...

अब मोहि नाचिबौ न आवै
मेरो मन मंदरिया न बजावै...

कोण गात होते? फार पूर्वी कुठेतरी ऐकले होते हे भजन. तांबड्या नदीच्या काठावर एका संध्याकाळी मला बोटाशी धरून बाबा गुणगुणत होते ते हेच गीत होते का? इतकी वर्षे विस्मृतीत ढकलून दिलेल्या त्या ओळी आजच पुन्हा एकदा ऐकू याव्यात? मन भरून आले, तसेच डोळेही भरून आले. ती डोळ्यांत भरलेली निळाई विरघळत दिसेनाशी झाली, क्षणभरासाठी...

भानावर येऊन पाहिले तर तिथेच फूटपाथवर खुर्च्या टाकून दोन-तीन मुले बसली होती. त्यातला एक जण स्केच करण्यात गुंतला होता, दुसरा वाकून ते बघत होता. तिसरा हरवल्यासारखा नुसताच बसला होता. मी पुढे होत त्या स्केच करणाऱ्याला विचारले,

''ही चित्रं तुमची आहेत?''

''नाही.''

म्हणत मान वर न करताच त्याने त्या विचारात गढलेल्या मुलाकडे पेन्सिलने इशारा केला. घरात धुतलेला, साधा, बिनइस्त्रीचा, बिनरंगी शर्ट तशीच साधीशी पँट, पायात रबरी सॅन्डल्स घातलेल्या त्या मुलाकडे बघताना मला एकदम भिसेचा खादी सिल्कचा कुडता, सोनेरी काड्यांचा चष्मा आठवला. आर्टिस्ट असा असतो? असा दिसतो? एखाद्या ऑफिसमध्ये फायली हलवायच्या कामावर असणाऱ्या माणसासारखा?

इतका सामान्य?

म्हणेपर्यंत तो माझ्याजवळ येऊन उभा राहिला होता. त्याला उंची नव्हती, त्याच्या व्यक्तिमत्त्वाचा कोणताच भाग आकर्षक नव्हता. गालफडे बसलेली दिसत होती. केस वाढून राठ झालेले, मान खाली घालून तो शांतपणे उभा होता आणि हा चित्रं काढतो? ती सुद्धा अशी?

"ही चित्रं तुमची?"

"होय."

मान अजून खालीच होती.

कॉलरचा झिरझिरीत विरलेला भाग स्पष्ट दिसत होता.

"कुठे शिकलात?"

"आर्ट स्कूलमध्ये."

"फाईन आर्टस्?"

"नाही. कमर्शिअल."

"कमर्शिअल?"

"घरची प्रेस होती म्हणून वडिलांनी कमर्शिअलला टाकलं. पण मी ते काम करायचं बंद करून टाकलं आहे. आता फक्त चित्रं काढतो."

तो बोलत असताना मी त्याच्याकडे बघत होते. त्याची मान अजूनही खालीच होती. त्याची विरलेली कॉलर सारखी माझ्या नजरेत येत होती. शर्टाच्या बाहीवर दोऱ्याने टाके घातलेले दिसत होते. घरची प्रेस असूनही हा मुलगा तिच्याकडे पाठ फिरवून बसला होता. चित्रे काढत होता. हा माझ्याच जातीचा होता का? फार पूर्वी हरवलेला कुणी जिवाभावाचा मित्र?

एकदम आठवले काहीतरी लहानपणीचे. कधीतरी फार पूर्वी हरवलेला एक जुना लोलक कपाटामागे धुळीत पडलेला मला अचानक सापडला होता. जुन्या घराच्या कौलारू छपरातून झिरपत आलेल्या किरणांमध्ये तो लोलक हातात धरून बसलेली एक लहान मुलगी मला आठवली. त्या धुरकट प्रकाशात जादूभऱ्या रंगांनी उजळून निघालेल्या त्या लोलकाच्या कडा... लोलक फिरवून फिरवून बघत, रंगांची किमया बघत आनंदाने खुळावून बसलेली ती मुलगी... कुठे गेली रंगीबेरंगी फुलाफुलांचा फ्रॉक घातलेली मुलगी? त्या अंधारात कुठे हरवली? विरघळून नाहीशी झाली?

"नाव काय तुमचं?"

"थोरात."

"तुम्ही इतर काय करता?"

"इतर काही करताच येत नाही मला. स्टुडिओत चित्रं काढतो, पॉटरी करतो,

शिल्पं करतो. वाटलं तर व्हायोलिन वाजवतो.''

''तुमचा स्वत:चा स्टुडिओ आहे?''

''हो, चेंबूरला. तिथंच राहतो मी.''

''आणि घरी?''

''घरी जातच नाही. मावशीकडे जेवतो.''

ते तर उघडच होते. तेवढ्यात माझ्याशी बोलता बोलता त्याने प्रथमच मान वर केली. अगदी सहज. प्रथमच माझ्याकडे रोखून बघितले आणि थोरातच्या शांत, कोवळ्या चेहऱ्यावरचे ते तेजस्वी, लखलखीत डोळे बघताक्षणीच मी एकदम सटपटून थांबले. या ओंगळ शहरातल्या एखाद्या झोपडपट्टीत, चाळीत जगणाऱ्या या माणसाचे डोळे इतके सकाळच्या सूर्यासारखे स्वच्छ, प्रकाशमान असावेत? पण ते तेज जाळणारे नव्हते. वरून सूर्याची एवढी आग फूटपाथवर ओतली जात होती की तिथे क्षणमात्रही उभे राहणे शक्य नव्हते. तरीही थोरातचे डोळे चटका देत नव्हते, उलट मन शांत करत होते. अनुभवांच्या थपडा खाऊनही अत्यंत निष्पाप राहिलेल्या चेहऱ्यावरचे त्याचे ते आत्मविश्वासाने भरलेले शांत डोळे मी बघतच राहिले.

थोरात, कोण आहेस तू? कुठे होतास इतकी वर्षे? आधी का भेटला नाहीस? व्हू आर यू? कितीतरी वर्षांपासून असं कुणीतरी भेटायलाच हवं होतं. त्या फुलाफुलांचा फ्रॉक घातलेल्या मुलीचा हरवलेला लोलक सापडायलाच हवा होता. ती भान हरपून बसलेली मुलगी पुन्हा भेटायलाच हवी होती.

''थोरात...''

काय बोलावे ते न सुचून मी थांबले. थोरातही माझी प्रतिक्रिया बघायला थबकला होता. एकदम लक्षात आले, आज या प्रदर्शनाचा शेवटचा दिवस. उद्या ही चित्रे इथे नसणार, हा थोरातही इथे नसणार. तो परत कधी भेटणार नाही, मला ही चित्रे परत बघायला मिळणार नाहीत.

''थोरात, ही चित्रं मी विकत घेते. देणार का मला?''

मी एकदम बोलून गेले आणि आश्चर्यचकित होऊन थांबले.

हे मी केव्हा मनाशी ठरवले?

पण ही चित्रे माझी, माझ्यासाठीच नव्हती? खिशात पैसे नव्हते तरी ती मिळवायलाच हवी होती. ती माझ्याकडेच असणे आवश्यक होते. मी मोठ्या उत्सुकतेने थोरातकडे बघितले. तो तसाच त्याच्या लखलखीत नजरेने स्थिरपणे बघत उभा होता.

अरे, बोल ना काहीतरी...

आणि अगदी सहजपणे तो बोलता झाला.

''मॅडम, ही चित्रं विकण्यासाठी नाहीत.''

"काय?"

"होय, यातलं एकही चित्र मी विकणार नाही."

"पण का?"

"बस्, हा शो करायचा असं ठरवलं, तेव्हाच मी निर्णय घेतला होता की ही चित्रं विकायची नाहीत."

"मलाही नाही?"

मी कळवळले.

थोरात खूप कळल्यासारखा हसला.

"तुम्हालाही नाही."

मला सगळे समजायला लागले होते. गरिबीच्या, हलाखीच्या, उपेक्षेच्या छातीवर पाय रोवून थोरात उभा राहिला होता. ते आयुष्य जगत असताना त्याने कितीदा फाके काढले असतील, कुठे झोपडपट्टीत राहिला असेल, पावसात भिजून आजारी पडला असेल, तापाने फणफणत फूटपाथवर बेशुद्ध पडला असेल हा मुलगा. याचे कधी कला अकादमीच्या दालनात वाजतगाजत प्रदर्शन भरणार नाही. आचार्य याच्याबद्दल कधीच काही लिहिणार नाहीत. कारण हा हट्टी मुलगा असे कधी होऊच देणार नाही. भिसेइतका नाही पण गरजेपुरता पैसा तरी याला मिळू शकेल? त्याला त्याची पर्वा नाही हे खरे पण त्याच्यापाशी कॅनव्हास, रंग नसतील तर मात्र हा कोसळून पडेल, नाही?

थोरात, असं करू नकोस, इतका हट्टीपणा बरा नाही. कसं समजवायचं याला?

तेवढ्यात तो स्केच करणारा मुलगा उठून आमच्यापाशी आला.

"मॅडम, अभी एक फॉरेन की लेडी आयी थी। कहने लगी, ये सारा का सारा शो खरीद लेगी। हजार डॉलर्स ॲडव्हान्स दे रही थी, पर ये मानताही नहीं। आपही समझाओ इसको अभी।"

का कुणास ठाऊक मी एकदम बोलून गेले.

"सुनो, वह थोरात है, भिसे नहीं।"

आणि भेटल्यापासून प्रथमच मी आणि थोरात आजूबाजूच्या गर्दीची पर्वा न करता खळखळून हसत सुटलो. गर्दी आपली धावतच होती.

"थोरात..."

"दीदी, माझं नाव संतोष आहे."

"संतोष, संतोष थोरात."

"संतोष, कधी काळी तुला ही चित्रं कधी कुणाला द्यावीशी वाटली, तर मला दे. माझ्या घरात त्यांना आदराची जागा मिळेल. ती जपली जातील."

थोरात ते माहिती असल्यासारखा हसत बोलला,

“जरूर.”

“आणि मॅडमची दीदी केलीस ते छान झालं. या शहरात तुझं एक घर आहे. कधीही ये.”

“येईन.”

मी आणि रॉय तिथून निघालो. वळून बघितले तर थोरात पुन्हा आपल्या खुर्चीवर जाऊन बसला होता. हरवल्यासारखा.

आम्ही तिथून निघालो.

एखाद्या दिवशी दारावरची घंटा वाजेल. मी दार उघडून बघेन तर बाहेर लख्ख नजरेचा संतोष थोरात उभा असेल. आज अनेक चित्रकार या शहरात काम करतायत. नाव, प्रसिद्धीच्या पाठी लागून धडपडतायत, परिस्थितीच्या थपडा खाऊन रक्तबंबाळ होतायत. नको नको त्या तडजोडी स्वीकारतायत. हे शहर त्यांची सगळी ऊर्जा शोषून घेतेय. सरतेशेवटी दमछाक होऊन किडा-मुंगीसारखे तडफडून ते मरून जातायत. हे सगळे क्षुद्रपण नाकारून थोरात जिवंत आहे. कुठल्यातरी अज्ञात प्रदेशातून प्रवास करत करत तो या ठिकाणी येऊन पोचला आहे. त्या रस्त्यावरून येताना त्याला वाटेत गूढ जंगले लागली होती. काळ्या-हिरव्या सावल्यांनी भरलेली जंगले, विषारी जिवाणूंनी बुजबुजलेल्या दलदली, अजस्त्र वाळवंटे त्याने तुडवली होती. तशी त्याची पुढची वाट खडतरच असणार आहे. प्रवासात त्या जंगलातील हिंस्र श्वापदे चित्रविचित्र आवाज करत त्याच्या कोवळ्या मांसाचे लचके तोडायला हपापून त्याच्यावर तुटून पडतील. त्याच्या उरल्यासुरल्या हाडांचा चुरा चघळण्यासाठी आकाशात घिरट्या घालणारी गिधाडांची झुंड त्याच्या सडत चाललेल्या कलेवरावर कोसळेल. दलदलीतले किडे-मकोडे त्याच्या कातड्याचा भुगा करायला दात विचकत, किर्रभिर्र करत धावत येतील. त्याचे ते लखलखीत लोलकासारखे डोळे दलदलीच्या काठाशी तसेच जळत पडून राहतील.

हे सगळे जाणूनच आहे तो.

अशी अनेक भयानक जंगले, जीव घेणारी वाळवंटे, विषारी हिमखंडांनी भरलेले समुद्र पार करतच इथपर्यंत पोचलाय तो. तरीही त्याला इतर सर्वजण जातात त्या सोप्या, सुरक्षित, दिव्यांनी झगमगलेल्या मार्गाचे आकर्षण नाही.

त्याची कहाणी जितकी त्याची, तितकीच माझी आहे.

आणखी तुझीही.

निदान तू तरी ती ऐकायलाच हवी होतीस.

◆

(साप्ताहिक वृत्तमानस १९९९)

आकाशाचे गाणे

त्याने कूस बदलत डोळे किलकिले करून वर बघितले. झाडाच्या शेंड्यावरचे धुक्याचे ढग हळूहळू हटायला सुरुवात झाली होती. त्यातून दिसणारे आकाश अजून काळे-राखाडी....पण आकाशाच्या उतरत्या किनारीवर सोनेरी कडा चमकायला लागलीसुद्धा...ती बघताच तो स्वत:शीच चपापला.

आज असं कसं झालं?

रोज अर्धवट अंधारातल्या नीरव शांततेतच तो जागा होई. उठल्याबरोबर चोच, पाय, पंख स्वच्छ करून सगळ्यांत आधी झाडाची सर्वात वरची फांदी पकडून बाप्पा उगवण्याची वाट बघायला तो तयारीत बसलेला असे. त्याच्या त्या तुरुतुरु हालचालींनी झाड चाळवले जाई. पानापानाला जाग येई. मग शेजारपाजारच्या घरट्यात अजून पेंगणाऱ्या मंडळींची कुजबुज, उठाऊठ सुरू होत असे.

....आज मला उठायला एवढा उशीर झाला? कसा?...

त्याला असा उशीर क्वचित होई. पश्चिमेकडच्या समुद्रावरून लाटांसारख्या धावत येणाऱ्या झुळकी त्याच्या घरट्याभोवती भिरभिर पिंगा घालू लागल्या की, त्याला झोपेतून उठावेच लागे. त्यांच्या त्या अल्लड अवखळपणामुळे तो वैतागत असे.

...सकाळी सकाळी कसला हा नस्ता उत्साह? छळवाद मेला...

तांबारलेले डोळे घेऊन तो करवादतच उठत असे.

आजसुद्धा झुळकी घरट्याभोवती गोलगोल गिरक्यांचा फेर धरून नाचत राहिल्या, पण तो जरादेखील हलला नाही. काहीच हालचाल नाही ते बघून त्यातल्या धाकटीने पुढे होत घरट्याचे लोटलेले कवाड हळूच ढकलले आणि गोडशी साद घातली.

"सुप्रभात....सुप्रभात...."

तिच्या पाठून दुसरी घरात डोकावली.

"ए...ए...ऊठ ना, ऊठ रे पहाट झाली."

तरीही तो जागेवरून ढिम्म हलला नाही. तिसरीने हाक दिली तेव्हा तर तो सरळ कूस बदलत त्यांच्याकडे पाठ फिरवून झोपेचे सोंग करत तसाच पडून राहिला. त्याच्या पाठी लागत तिथे थांबून राहणे झुळकींना शक्य नव्हते. इतर झाडांवरही

अजून झोपलेली, सुस्तावलेली घरटी होती. तिथल्या मंडळींना जागे करण्यासाठी त्या एकमेकींभोवती पिंगा घालत, गिरक्या घेत, पानांशी हसत-खेळत, धुक्यातून पुढे धावत निघून गेल्या. वातावरण शांत झाले.

...त्यांना जाऊनसुद्धा आता बराच वेळ झाला, नाही?...

तरीही त्याला उठावेसे वाटेना. छातीवरच्या पिसांमध्ये चोच खुपसून तो तसाच उदासून पडून राहिला.

शेजारच्या घरट्यांतून सकाळचा कलकलाट सुरू झाला होता. घरादारांची झाडपूस, पोरांच्या आंघोळीपांघोळी... एकच धांदल उडून गेली होती. शेजारच्या कावळीचे पोर रोज सकाळी दूध पिताना गळा काढे, तसेच त्याने आत्ताही भोकाड पसरलेले ऐकू येत होते. त्याला कधी समजावत, चुचकारत, कधी पंखाने एखादा रपाटा देत कावळी रोज सकाळी घरातली कामे उरकत राहते तसेच आजही सुरू होते.

...कावळीचं पोर इतकं हट्टी आहे की जरा जरी त्याच्या मनाविरुद्ध झालं की हातपाय आपटून नुसता गोंधळ घालतं, सगळं घरटंच नाही, झाड डोक्यावर घेतं. तेवढ्यानंही भागेनासं वाटलं की थयथयाट करत श्वास रोखून धरतं. त्याला असं घुसमटताना बघून कावळीची जी काही त्रेधा उडून जाते...

"को...को...को..." करत पलीकडे कामात असलेल्या कावळ्याला हाका मारून बोलवेपर्यंत तिचा जीव अर्धामुर्धा होतो. थरकापतेच बिचारी! त्या कार्ट्याच्या मनासारखा दाणा, कृमि-कीटक आणण्यासाठी कावळा भल्या पहाटेचा घराबाहेर पडलेला असतो. छळवादी कार्टा कुठला....

पण आता त्या पोरट्याचा आवाज यायचा बंद झाला होता.

...कावळीनं तिच्या काळूरामला खाऊपिऊ घातलं असेल. नंतर स्वच्छ आंघोळ.

अडगुळं मडगुळं सोन्याचं कडगुळं,
रुप्याचा वाळा, तान्ह्या बाळा...ती...ट लावू

करत त्याला तीट लावली असेल. काळूरामच्या ध्यानाला पिसांच्या मऊ गादीवर झोपवलं असेल. सुटकेचा, समाधानाचा श्वास सोडत ती विसावा घेत क्षणभर घरट्याच्या पायरीवर टेकली असेल, कोवळ्या उन्हाची ऊब अंगावर घेत सुखावली असेल. काळूरामची आई! किती नवसायासानं तिला झालेलं कौतिकाचं पोर ते...त्या काळ्याबेंद्र्या मरतुकड्या कार्ट्याला शेजारच्या आयाबापांची दृष्ट लागू नये, म्हणून किती तिची ती धडपड. तिच्या काळजाचा तुकडाच आहे हा काळ्या...

काळूरामची आई.

ती आठवण येताच त्याला धस्स झाले. छातीत एक बारीकशी कळ तीव्र होत उठली तसे त्याचे अंग ताठरले.

...काळ्याला आई आहे. जगावरून ओवाळून टाकलेल्या उनाड साळुंक्यांनासुद्धा त्यांची काळजी करणारी, त्रासलेली, हडकुळी आई आहे. झाडाखाली वॉचमनच्या टपरीवर राहाणाऱ्या सनी-मनीचीसुद्धा माय आहे. आख्खा दिवसभर कुठंकुठं उंडारणारे सनी-मनी रात्री झोपायला पत्र्यावरच मायपाशी येतात. रात्रीच्या अंधारात पत्र्यावर पडल्यापडल्या मायशी त्यांच्या काय काय गमतीशीर गप्पा चाललेल्या असतात.

"म्यॉव...मॉव...म्यॉव. म्यॉव... माय्..." असं खूप वेळ चालू असतं. चांदोबा आकाशात खूप वर आला की मग मायच्या कुशीत शिरून दोघं गुरगुरत झोपून जातात. कधीतरी सनी-मनीचा तो उंच, कबरा बाप लांब लांब टांगा टाकत येतो. समोरच्या इमारतीतल्या जोकिम्चा डॅडी कसा विमानानं दूर देशाहून येतो, अगदी झोकात! रंगीबेरंगी लेबलं लावलेल्या पेट्या भरून चकचकीत सोनेरी गिन्न्या आणतो. रंगीत कागदात गुंडाळलेल्या नव्या-नव्या सुंदर चिजा, चॉकलेट्स अन् खेळणी...टॅक्सीतून उतरल्या उतरल्या ढेरपोटाच्या तळापासून ओरडतो,

"हे जोकि...माय बॉय्"

तसाच तो कबऱ्या! येताना एखादा चकचकीत खवल्यांचा मासा, मटणाचा लुसलुशीत तुकडा तोंडातून घेऊन येतो. पण तो येतो तेव्हा भयंकर पिसाळते माय! परवा तो आला तेव्हा सगळं अंग फुगवून केस पिंजारून फिस्कारून त्याच्या अंगावर कसली धावून गेली. बापाला बघून फुशारलेल्या सनी-मनीला दम देऊन दूर कोपऱ्यात ढिम्मं बसवून ठेवलं तिनं...

"कार्ट्यांनो, नाही म्हणजे नाही. खबरदार पुढे पाऊल टाकाल तर! टाकलं तर तंगडी मोडून हातात मिळेल."

आणि कबऱ्या समोर येताच डोळे हिरवे-निळे करून रागीटपणे फिस्कारत तिनं जो भांडायचा पवित्रा घेतला, तसा शेपूट आत घालून पळत सुटला कबऱ्या! त्याची सावलीही सनी-मनीवर पडलेली तिला सहन होत नाही. कशी होईल? सनी-मनी आईच्या पोटात होते तेव्हा हा जो पळून गेला तो कित्येक महिने परागंदाच झाला होता. भलंमोठं वजनदार पोट घेऊन भुकेली, थकलेली माय गल्लीतून इथं-तिथं हेलपाटत फिरायची. तिला सगळे जण हाड् हाड् करायचे. दिवस भरत आले तरी तिला कुठंच सुरक्षित निवारा मिळेना अशी ती निराधार माय... सनी-मनीचा जन्म शेवटी या उघड्या पत्र्यावरच झाला होता. बिचारी माय... रात्रभर त्या कळा सहन करत आर्त विव्हळत होती. एकटीच! पण तिच्या मदतीला कुणीच आलं नाही. सगळी कवाडं बंदच राहिली.

पत्र्यावर गडाबडा लोळत किंचाळणाऱ्या मायचा करुण आकांत ऐकवेना, तेव्हा पक्षानेच धावाधाव करून गल्लीच्या टोकाच्या सोसायटीतल्या भाटीला बोलावून आणले होते. मायचे खूप हालहाल होऊन लोकरीच्या गुबगुबीत गोळ्यांसारख्या

सनी-मनीचा जन्म झाला होता.

...तेव्हापासून त्यांच्या सगळ्या उस्तवाऱ्या तीच करत आली आहे. सगळी दुखणीखुपणी... आजारपणं! त्यांची आई तीच अन् बापही तीच आहे आणि सनी-मनी तरी काय कमी मस्तवाल आहेत? बागेतल्या सगळ्या मवाली बोक्यांशी त्यांची जानी दुश्मनी आहे. ते रोज कुठल्या ना कुठल्या बोक्याशी पंगा घेतातच, मारामारी करून कातडी फाटून रक्त ठिबकल्याशिवाय त्यांना घास गोड लागत नाही. पण सनी कसा राजा आहे अगदी...

एकट्या सनीनेच कधी त्याला "तू कोण?", "कुठून आलास?", "तुझे आईवडील कोण?", "जात, खानदान..." असे इतर चार जण विचारतात, तसे प्रश्न कधी विचारले नव्हते. पहिल्या दिवसापासून दोस्तीच केली होती.

त्याने घरट्याच्या दाराशी येत वाकून खाली बघितले. धुक्याचे ढग आता हटले होते. सूर्य चांगलाच वर आला होता. पण सनी-मनीचा दिवस उजाडायला आता कुठे सुरुवात होत होती. झाडाच्या फांद्यांतून झिरपत येणाऱ्या कोवळ्या उन्हात सनी पाय पसरून नुसता सुस्त पडला होता. माय त्याचे कबरे, पट्टेदार अंग चाटूनपुसून साफ करत होती. मधूनच नाकाने लाडिक ढुसण्या देत, पंजाने त्याला इकडून-तिकडे वळवत होती,त्याला आंजारत-गोंजारत त्याचा रेशमी कोट चकचकीत स्वच्छ करत होती. हे सगळे उबदार सुख अनुभवत सनी एखाद्या बादशहासारखा डोळे मिटून मस्तीत लोळत पडला होता. मधूनच घशातून "घुर्र...घुर्र..." करत तृप्तीचे हुंकार भरत होता, खुशीत शेपटी आपटत होता. आपली असे लाड करून घेण्याची पाळी कधी येते ती वाट बघत मनी आपल्या मिशा फुलवत पाय पसरून बाजूला बसला होता.

पक्ष्याने तसेच पुढे होत मान उंचावत तिच्या घराकडे बघितले.

आजही खिडकी बंद? आजही ती दिसणार नाही? कुठं गेली असेल गेले चार दिवस?

त्याने पुन्हा खाली बघितलं तर सनी उठून उभा राहिला होता. चवडे उंचावून सगळ्या अंगाची ताणून भलीमोठ्ठी कमान करत त्याने आळस झटकला. तरतरीत झालेल्या सनीकडे डोळे बारीक करून एकटक बघत माय बाजूलाच उभी होती. अभिमानाने फुलली होती माय. उजवा पंजा उंचावून सनीच्या कानशिलावरून गालावरून फिरवून त्याची अलाबला घेतली. म्हणाली,

"माझं लाडकं पिल्लू ते."

ते बघताबघता त्याला कधी नव्हे तो सनीचा हेवा वाटायला लागला. काळ्याची आई, जोकिमची मॉम, सनीची माय... सगळ्यांनाच आई आहे. पण त्याची आई?

माझी आई? माझी आई कुठं आहे?

आई?

त्याला आई होती?

त्याची स्वत:ची आई...

...आई...मॉम...माय...आई...आई गं...

खंजिराचे धारदार पाते अंगातून आरपार चिरत जावे तशी ती आठवण त्याला आतून फाडत बाहेर आली. तेव्हा इथे जंगल होते. समोरच्या पाणथळीच्या काठावर झाडेच झाडे होती. झाडाखाली प्रचंड वारुळे होती, तेव्हाचे ते दिवस. खूप लहानसा होता तो, अंगावरची लव झडून पिसेसुद्धा आली नव्हती अजून, तेव्हा त्याला हाताशी धरून त्याची आई या घरट्यात राहायला आली होती. झाडावरचे एक बेवारशी रिकामे घरटे त्यांच्या येण्यामुळे पुन्हा जागे झाले. त्याच्या चिमण्या किलकिलाटाने आनंदी झाले. आईबरोबरचे ते दिवस अन् त्या रात्री...त्याची एकट्याची आई...तो आपल्याच खुशीत असे. इतरांच्या घरट्यात बाबा आहेत, आपल्या घरात नाहीत याची जाणीव त्याला कधीतरी चुकूनशी होई. पण त्याने तो दु:खी होत नसे. आईच्या मागे इथे-तिथे लुडबुडत असे. काम करता करता तिने त्याच्याकडे नुसते बघितले तरी तो खुशीने फुलून जाई. रात्री आईच्या छातीशी बिलगे. तशी आई त्याच्यावर आपल्या पंखाची उबदार पाखर घालून त्याला कुरवाळून-जोजवून झोपवे.

"नीज नीज माझ्या बाळा..."

पण पुढे कसे कुणास ठाऊक सगळे बदलत गेले. आई सारखी घराबाहेर राहू लागली आणि घरात असली तरी आपल्याच नादात हरवलेली... बाहेर कुठेतरी लक्ष अडकलेली असे. तर कधी ती त्याच्यासमोर खाणे ठेवून जडपणे कोपऱ्यात उदासवाणी बसून राही. कुणाची तरी वाट बघत असल्यासारखी दारापाशी येत, कानोसा घेत राही. काहीतरी बिघडले होते तिचे. पण नेमके काय ते त्याला समजेना. तिचा रंग अगदी त्याच्यासारखा सुंदर राखी होता. आता दिसामाशी तो बदलत चालला. त्याच्यावरची रुपेरी, किरमिजी छटांची इंद्रधनुष्ये उन्हात चमकत घरभर रंग फेकत फिरायची. आता ते रंग फिकट, निस्तेज होत चालले. तिच्या पोटी अन्न पचेना, ती दिवसेंदिवस सुस्त, बेढब होत चालली. तिची चिडचिड वाढत चालली आणि शेवटी एके दिवशी तो जिथे झोपायचा त्या मऊ गवती बिछान्यावर बसून तिने एक अंडे घातलेले बघून तर तो चक्रावून गेला.

"माँ, हे काय गं?"

"अंडं आहे. दिसत नाही?"

ती करवादली.

अंडं?

"हो तर. आता तुला भावंड येणार बरं. काय बाई तरी पहिल्याच्या बापाचा पत्ता नाही आणि आता हे दुसरं..."

शेजारच्या गवळणीचे वाक्य पुरे होईपर्यंत तो तिथे थांबला नाही.

आणि हिवाळ्यातल्या एका थंड रात्री त्याच्या भावाचा जन्म या घरात झाला होता. मध्यरात्री कशी कुणास ठाऊक त्याची झोप चाळवली गेली. कोपऱ्यातल्या गवती ढिगावर इतके दिवस गप्प बसलेल्या अंड्यातून आता हालचाल जाणवू लागली होती. ती बघताच तो टकटकीत जागा झाला, कर्रकुर्र कर्रकुर्र... करत हलत फुटत जाणाऱ्या अंड्याकडे बघत चकित होत गेला.

"हे काय? काय हलतंय गं, माँ?"

रात्रभर दोन चवड्यांवर बसून ती नवलाई तो बघत राहिला. अंडे फुटत गेले. त्या वेड्यावाकड्या तुटलेल्या करवती फटीतून इवलीशी चोच बाहेर आली, ती बघताच त्याचे मन आनंदाने वेडावून गेले. टरफले दुभंगत गेली अन् एक धपापणारा गोळा त्यातून बाहेर पडला. त्या हडकुळ्या लिबलिबीत गोळ्यावर पिसाचे ठिपकेसुद्धा नव्हते .धड रडतासुद्धा येत नव्हतं त्याला. नुसतीच कू...कू... करणारा इवलासा जीव होता त्याचा.

कोण हा?

त्या इवल्याशा जिवाकडे कौतुकाने बघत त्याचा दिवस पसार होई.

"माँ, हा कधी मोठा होईल गं? कधी माझ्याशी खेळेल?"

पण आता आईला फुरसत नसे. ती भराभर आपली कामे उरकायच्या मागे लागलेली असायची. ती उत्तरच द्यायची नाही. तो अगदी हिरमुसला होऊन कोपऱ्यात अंग चोरून बसे. धाकटा आल्यापासून आईचे सगळे लक्ष त्याच्याकडेच लागून राहिलेले असायचे. अपुऱ्या दिवसांचे दुबळं पोर ते...त्यातून दिवस कडाक्याच्या थंडीचे, सकाळी जरा कुठे दंव पडले की त्याला ताप चढायचा, कुठे वाऱ्यावर फिरायला म्हणून गेला की सर्दी-खोकला घेऊनच परतायचा. घरात सतत निलगिरी, गवती चहाचा वास भरलेला आणि आई आपली सारखी धाकट्याला पंखाखाली घेऊन बसलेली असायची. हा कधी चुकून जरा तिच्याजवळ गेला की, ती गुरगुरून अंग फुगवायची, रागवायची.

"एवढा मोठा झालास तरी कळत नाही? याला रात्रभर दम्याची ढास येतेय. छाती शेकायला हवी. कोण करणार सगळं? तुझा बा? कुठं उलथला कुणास ठाऊक? पार पडो मेल्यावर....."

धाकटा आईच्या पंखाखालून मान बाहेर काढून ते बघत, ऐकत राही.

असेच दिवस जात राहिले.

याच्या अंगावरची पिसे मोठी होत गेली. त्याच्या राखी रंगावर अगदी माँसारखेच रुपेरी, किरमिजी छटांचे इंद्रधनुष्य उमटून चमकू लागले आणि धाकटे मात्र दिवसेंदिवस प्रयत्न करूनही मरतुकडे ते मरतुकडेच राहिले. त्याला खूप माया होती धाकट्याची, तशी काळजीही वाटे. माँ कामासाठी घराबाहेर पडली की धाकट्याला खाऊपिऊ घालणे, खेळवणे, हातपाय स्वच्छ करणे, त्याला पंखाने थोपटत झोपवणे ही सगळी त्याची जबाबदारी होती. तो मोठ्ठा होता ना?

पण माँ... वेचून आणलेले सगळे कोवळे दाणे, डाळी, फळं पहिल्यांदा धाकट्याला खाऊ घालायची, मग उरलेसुरले तुकडे याला मिळायचे. एकदा याच्या वाट्याला फळाचा एक जरासा मोठा तुकडा आला. बहुधा चुकूनच; पण बाजूला बसलेल्या धाकट्याच्या ते लगेच लक्षात आले आणि तो कावराबावरा झाला.

''मला...मला तो तुकडा पायज्जे.''

हातपाय आपटत हट्ट करू लागला.

''मी नाही देणार जा. माँनं तो मला दिलाय. मी खाणार तो, माझा आहे.''

''मला तोच...तोच हवा.''

''नाही देत जा.''

म्हणत त्याने तो तुकडा पंखाखाली झाकून घेतला. तो बधत नाही हे बघताच धाकट्याने एकदम पवित्रा बदलला. त्याने मोठ्याने गळा काढून रडे पसरले. रडता रडता तो कासावीस होत चालला आणि त्याला एकदम दम्याची उबळ आली. खोकून खोकून त्याचा जीव घाबराघुबरा झाला. डोळ्यांतून पाण्याच्या धारा वाहातच होत्या, घशातून कफ, थुंकी बाहेर पडू लागली. छाती भात्यासारखी धपधप् करू लागली. तसा तो पंख जमिनीवर आपटत घरभर वेड्यासारखा थैमान घालत सुटला. त्याचा आक्रोश ऐकून बाहेर अंगणात वाळवण सारखं करणारी माँ धावत आत आली. धाकट्याच्या वेड्याविद्र्या आक्रस्ताळ्या रूपाकडे बघताच ती हादरली तसा तिचा चेहरा विचित्र झाला. तिची मान वळली. तिने मोठ्याकडे नुसते बघितले मात्र...तिची ती हिंस्र नजर बघताच तो जागच्या जागी थरथरला. त्याने निमूटपणे आपला फळाचा तुकडा धाकट्यासमोर सरकवला आणि अधूपण आल्यासारखा पाय ओढत, खुरडत घराबाहेर निघून गेला. भुकेलेला, तहानलेला तो जीव आईच्या हाकेची वाट बघत राहिला.

पण दिवस कलून संध्याकाळच्या सावल्या झाडावर सरकत आल्या तरी माँ बोलवायला आलीच नाही.

त्यानंतर ती कधीच बोलवायला आली नाही.

आणि मग असेच होऊ लागले.

आईची ती तिरस्काराने भरलेली नजर बघायला लागू नये म्हणून त्याने लाख प्रयत्न केले. आपला खाऊचा वाटा तो आधीच धाकट्याला देऊन टाके. धाकटा त्यावर अधाशीपणे तुटून पडे. कधी खाऊन फस्त करी, तर कधी इथे-तिथे खरकटे विस्कटून टाके आणि वर आईला सांगे,

''माँ...माँ... यानं डाळ खाल्लीच नाही, टाकूनच दिली सगळी.''

की आधीच थकलेली माँ चवताळत त्याच्या अंगावर धावून येई.

''अवलक्षणी कार्ट्या...आईच्या कष्टांची कदर नाही तुला? एवढी मस्ती चढली?''

चाबकाचे फटके दिल्यासारखे शिव्याशाप खाऊन तो आतून तुटत जाई. झाडाच्या पानापानावरून तिचे शब्द जणू त्याच्या अंगावर धावून येत. तो भिरभिरून जाई. धाकटा दुरून छद्मीपणे हसे, वाकुल्या दाखवत राही.

धाकटाही आता मोठा होत चालला.

या जगात जगायला लायक बनत चालला.

आणि एके दिवशी आई धाकट्याला घेऊन बाहेर गेली ती कायमचीच! तो तिथेच कुठेतरी फांदीवर फुलपाखराशी खेळत होता. दिवेलागणी झाली, तसा तो घरी परतला, तर कवाड सताड उघडे होते. घरात आईची लगबग जाणवत नव्हती. अंगणात धाकटा उड्या मारताना दिसत नव्हता. घराभोवती शुकशुकाट दाटला होता.

घरात कुणीच नाही?...

उघड्या दारातून त्याने आत बघितले तर घर संपूर्ण रिते होते. साठवलेले दाणे, बिया, तंतू काहीच नाही? सगळं घर उघडंबोडकं... त्या घराकडे बघता बघता आई निघून गेल्याची जाणीव त्याच्या मनात बाहेरच्या अंधारासारखी भरून आली.

माँ गेली? मला टाकून गेली?

एकट्याला...

त्याला काही न सांगता, पोटाशी घेऊन माया न करता... निरोप न घेता ती निघून गेली होती. ती आता परतून येणार नाही हे त्याला पोटात पडलेल्या थंडगार खड्ड्यातून एकदम जाणवले तेव्हा तो थरकापला...भेदरला.

काय करावे ते न सुचून त्याने मोठ्याने गळा काढला. पण त्याचे रडे ऐकायला तिथे कुणीच नव्हते. रडतारडता मध्येच आठवण झाली तसे रडे थांबवून मोठ्या आशेने त्यानं सूर्यबाप्पाकडे बघितले तर तोही डोंगराच्या किनारीआड तोंड लपवून बसलेला.

तेवढ्यात आकाशाच्या किनारीवरून काही पक्षी थव्याने उडत चाललेले त्याला दिसले.

यात असेल माझी आई? धाकटा?

त्याच्या मनात आशा जागी झाली.

"माँ... ए माँ..."

त्यानं चोच उघडून हाक दिली.

पंखातली सगळी शक्ती एकवटून त्याने भरारी घेतली. झाडाच्या वरच्या टोकावर तो पोचला. गळा फाडून ओरडला....

"माँ...माँ...परत ये ग माँ"

"मी हट्ट करणार नाही."

....

"त्रासपण देणार नाही."

....

"माझं चुकलं गं, माँ."

....

"छोटू....माँ..."

....

"माँ... माँ गं... परत ये ग."

किती तरी वेळ तो असा ओरडत, उडत, धडपडत राहिला. अगदी डोळ्यांतून पाण्याच्या जळजळीत धारा लागेपर्यंत कळवळून हाका देत राहिला. पण त्याची हाक कुणी ऐकलीच नाही. आकाशातून कुणी 'ओ' दिली नाही. आपली लय कुठेही तुटू न देता ते पक्षी पंख हलवत हलवत डोंगरापार निघून गेले. सूर्यबाप्पानेही पाठ फिरवली. आकाशात गडद अंधार भरून येत गेला तसे त्याच्या पंखातले बळ संपून गेले. छातीतली हवा संपली.

चिंध्या झालेले पंख कसेबसे सावरत, हेलपाटत तो त्या काळोख्या घरट्याकडे परतला.

तेव्हापासून तो इथे राहिला.

एकटाच.

दिवसरात्रींचे चक्र चालूच राहिले. उन्हाळा...पावसाळा...हिवाळा... पुन्हा उन्हाळा...भोवतालच्या इमारती वरवर येत पुऱ्या होत गेल्या. त्यातून माणसे राहायला आली. इथली जुनी झाडे तोडण्यात आली तशी हा राहात होता त्या झाडावरची पक्ष्यांची घरटी वाढली. त्या झाडावर इतके पक्षी दाटीवाटीने राहात होते पण त्यात कुणीच त्याच्या जातीचे नव्हते. त्याच्यासारखे नव्हते. झाडावर नवे घरटे बांधले गेले की गवतकाडी, दाणादुणा घेण्यादेण्याच्या निमित्ताने मंडळींच्या एकमेकांशी

ओळखी होत. पावसाळ्यात वादळी वारे वाहू लागून झाड उन्मळून गदागदा हलायला लागले की भेदरलेल्या सगळ्यांनाच एकमेकांचा आधार लागे. त्यातूनच घरट्याघरट्यांतून घरोबा वाढत जाई. सुरुवातीला आईवेगळे पोर म्हणून आजूबाजूच्या बाया, शिंपिणी त्याची काळजी करत, त्याच्यासाठी काहीबाही घेऊन येत पण त्याचा एकंदर विक्षिप्त रागरंग बघून नंतर त्याही यायच्या बंद झाल्या. आता तर सुरुवातीच्या नमस्कार-चमत्कारापलीकडे कुणी त्याच्याशी ओळख वाढवायला उत्सुक नसत. एकटेपणाची सवय झालीय आता त्याला. त्याच्या फांदीवर कुणी पाय टाकलेला त्याला आवडत नाही. सात साळुंक्यांच्या चवचालपणाकडे तो ढुंकूनसुद्धा बघत नाही.

याला अपवाद फक्त तिचा होता.

ती?

त्याच्या फांदीखालच्या घरात राहणारी...ती...

खिडकीच्या गजातून रोज सकाळ-संध्याकाळ ओझरती दिसणारी...ती...

ती.

एकटीच.

त्या समोरच्या इमारतीचे काम पुरे होताहोताच ती तिथे राहायला आली होती. एका संध्याकाळी खिडकीच्या गजांवर कोपरे टेकून समोरच्या गुलमोहराकडे बघत उभी असलेल्या तिला त्याने बघितले होते.

आणि तिने त्याला.

असेल अशीतशी कुणीतरी, बाकीची मंडळी येणार असतील मागाहून...असे मनाशी म्हणत त्याने पंखात आपली चोच खुपसली होती, पण त्यानंतर किती दिवस, रात्री बदलत गेल्या तरी तिच्याकडे कुणी राहायला, साधे भेटायला की विचारपूस करायला आले नाही. एके दिवशी तिच्या सामानाच्या पेट्या आल्या, त्या तिच्या तिनेच उघडल्या. भांडी, बरण्या, डबे, कुंड्या...चूल एकटीने सगळे घर लावले. सजवले. पुस्तकांची अनेक कपाटे त्या घरात होती. पियानोचे सूर ऐकत ती संध्याकाळची एकटीच शांत बसलेली असे. रात्रीच्या मंद उजेडात पुस्तकांची पाने उलटताना दिसे. त्यांचीच सोबत तिला.

पहाट होण्यापूर्वी तो उठे तेव्हा तीही उठलेली असे. सकाळी तिचा वेळ खिडकीतल्या झाडांना पाणी घालत, त्यांच्याशी गुजगोष्टी करण्यात जाई. ती तिची कुणी जिवाभावाची असावीत तशी ती त्यांच्यावर माया करीत राही. त्यांना कुरवाळत राही.

ती काय करते? कशी करते?

तो वरच्या फांदीवरून बाप्पाची वाट बघताना वाकून वाकून हे दृश्य पाहात राही. तिचा अलगद स्पर्श झाला की झाडांची फुले कशी फुलून, खुलून तरतरीत

होतात. ती घरात दिवसभर नसते तरी तिची पाने कशी खूष, ताजी, टवटवीत राहतात...

आतासुद्धा त्या बंद खिडकीमागची झाडे त्याला स्पष्ट दिसत होती. दिसत नव्हती फक्त ती.

दिवस चढत गेला. सूर्यबाप्पा आकाशात चांगलाच वरपर्यंत आला, तशी पक्ष्यांची घरटी आळसावत शांत झाली.

...तिनं आजसुद्धा खिडकी उघडली नाही? कशी काय? आजारी तर पडली नसेल? एकटीच घरात पडून असेल? बघावं का तिथे जाऊन?...

मनात विचार येताच त्याला एकदम हायसे वाटले. त्याच्या पंखांत सरसरून जोर चढला. मान उचलून अंग ताठ करत त्याने आळस झटकला. पंख हलवले, फडफडवले आणि तो घरट्याच्या दाराशी आला. बाहेरच्या चकचकीत उन्हात त्याचे डोळे क्षणभर दिपले. पापण्यांची झपझप उघडमीट होत गेली. डोळ्यांच्या बाहुल्या आकुंचन पावल्या. दारातून फांदीवर सूर घेत तो हवेतून तरंगत खाली येत गेला. अलगद तिच्या खिडकीवर उतरला. बंद तावदानातून त्याने आत वाकून बघितले.

आत शांत अंधार होता.

ओट्यावरची चूल थंड होती. भांड्यांची कपाटे...जेवायचे टेबल...कोपऱ्यातला फ्रीज सगळे कसे शांत अन् नीटनेटके होते. तो प्रथमच हे सर्व बघत होता.

तिचं घर... तिचं घरटं...

त्या सर्वांवरून त्याची नजर फिरत होती. तोवर आतल्या खोलीतल्या अंधारात त्याला काही अस्पष्टसे हालचालीचे तरंग जाणवले.

कोण ते? तीच... तीच... का?

तो उत्सुक होत गेला. तेवढ्यात आतून कुणीतरी आले.

हो... तीच ती...

ती आतून स्वयंपाकघरात आली. उन्हातून आली असावी. चेहरा थकलेला, ओढलेला होता. विस्कटलेल्या केसांवरून हात फिरवत तिने एक हलकासा सुस्कारा सोडला. दाराच्या किल्ल्या अन् खांद्याची प्रवासी बॅग टेबलावर ठेवताठेवता तिचे लक्ष एकदम खिडकीकडे ओढले गेले.

''अय्या...''

तो लाल गुंजेसारख्या डोळ्यांचा राखी पक्षी खिडकीबाहेर उतरलेला बघताच तिच्या उतरलेल्या चेहऱ्यावर तरारून आनंद उमटला. स्वतःशीच खूष झाल्यासारखी ती हसली. टाळ्या वाजवत तिने आनंदाने जागच्या जागी एक छोटीशी उडीसुद्धा मारली. हात पुढे करत ती तिथूनच ओरडली.

''हे...हाय्...ये...ये... आत ये ना.''

तसा पक्षी एकदम बावरला.

हे काय?

त्याला असे कधी कुणीच म्हटले नव्हते. तो गोंधळला, गडबडला आणि घाईघाईने वळला अन् तसे वळताना अचानक त्याचा पाय घसरला, खिडकीवरून निसटत तो खाली कोसळला. पण जन्मजात शहाणपणाने त्याला तोल सांभाळायला शिकवले होते. झपाझप पंख फडफडवून शरीराचे वजन तोलून धरत त्याने मोठा श्वास घेतला अन् फुफ्फुसांत हवा भरून घेत त्याने वर जोरदार भरारी मारली, ती सरळ आपल्या फांदीच्या रोखाने.

ती त्याच्यापाठी धावत खिडकीपर्यंत आली, पण तोवर तो वरती निघून गेला होता. तिने खिडकीतून वर बघितले तर तो फांदीवरून मान वाकडी करत तिच्याकडेच बघत होता. तिचे हसू रुंदावत चेहराभर पसरत गेले. तिने घाईघाईनं खिडकी उघडली अन् चक्क एक जोरदार शीळ घातली. हात बाहेर काढत म्हणाली,

''ए... ये ना... खाली ये.''

आणि कसे कुणास ठाऊक त्याला एकदम वाटले की परत धावत खाली जावे. तिच्या पुढे आलेल्या हातावर बसावे, त्यावर अलगद चोच घासावी.

...जावं का?...

तो गेला मात्र नाहीच.

हट्टाने तिथेच बसून राहिला.

त्याची वाट बघत ती कितीतरी वेळ तशीच गजांमागे उभी राहिली. तिला तशीच ताटकळताना बघून त्याला तिचा त्रास व्हायला लागला.

ही आत का चालती होत नाही? कुठंतरी चालती का होत नाही? ए बाई, असं कुणीच कुणासाठी थांबून राहात नसतं. माझ्यासाठी तर कुणीच कधी वाट बघितली नाही, कुणी जवळ बोलावलं नाही. मग तू कोण? कालची आलेली उपरी बया... चल! चल्... टळ एकदाची! मला तुझी गरज नाही... कुणाचीच गरज नाही...

तरीही ती मूर्ख बाई बराच वेळ तशीच उभी राहिली.

त्या दिवशी उठल्याउठल्या त्याने खाली वाकून बघितले. पुन्हा खिडकी बंद. पण त्या बंद काचेरी तावदानापलीकडे काहीतरी ठेवलेले दिसत होते. समुद्रावरून येणारी शेवटची म्हातारी झुळूक तिकडूनच हळूहळू वर चढत येत होती. तिला बघताच त्याच्या कपाळावर आठ्या उमटल्या. सगळ्या गावभरच्या चकाट्या पिटत फिरणाऱ्या या म्हातारीला तो कधी थारा देत नसे. पण आज तिचा रोख त्याच्याकडेच वळलेला होता. शेवटची फांदी ओलांडत धापा टाकत ती त्याच्यापाशी येऊन ठेपली, कुजकटपणे हसत म्हणाली,

''ए, बघ तुझी ती तुझ्यासाठी काय ठेवून गेलीय ते!''

"अं? काय?"

तिच्या सुरकुत्या पडलेल्या चेहऱ्यावर छद्मी हास्य जाळी विणत गेले. आपल्या विस्कटलेल्या झिंज्या पिंजारत ती खिंकाळली,

"बघ तुच्च, आई उपाशी टाकून गेली. कोण ही परकी, कुणाची बाईल? तुझ्यासाठी घास ठेवतेय. बरंय बाबा तुझं."

तिच्या प्रत्येक शब्दागणिक त्याचा राग वाढत गेला.

इतर घरट्यांतून ही बातमी पोचवायला झुळूक तोऱ्यात निघून गेली.

...माझ्यासाठी काय ठेवलं असेल? अन् का?

त्या तिरमिरीसरशी तो झेपावला.

खिडकीपर्यंत पोचला.

खिडकीसमोर सकाळच्या तिरप्या किरणांत एक पितळी वाटी चकचकत होती आणि वाटीत रसरशीत द्राक्षे काठोकाठ भरून ठेवलेली होती. कित्येक ऋतूंनंतर अशी ताजी-टपोरी द्राक्षे त्याच्या दृष्टीला पडत होती. त्या हिरव्यागार कोवळ्या द्राक्षांवर पाण्याचे बिंदू अजून मोत्यांसारखे चमकत होते. ती द्राक्षे बघताच त्याच्या पोटात भूक कडाडून जागी झाली. त्यांच्यावर झडप घालून ती उचलावीत, घरट्यात घेऊन जावीत, मजेत चाखत, चघळत त्यांची मस्त चव घ्यावी. सगळे मोह त्याच्या मनात दाटून आले, तशी ती आंबटगोड चव त्याच्या जिभेवर जागी झाली. नकळत जिभेवरून रसाचे पाझर सुटले. चोच उघडून तो आशाळभूतासारखा पुढे सरकलासुद्धा.

आणि आकाशात काडकन् वीज चमकावी तसा दचकून थांबला.

...पण ही द्राक्षं माझ्यासाठीच कशावरून? धाकटा द्राक्षांसाठी भोकाड पसरून लाळ गाळायचा. त्याच्यासाठी द्राक्षं हवीत, फक्त त्याच्यासाठी... द्राक्षाच्या घोसावर अधाशीपणे टोचा मारत फस्त करणारा धाकटा...टोच्... टोच्... टोच्... टोच्... रसाच्या चिळकांड्या उडवत, बकाबका खाणारा, .. हावरा...चोचीबाजूनं रसाचे गिळगिळीत ओघळ छातीवरून जमिनीवर सांडायचे... आणि त्याकडे कौतुकानं बघणारी माँ...

त्याचे तोंड कडू कडू झाले. उपेक्षेच्या जाणिवेने, अपमानाने त्याचे डोळे जळजळू लागले.

...म्हणे माझ्यासाठी द्राक्षं ठेवून गेलीय! मला नकोत तुझी विषारी द्राक्षं...

मनात दाटलेला सगळा राग एकवटत तो पुढे झाला. मान हिसडत त्याने त्वेषाने वाटीवर चोच हाणली. वाटी हिंदकळली... कलंडली... वेडीवाकडी होत खणखणत खाली पडली. द्राक्षे विस्कटली, इथे तिथे घरंगळत गेली, तरीही तो थांबला नाही. वेड लागल्यासारखा पुन:पुन्हा झेप घेत त्या वाटीवर आघात करत राहिला.

थाड्...थाड्...थाड्...थाड्...

बेभान होऊन धडपडत राहिला.

पुन्हा....पुन्हा.....पुन्हा...

पंखातली एक-दोन पिसे गळलेली त्याने बघितली. तेव्हा अंगातली शक्ती संपत चालल्याची जाणीव त्याला एकदम झाली. ती होताच त्याचे पंख झापकन् मिटले गेले आणि तोल हरवून तो वेडावाकडा होत बागेच्या जमिनीकडे कोसळायला लागला. शरीरातली सगळी शक्ती एकवटून तो कसाबसा हेलपाटत, झोकांड्या देत हवेतून वर झेपावण्याचा प्रयत्न करू लागला. हवेतून वर सूर मारतामारता त्याचे लक्ष खिडकीकडे गेले.

खिडकीत ती उभी होती.

तिला बघताच त्याची चीड, अपमान, अवहेलना उफाळून वर येत गेली. उडताउडता तो तसाच मध्यावर थबकला. चोच उघडून घसा फाडत कर्कश किंचाळत सुटला.

"जा...जा....नालायक...मूर्ख..."

तो कर्कश्श विचित्र सूर ऐकताच काळ्याने घाबरून जाऊन गळा काढत आईकडे धाव घेतली. बागेत भाटीच्या पिल्लांशी मारामारी करणारे सनी-मनी दचकले, थांबले, तोंड वासून वर बघतच राहिले. त्याचा इतका आक्रस्ताळा सूर?

तिला मात्र ते समजले नाही.

ऐकूही गेले नाही.

खाली गवतात पडलेल्या, चिमटलेल्या वाटीकडे एकटक बघत ती तशीच उभी होती.

खिडकीत.

एकटीच.

आकाशात दाटून आलेल्या सावल्यांसारखी.

खिन्न.

दुसऱ्या दिवशी कितीही दुर्लक्ष करायचा निर्धार केला होता तरी झाडावरून झेप घेताना त्याचे लक्ष खाली गेलेच. खिडकीवर सोन्याची किनार चमकत होती.

...पुन्हा तीच चकचकीत पितळी वाटी?...

रखरखीत उष्ण उन्हात चमकणाऱ्या वाटीत आज लालभडक कलिंगडाचे तुकडे होते. ते बघताच तो पुन्हा संतापत गेला. त्याचे अंग रागाने जळजळू लागले, तशा त्याच्या पिसाऱ्यातून गरम गरम वाफा धावू लागल्या. शेपटीचे टोक लालबुंद तापत वर येत ताठ झाले.

...कोण समजते ही स्वत:ला? काल एवढा अपमान झाला तरी आज ही

हिम्मत? काय हक्क पोचतो तिला हे करण्याचा? मूर्ख, कोडगी कुठली...

वाटीवर लक्ष केंद्रित करत तो झेपावणारच होता, तेवढ्यात बाजूच्या फांदीवर पानांची अस्पष्टशी हालचाल झालेली त्याला जाणवली. ती जाणवते न जाणवते तोवर तिथून जोरदार झेप घेत निघालेली कावळी त्याच्या नजरेच्या टप्प्यात आली. झाप-झाप पंख हलवत बघता बघता ती खिडकीवर उतरली अन् चोरट्या नजरेने इथेतिथे बघत कलिंगडाचे तुकडे उचलून घेत घराकडे उडून गेलीसुद्धा.

क्षणार्धात घडून गेलेल्या त्या घटनेच्या चटक्याने तो क्षणभर स्तंभित झाला. गालावर अचानक सणसणीत लालभडक चपराक बसावी, तसा बधिर झाला.

...तिचा अपमान करण्याची संधी गेली? त्या दुष्ट कावळीने ती हिरावून घेतली? पुन्हा एकदा हातातोंडाशी आलेलं सुख दुसऱ्याच कुणी हिरावून घेतलं. ती वाटी त्या मूर्ख बाईनं माझ्यासाठीच खिडकीत ठेवली होती. तिचं वाट्टेल ते करण्याचा हक्क फक्त माझा... माझा एकट्याचा. मी फळं खाईन नाही तर टाकून देईन... तिनं बोलावलं तर तिच्या हातावर बसेन, नाहीतर टोचा मारेन, रक्ताच्या चिळकांड्या उडेपर्यंत तिला छळत, ओचकारत राहीन... काहीही करेन...

पण तसे करण्याची संधी त्या उपटसुंभ कावळीने काढूनच घेतली होती. तिच्या त्या खुरटलेल्या, मरतुकड्या पोरासाठी त्याची उपेक्षा केली गेली होती. पुन्हा एकदा त्याची हार झाली होती. कडूजहर अपमानाने काठोकाठ भरलेले मन कसे सावरायचे, ते त्याला समजेना.

कसातरी खुरडत, धडपडत तो घरट्याकडे परतला.

पण त्या दिवसापासून त्याचे सगळे बिनसूनच गेले.

रोज सकाळी उठल्यावर बाप्पाची वाट बघण्यासाठी सगळ्यांत वरची फांदी मिळवणे आता त्याला जमेना. सात साळुंक्यांपैकी कुणीतरी ती जागा आधीच अडवलेली असायची. तिथून खाली येईपर्यंत खिडकीवर फळांची वाटी भरून ठेवलेली असे. ती बघताच तो चिडे, घुसमटे, पाठ फिरवून निघून जाई. संपूर्ण दुर्लक्ष करून टाकत असे.

मग रोजची भर होई कावळीच्या पोराची. ती फळे हादडून हादडून ते पाप्याचे पितर टुणटुणीत व्हायला लागले, उजळून गोरेगोमटे दिसू लागले.

कावळीकडून रोजच फळे पळवली जातात, ती त्याच्यापर्यंत कधी पोचत नाहीत हे त्या बाईच्या कधीच लक्षात आले होते. तरी ती न चुकता रोज वाटी भरून फळे खिडकीवर ठेवत होती, मगच धावतपळत कामावर जात होती. तिची ती धांदल तो रोज वरून बघत होता पण आडमुठेपणाने उतरून खाली येत नव्हता, फळांना चोच लावत नव्हता.

नकारांचे दिवस...

नकारांच्या रात्री...

आकाशातला चंद्र लहान होत होत अदृश्य व्हायचा. पुन्हा जन्म घ्यायचा. मोठा होत जायचा. लहान... मोठा, लहान... मोठा... असे चक्र चालू राहिले. आताशा तिनेही खिडकीत येणे सोडून दिले होते. झाडांना पाणी घालण्यापुरती येऊन जाई, पण खिडकीत रेंगाळणे बंद. त्याच्यासाठी वर बघणे बंद. मग त्याला शीळ घालून बोलावणे तर दूरच.

त्याची वाटी भरून ठेवणे मात्र तसेच.

अगदी न चुकता.

असे करता करता थंडीचे दिवस संपून गेले. उन्हाळा सुरू झाला. झाडांवरची पाने टप् टप् करत हळूहळू गळून पडायला सुरुवात झाली. सूर्यबाप्पाचा राग वाढत चालला, तशी पाणथळ आटत चालली. ते बघताच बऱ्याचशा पक्ष्यांनी झाडावरून आपले बस्तान हलवले. घरांची कवाडे बंद करून आपल्या पोराबाळांना संगती घेऊन ते थंड हवेच्या ठिकाणी दूरदेशी निघून गेले.

सात साळुंक्यांनी आपला मुक्काम त्या आटत चाललेल्या पाणथळीवर हलवला. झाडावर आता रिकामी घरटी लोंबू लागली. पहाटेपासून बाप्पा अंगारासारखा तापलेलाच उगवायचा. त्या झळीत झाडाची काडी न् काडी भाजून निघायची. पक्ष्याचा जीव तहानेने कोरडाठक्क व्हायला लागला. त्या कोरड्या उन्हात तो तळमळायचा पण साळुंक्या पाणथळीवर उतरल्यापासून त्याला तिथे जायला मज्जाव झाला होता. तो पाणी प्यायला खाली उतरला की त्या कलकलाट करत अंगावर धावून यायच्या.

''हं, आला मोठ्ठा पाणी प्यायला. चल मागे हो मेल्या. आमचं होऊ दे आधी.''

त्यांचे पाणी पिणे, डुबक्या मारणे असे सगळे करून झाले की मग चोच बुडवायला याला फट मिळे पण तोवर पाणी गढूळलेले असे. त्या चिखलाकडे बघताना त्याच्या पोटातली भूक मेलेली असायची, आता तहानही आटून जायची, शरीर थकून जायचे. बिचारे सनी-मनी तहानेने व्याकूळ होऊन विव्हळत राहायचे. चिडून फिस्कारत पंजे उगारून ते सात साळुंक्यांवर धावून जायचे. मायदेखील तहानेने तळमळायची. शेवटी ते सगळे तो तापलेला पत्रा सोडून जोकिमच्या सोसायटीतल्या धाब्यावर आसऱ्याला गेले.

हा आपला तिथेच.

झाडावर.

अशीच एक स्वच्छ, लख्ख पहाट.

तो पाणी प्यायला खाली उतरतच होता. त्याची नजर खिडकीकडे गेली, तर खिडकीवर फळांची वाटी नेहमीसारखी ठेवलेली होती. पण तिच्या बाजूला दुसऱ्या वाटीत काठोकाठ स्वच्छ पाणी.

पाण्याने भरलेली वाटी.

नितळ, निर्मळ, चमकदार पाणी.

आभाळातल्या ढगांचं प्रतिबिंब पोटात घेतलेलं पाणी...

ते बघताबघता तो थक्क होऊन गेला.

चक्रावला.

...मी रोज तिकडं ढुंकूनसुद्धा बघत नाही. रोजच काळूची भरपाई होते, हे जाणूनसुद्धा ती माझ्यासाठी खाणं ठेवायला चुकत नाही. इतके अपमान केले हिचे, तरीही एवढ्या मायेनं ही कशी वागू शकते? झाडाच्या आजूबाजूला असणारे पाण्याचे साठे आटत चालले आहेत हे तिनं कसं जाणलं? घोटभर पाण्यासाठी साळुंक्या माझ्यावर कशा करवदतात ते तिनं कुठून, कसं बघितलं?...

तो क्षणभर थांबला.

...मग प्यावं का ते पाणी? की नेहमीसारखं दुर्लक्ष करावं? उलटून फेकून द्यावं? पण आज हे बघून मला राग कसा येत नाही?...

तो स्वत:शीच गुंतून गेला.

...घेऊ की नाकारू? काय हरकत आहे घ्यायला? आणि समजा आज पाणी नाहीच प्यायलो, तरी ही हट्टी बाई पाणी भरून ठेवायची थांबणार आहे थोडीच! उद्यासुद्धा ती वाटी भरून ठेवेलच की!!...

हा विचार मनात येताच तो चमकला.

...तिची एवढी खात्री आहे मला? केव्हापासून? कशी?...

...म्हणजे मी जितका हट्टी, आडमुठा आहे तितकीच तीही आहे. काही न बोलता, न सांगता माझं पोरकेपण तिला समजत गेलं आहे. माझ्याइतकीच तीही तिच्या घरट्यात एकटी नाही? कदाचित तेवढीच एकटी, पोरकी असेल. त्या पोरकेपणातूनच आलेला हा तिचा हट्टीपणा, कुण्या परक्याच्या पोरकेपणावर मायेची पाखर घालणारा...माझ्यासारखा तुसडेपणानं ठोकर मारणारा नाही. झाडावर इतर पक्षी आहेत. कोकिळा, सुगरणी, गवळणी... पण त्या सगळ्यांतून तिनं नेमका माझ्यापुढेच मैत्रीचा हात का धरला?...

...मला रूप नाही, रंग नाही, गाणं तर मुळीच नाही. तरीही माझ्याकडे तिचा इतका ओढा आहे... आणि माझा तिच्याकडे...

...माझा?...

...तिच्याकडे ओढा आहे?...

पावसाळ्यातल्या संध्याकाळी ढगाळून अंधारलेल्या आकाशात विजांच्या लकेरी चमकत जाव्यात, प्रकाशाचे छोटे-छोटे चमकारे उडून आकाशाची किनार क्षणभर नजरेसमोर उजळावी... न् उजळावी तसे त्याला होत गेले... सगळे दिसत गेले... स्पष्ट होत, समजत गेले.

...नक्कीच ती माझी कुणीतरी आहे...

पण कोण?

...मैत्रीण...

मैत्रीण?

त्या अचानक उमटलेल्या उत्तराने तो अंतर्बाह्य थरारून गेला.

गोंधळला.

बावरला.

पण थरारून गेला.

मैतरीण...

मै...त...री...ण...

आता त्याला अगदी राहवेना.

त्याने सरसरत खाली झेप घेतली अन् अचानक वाटेत त्याला नेहमीसारखी बिनधास्तपणे डल्ला मारायला निघालेली कावळी आडवी आली. तो एकदम रागावला. कर्कशपणे तिच्या अंगावर ओरडला. तशी ती घाबरली. पंख फडफडवत पळाली. घरट्याच्या दाराशी जाऊन दबकून बसली. तो खाली खिडकीवर पोचला. त्याने मान वर करून वळून बघितले तर कावळी हावरेपणाने त्याच्याकडेच बघत होती.

...बिच्चारी! आज काळ्याची चांगलीच उपासमार होणार...

तिच्या त्या कुरूपवेड्या चेहऱ्यावरचे तिरळे डोळे त्याच्याकडे आशाळभूतपणे बघत होते. त्याला एकदम गदगदून आनंद झाला. पण... काळ्याची आठवण येताच तो का कुणास ठाऊक, आतून एकदम कसा मऊ होऊन गेला. समोरच्या पाणीदार फळांकडे बघून त्याने त्यावर चोच मारली नाही. उलट कावळीकडे बघून तो पुकारता झाला.

''ए...का...का...ये... ये गं... काळूसाठी घे.....''

आणि हे काय? काय घडून गेलं, म्हणून स्वतःशीच चकित झाला.

कावळीचा क्षण-दोन क्षण विश्वासच बसेना.

...हा तुसडा प्राणी आज असा कसा वागतोय? खरंच मनापासून घे म्हणतोय का? उगीचच आधी आमिष दाखवून नंतर क्रूरपणे बोचकारायला अंगावर धावून तर येणार नाही? हाकलून तर देणार नाही?...

पण एवढा विचार करणे तिच्या मूर्ख मेंदूला झेपण्यासारखे नव्हते. फळांसाठी सोकावलेल्या काळूचे आज कोरड्या दाण्यांवर समाधान होणार नव्हते. त्याची सोय करायलाच हवी होती. पोराची आठवण येताच ती फांदीवरून हलली. उडत खाली येत अलगद खिडकीत उतरली. दबकत दबकत पुढे सरकली. मान पुढे करून त्याचा अंदाज घेऊ लागली.

तो शांत होता.

ते बघून ती धीटपणे एक पाऊल पुढे झाली. मान पुढे करत तिने फळे चोचीत उचलून घेतली.

तो तरीही शांतच बसलेला होता. आज त्याला नेहमीसारखा कोरडा राग येत नव्हता. पोटात भुकेची आग पेटलेली असूनही त्याने आपल्या तोंडचा घास काळूसाठी सहज देऊन टाकला होता त्याचे त्यालाच आश्चर्य वाटत होते.

पण आत कुठेतरी आनंदसुद्धा होत होता का?

''घे. घे का... सगळं काळ्याला दे... सगळं दे.....''

कावळी उडून घरट्याकडे गेली. काळूरामच्या पुढ्यात खाणे ठेवून परतली. ती पुन्हा फळे चोचीत घेऊन परत निघाली. तरी मुंग्या-माश्यांपासून वाटीची राखण करत हा अजून तिथेच बसला होता. कावळीच्या तीन-चार फेऱ्या झाल्या. वाटीच्या तळाशी थोडेबहुत तुकडे उरले, ते बघून कावळी त्याला म्हणाली,

''ए बाबा, आता तू खा की.''

''तुझ्या काळूचं पोट भरलं का गं?''

त्याचं ते अभावितपणे आलेले वाक्य ऐकून कावळी चकित झाली, आत कुठेतरी हळवी झाली.

तसाच तोही.

...ही काळजी माझ्यात कुठून आली? तो काळू तर मला मुळीच आवडत नाही. पण वाक्य तर निसटून गेलं. ते कसं?...

''होय रे, आता घे हं तू.''

दमलेली कावळी घराकडे निघून गेली. तशी त्याने फळात आपली चोच खुपसली. इतकी चवदार, लुसलुशीत फळे आणि इतके गोड पाणी? पाण्याचा एक घोट घेताच तो तृप्त होत गेला. त्याला जाणवले त्याचे मन शांत होत चालले आहे. वर्षानुवर्षे आत घोंघावणारी आग हळूहळू शमत चालली, विझत चालली आहे.

...कुठून ही तृप्तीची लहर आत उतरत चालली? याला कुठेतरी ती जबाबदार नाही? ती...माझी मैत्रीण... ए, कुठं आहेस गं तू? ये, ये ना लवकर...

पण ती तेव्हा कुठची घरात सापडायला?

घर आपले रिकामे पडलेले.

नेहमीसारखेच... बिचारे.

त्यानंतर रोजच तो तिच्या खिडकीवर उतरायला लागला. काळूचा घास घेऊन कावळी जाईपर्यंत तो तिथेच राखणीला बसून राही. ती गेल्यावर वाटीतला उरलासुरला तुकडा खाऊन तो संतुष्ट, समाधानी होई. त्याला तिथे रेंगाळताना बघून तीसुद्धा हळूहळू तिथे यायला लागली. त्याचे खाऊन होईपर्यंत ती त्याच्या पाठी उभी राही. पण स्तब्ध.

चुपचाप.

गजांच्या चौकटीत बंदिस्त.

फ्रेममध्ये अडकलेल्या पोर्ट्रेटसारखी.

त्याचे ते राखी रंगाच्या छटा असणारे पिसांचे अंग ती निरखत राही. त्याच्या लालभडक गुंजेसारख्या डोळ्यांत वितळलेली करुणा बघून तिचेही मन पाझरे. बऱ्याचदा तिला वाटे की खिडकीतून हात काढून त्याला एकदा तरी अलगद स्पर्श करावा. त्याच्या मानेवरून, डोक्यावरून बोटे फिरवावीत, त्याची ती इंद्रधनुषी चमकारे फेकणारी पिसे हळुवार कुरवाळावीत. कदाचित आता तो हा स्पर्श नाकारणार नाही.

ती पुढं सरसावायची. पण पुन्हा थांबायची.

नकोच ते...

संध्याकाळी पियानोचे सूर ऐकताना तिला वाटे, शीळ घालावी अन् त्याला बोलवावे... म्हणावे,

''गड्या, म्हण ना एखादं गाणं.''

पण पुन्हा ती स्वत:ला थांबवायची.

कशाला हवे मला उगीच आणखी एक दुखणे? त्याची सोबत आहे, त्याची सवय होत चालली आहे, इतपत ठीक आहे; पण एक संबंध वाढवणे? का? कशाला? नकोच ते. ओळख होईल... मग तू कोण, मी कोण... संदर्भांची देवाणघेवाण, येणे-जाणे होईल. मग बिछडणे. त्या आठवणी... जीवघेण्या... छळणाऱ्या...त्याला आणि मलाही... नकोच...नकोच ते सगळे...

मग ती पाठ फिरवून आपल्या कामात गर्क होई.

निदान तसा बहाणा तरी.

तो खिडकीतून तिच्या लगबग हालचाली निरखत राही. त्याला खिडकीवर बसलेला बघून सनी-मनीसुद्धा रोज सकाळचे तिथे खिडकीखाली खेळायला यायला लागले. खेळ संपल्यावर दमून, धापा टाकत ते हिरवळीवर सावलीत बसले की

मोठ्याने ओरडून तिचे लक्ष वेधून घेऊ लागले. ती तशी आजूबाजूलाच रेंगाळत असे. त्यांचा आरडाओरडा ऐकू आला की तिला फिस्सकन हसू येई. ती धावत खिडकीत येई अन् म्हणे,

"माजच आलाय मेल्यांना. रोजचं हादडायला हेच घर बरं शोधलंत रे."

पण लगेच आत जाऊन दुधाची वाटी, कधी पाव, तर कधी राखून ठेवलेला एखादा ताजा मासा ती त्यांच्यासाठी आणून ठेवत असे. ते खायला मिळाले की सनी-मनी खूष. पोटात थंडावा पडला की ते पुन्हा आपले मिशा पुसत जगभर उंडारायला मोकळे...अन् जाता-जाता चेहरा ताणत, भुवया उंचावून त्याला म्हणत कसे,

"ए यार, झ्याक् आहे बरं का...तुझी मैत्रीण!"

माझी मैत्रीण?

मैत्रीण?

माझी?

मनातल्या मनात त्या शब्दाला कुरवाळत तो घराकडे परते.

असे होता होता तो सुस्त उन्हाळा कधी सरकत संपून गेला त्यांना कळलेही नाही. पश्चिमेकडच्या झुळकींनी समुद्रावर पावसाचे ढग जमायला लागल्याची बातमी आणली. आसमंतात ती बातमी पसरत गेली तसे दूरदेशी मुक्कामाला गेलेले पक्षी झाडावरच्या आपल्या घरांकडे परतू लागले आणि एके सकाळी तिथे कधी न येणारा भारद्वाज झाडावर अवचित उतरलेला सगळ्यांनी बघितला, तशी झाडांवर धांदल उडाली. सगळ्या घरट्यांची डागडुजी जोरात सुरू झाली. कुठून कुठून पाने, धागेदोरे, तुसाच्या काड्या उचलून आणून आपल्या घरांची दुरुस्ती करताकरता सगळ्या बाप्यामाणसांच्या कंबरा ढिल्या झाल्या आणि बायांचे पावसाळ्याच्या बेगमीसाठी कोठारांतून दाणा-काडी भरणे सुरू झाले. कामांची झुंबड उडाली आणि झाडांवर एकच कलकलाट सुरू झाला. सनी-मनी टणाटणा उड्या मारत परत पत्र्यावर राहायला आले.

आणि...

कधीतरी एके मध्यरात्री अचानकच पावसाला सुरुवात झाली.

खरे तर वारा सुटला नव्हता, वादळ धावत आले नव्हते की कुठे विजेची अस्पष्ट रेषही नव्हती आकाशात. रात्री कधी ढग दाटून आले अन् कधी अलगद पहिली सर कोसळली कुणाच्याच लक्षात आले नाही. झिमझिम करत पडणारी झड वाढत गेली. झाडे भिजून चिंब झाली. पाणथळ खळखळून निघाली, तांबडीलाल झाली, तसा वातावरणात गारवा भरला. मातीचा भिजला गंध हवेत मिसळला.

भल्या पहाटे आकाश पुन्हा रिते, स्वच्छ झालेले बघून सगळे चकित झाले. सगळा अवकाश निर्मळ...शुद्ध झाला होता. ठिकठिकाणी पाण्याची तळी साचली होती. त्यात वरचे शुभ्र आकाश बिलोरी आरशासारखे इथे-तिथे सांडले होते. झाडे ताजीतवानी, हिरवीगार होऊन झुलत होती.

दिवस वर आला तशा घरट्यात दबून बसलेल्या मंडळींनी कवाडांतून माना बाहेर काढल्या. इतके दिवस कावळीच्या घरट्याजवळ दबा धरून लपून-छपून फिरणारी कोकिळा आज ओल्या पानांतून बाहेर आली. भिजल्या फांदीवर आपला तोल सांभाळत तिने आपली चोच उघडली अन् मान वर करत आर्त साद घातली.

''कुहू...कुहू...''

सगळ्यांचे कान टवकारले.

कोकिळेनं पुन्हा दूरच्या गुलमोहराकडे बघितले.

अन् पुन्हा आर्जवानं साद घातली,

''कुहू....''

त्या गोड स्वराची लाट गुलमोहराकडे झेपावत गेली.

सगळ्यांची उत्कंठा ताणली गेली.

अन् अचानक गुलमोहरावरून कुणी प्रतिसाद दिला.

''कुहू...कुहू....ए कुक्कू....''

ती ऐकताच कोकिळा आनंदाने गदगदून गेली. तिने परत साद घातली, पुन्हा प्रतिसाद आला.

''कुहू...ए कुक्कू...''

''कुहू...''

''कुक्कू....मी येऊ....मी येऊ?''

ते ऐकून सगळेच हर्षाने भरून गेले. कुहुकुहुचे आनंदाने भरलेले सूर अवकाशात पसरत चालले, तशा झाडांच्या पानापानाला गाण्याच्या लकेरी फुटल्या...सुरेल...चिंब भिजलेले झाड आनंदाने झुलत गाऊ लागले...बेभान होत वेडे होत सुटले. फुले खूष होत उमलली. भिजलेल्या फुलपाखरांचा एक थवा झाडावरून उडाला आणि आपले इवलेसे, नाजूक, रंगीबेरंगी पंख फुलवून फुलांभोवती रुंजी घालू लागला.

पाऊस पुन्हा बरसू लागला.

सगळे जण त्या बरसणाऱ्या आनंदात भिजत, विरघळत राहिले. नाचत राहिले.

तसा तो घरट्यातून बाहेर पडला आणि ओले पंख फडफडवत तिच्या खिडकीवर उतरला. कावळी त्याच्या आधीच तिथे येऊन बसली होती. वाटीतून फळे उचलणारी कावळी स्वत:शीच हसत होती आपली, काहीतरी गुपित समजल्यासारखी.

त्याला काही समजले अन् काही नाही म्हणून त्याने उत्सुक होत विचारले.

''काय गं, काय झालंय?''

तशी ती हसतच राहिली.

पण त्याला उत्तर न देता गालातल्या गालात फुलणारे हसू दाबत ती तशीच निघून गेली.

त्याने खिडकीतून वाकून आत बघितले.

तर घरात नेहमीसारखीच शांतता.

स्तब्धता.

सगळे कसे नेहमीसारखे नीटनेटके.

चित्रासारखे शांत.

की नेहमीपेक्षा जरा कणभर जास्तच?

पलीकडच्या खोलीतले पडदेसुद्धा उघडलेले नव्हते तिने आज. त्याला काहीतरी चुकल्यासारखे झाले...चुटपुटले...काहीतरी वेगळे आहे आज? तो तसाच वाटीकडे वळला. त्याने चोच पुढे करून पहिला घास उचललाही नव्हता, तोवर पाठीमागे खिडकीत हालचाल झालेली त्याला जाणवली. त्याच्या मानेवरची छोटी कोवळी पिसे एकदम थरथरली...ताठ झाली...पाठीच्या कण्यातून आनंदाची मऊ, लुसलुशीत लहर अल्लाद पसरत चालली....

...काहीतरी वेगळंच घडतंय आज...

त्याने मान वळवून मागे बघितले तर खिडकीत ती उभी होती. त्याचे लक्ष तिच्या चेहऱ्याकडे गेले. आकाशासारखा स्वच्छ चेहरा.....सुंदर... हसरे पिंगट डोळे...नकटे किंचित वर आलेले नाकाचे टोक... लालचुटूक ओठ हसत विलग झाले होते. तिचा सगळा चेहराच आनंदलेला, तृप्तीच्या लहरींनी उचंबळला होता.

तो बघत राहिला.

तिच्या गोऱ्यापान गळ्यात खुलणारा पाणीदार मोत्यांचा सर....अंगावरची गुलबक्षी साडी....मोकळे सुटलेले लांबसडक केस...ते आनंदाने फुललेले, ते उमललेले रूप तो निरखत राहिला.

ती हसत राहिली.

फक्त त्याला एकट्यालाच काही गुपित सांगितल्यासारखी हसत राहिली.

तो आपल्या मैत्रिणीला अशी उचंबळलेली पहिल्यांदाच बघत होता.

त्याच्या लक्षात येत गेले.

....समोरच्या झाडासारखी आनंदानं भिजलीय ती ...चिंब झाली आहे... तो आनंद, ते सुख तिला आज अवचित मिळून गेलंय...त्या आनंदाचा उत्कट उजाळा तिच्या अंगांगावरून उसळतोय. किती सुंदर दिसते आहे ही आज! एक परिपूर्ण स्त्री ...

तेवढ्यात तिच्या पाठी कुणाची तरी अदृश्य सावली अलगद येऊन उभी राहिली.

....कोण? कोण असेल ते?...

तेवढ्यात ती सावली हलली अन् पुढे झाली.

त्या सावलीने आपले हात पसरले. तिच्या गळ्यात हात घालून सावलीने तिला अलगद आपल्या जवळ ओढून घेतले. ती सावलीला बिलगली. तिच्यात विरघळत गेली.

अन् दोघेही दिसेनाशी झाली.

...आई...

आईसुद्धा अशीच दिसेनाशी झाली होती, संध्याकाळच्या सावल्यांत हरवली होती. ती आठवण त्याच्या मनाच्या खोल कातळात सुरुंग फुटत जावा, तशी स्फोट करत बाहेर आली.

संध्याकाळच्या सावलीखाली हरवलेली माँ...

पण आज का कुणास ठाऊक, तो पूर्वीसारखा दुःखाने कळवळला नाही, हताश होत विस्कटला नाही, टिपे गाळत दुबळा झाला नाही. उलट तिच्या त्या आनंदाची लहर अनुभवत, उत्साहाने उसळत खिडकीवर बसून राहिला.

कधी नव्हे तो पावसात भिजत राहिला.

त्या दिवसापासून तिचा नूर बदलून गेला.

तसा त्या घराचाही.

तिने घर सजवले, नीटनेटके केले. घराची रंगरंगोटी झाली तसे घरातले रंग बदलले. ते अधिक तजेलदार, चमकदार झाले. पूर्वीचे मंद उजेडाचे दिवे काढले गेले, तिथे लखलखीत उजेड फेकणारे स्फटिकदार लोलकांचे झुंबर झगमगू लागले. अवघे घर प्रकाशमान झाले, उजळले गेले.

पाऊस जोर धरून कोसळायला लागला, तशी ती जास्त-जास्त घरात राहायला लागली. आता ती एकटी नव्हती, तिच्या बरोबर सावली असायची. पण आता ती सावली अदृश्य राहिली नव्हती. तिला स्वतःचा असा आकार होता, रूप होते, स्वतःचे असे असणे होते. ते सगळे घर त्या असण्याने जिवंत झाले होते. अंधारलेल्या पावसाळी संध्याकाळी बाहेर धो धो... करत पाऊस सुरू झाला की घरातले सगळे दिवे उजळून निघत. घराच्या कानाकोपऱ्यातल्या अंधाराची हकालपट्टी होई. पियानोचे उदास सूर तरंगत झाडाजवळ यायचे कधीच बंद झाले. स्वरांच्या लहरी आता घर भरून उसळत, नाचत राहात, लाटांसारख्या...

त्या ऐकत ते दोघे बसून राहात शांत.

एकमेकांकडे बघत.

हसत.

बोलत.

कधी त्यांच्याकडे कुणी इतर यायचे.

त्याची, तिची मित्रमंडळी.

मग खूप दंगा व्हायचा. मोठमोठ्याने हसणे..चिडणे-चिडवणे...रडणे...गाणी म्हणणे...असे चालायचे. रात्री कधीतरी उशिरा ते सगळे निघून गेले की मग पुन्हा घरात राहात ती अन् तो.

बाहेर पिसाळलेले वादळ घोंघावतेय्. विजा कडकडून आकाश फुटून निघतेय्. सगळ्या शहरावर पाऊस झपाटल्यासारखा कोसळतोय. झाडावर सगळे घाबरून पोरांना पोटाशी घेऊन चूपचाप सूर्यबाप्पाचा धावा करतायत. पण घरातल्या दोघांना काय त्याचे?

ती आपली एकमेकांतच हरवलेली.

विरघळलेली.

ती... सावलीसारखी.

की सावली तिच्यासारखी?

ती... सावलीची...

की सावली तिची?

ऊनपावसाच्या लपाछपीसारखा हा खेळ चालूच आपला.

या पावसाळ्यात पक्ष्याच्या झाडावर पहिल्यानेच काजव्यांची एक भलीमोठी फौजच उतरली होती. अंधारात, आकाशातून चांदण्या उतरल्यासारखे ते एकच झाड रात्रभर लख्-लख् करत चमकत राही.

तो वर फांदीवरून सगळे बघत असायचा, स्वत:शीच खूष होता राहायचा.

सकाळी सकाळी पाऊस पडायचा थांबला. तो अजून घरट्यातच सुस्तावला होता. तेवढ्यात दरवाजावर थाप पडली.

''कोण?''

''मी. ऊठ, तुला काही सांगायचंय...''

बाहेर म्हातारी झुळूक येऊन उभी होती.

आता या वेळी ही कसली नसती कटकट? प्रश्नार्थक होतच त्याने दरवाजा उघडला.

म्हातारीच्या चेहऱ्यावर उत्कंठा दाटून आली होती. धापा टाकत ती सांगू लागली.

''अरे, ऐक, काल पूर्वेकडून परतताना टेकडीमागच्या जुन्या जाणतेल्या जांभळीवर

मी तिला बघितलं....''

''कोण म्हणून काय विचारतोयस्? तुझ्याच जातीची बरं...''

''एकटीच घरटं बांधत होती...बिचारी...''

ती बोलत राहिली.

ते ऐकता ऐकता त्याचे मन आश्चर्याने भरून येत गेले.

...माझ्या जातीची?...

...माझ्यासारखी?....

...एकटी?...

इतके ऋतू त्याने या आसमंतात काढले होते, पण त्याच्यासारखे इतर कुणीही तिथे वस्तीला आले नव्हते.

...मग आताच ही कोण कशी आली?...

...कुठून आली?...

...एकटीच का राहतेय?...

सगळे प्रश्न धावत आल्यासारखे त्याच्यासमोर येऊन उभे राहिले.

...घरटं बांधायला किती धावपळ करावी लागत असेल तिला...किती श्रम...काड्या, गवत, कापूस सगळी लांबलांबून शोधून जमवाजमव करायची, ते सगळं त्या जंगलातल्या झाडापर्यंत चोचीतून उचलून न्यायचं. मग धागेदोरे उपसून काढायचे, ते विणून घरट्याची काडी न् काडी बांधून काढायची..मग पुढे कोठारात पावसाळ्याची साठवण करून ठेवायची. त्यात हा पावसाचा जबरदस्त दणका...

त्याला एकदम काळजीच वाटायला लागली.

त्याच्या डोळ्यांसमोर ते जंगल दिसू लागले. उंच झाडांच्या गच्च गर्दीने भरलेले... साप-किरडांच्या सळसळीने बुजबुजलेले...अंधाराच्या सावल्यांची पावले पोटात दडलेले...भुळभुळणारे...किरकिरणारे...सळसळणारे...

...अन् त्यातलं ते जांभळीचं झाड...

तेही त्याला आठवले.

...तसं त्या जांभळीचं खोड घट्टमुट्ट आहे... अगदी खोलवर मुळ्या गाडून घेऊन रुजलेलं. पण त्यावर आताशा फळं धरत नाहीत. त्यावर चुकूनसुद्धा कुणी घरटं बांधत नाही...नाही म्हणायला त्याच्या त्या जुनाट ढोलीत दोन घुबडं मात्र कधीपासून वस्ती करून आहेत. तेवढीच रात्रीची सोबत असते म्हाताऱ्या जांभळीला...पण तसल्या गर्द दाट जंगलात घुबडांच्या शेजाराला कशी राहील ती?...

त्यातल्या त्या मोठ्या घुबडाची आठवण येताच तो धसकावलाच.

...अभद्र तोंडाचं घुबड ते...विषारी डोळ्यांनी आग ओकत अमावस्येच्या रात्री अचकट-विचकट मंत्र बरळून मारतं...सैतानी चेटूक करतं...इदरकल्याणी... म्हणून

सगळ्या जंगलाला ठाऊक आहे...तिचा कसा निभाव लागेल तिथे?...

बातमी पुरवून म्हातारी झुळूक पुढच्या मुक्कामाला निघून गेली.

तरी हा आपला अस्वस्थच राहिला.

विचारात बुडलेला.

चिंतातूर.

...कोण असेल?..

...खरंच माझ्या जातीची?...

...माझ्यासारखीच...

...खरंच माझ्यासारखी असेल ती?

आज पुष्कळ दिवसांनी पावसाने उघडीप साधली, आकाश मोकळे झाले.

ओल आलेल्या घरट्यात दबून कंटाळलेले सगळेच जण घराबाहेर उन्हात बसायला धावत गेले. फांद्यांवर एकच गर्दी झाली. पोटात भूक जाणवू लागली, तसा तोही घरट्यातून बाहेर पडला. सूर मारत खिडकीकडे येऊ लागला. तो हवेच्या तरंगांबरोबर अर्ध्या वाटेवर पोचला असेल नसेल, तेवढ्यात तिची खिडकी उघडली गेली. गजातून वाटी..वाटी धरलेला हात बाहेर आला. वाटी खिडकीच्या किनारीवर टेकली गेली आणि तिथे काहीतरी चकाकले...

त्याचे डोळे लकाकणाऱ्या तिरिपीने क्षणार्ध दिपले.

तो तसाच खाली झेपावत राहिला.

बघत राहिला.

...काय? काय असेल ते?...

तिचा हात अजून तिथेच स्थिरावला होता. गोरापान नाजूक हात...लांबसडक सडपातळ बोटं...नितळ पंजा...निमुळतं मनगट.

आणि त्या मनगटावर लालजर्द चमकदार काकणांची माळ सजली होती. लाल रंगाच्या काकणांत एक हलकीशी सोनेरी किनार मधूनच लखलखत होती.

...काकणं?...

तो पंख हलवत, तरंगत खिडकीपाशी येत गेला तशी ती काकणे मोठी...स्पष्ट होत गेली.

काचेरी लाल बांगड्या.

...लाल रंग...रक्तासारखा...तिच्या कपाळीच्या कुंकवासारखा...ओठांसारखा...डाळिंबाच्या दाण्यांसारख्या टच्च लाल रंग...रसरशीत...

त्याची नजर त्यांवर ठरेना..

त्याला जवळ येताना बघून ती तशीच हात खिडकीबाहेर ठेवून उभी राहिली पण

आज तो नेहमीसारखा मागे फिरला नाही.

खिडकीवर उतरताच तो धीटपणे पुढे झाला. एकेक पाऊल पुढे टाकत तिच्या हाताजवळ आला...अगदी जवळ. त्याने अगदी अलगद आपली मान पुढे करत हळुवारपणे काकणांना स्पर्श केला.

झळाळलेल्या उन्हात तापलेली ती लाल वर्तुळे...

ती आभा त्याच्या डोळ्यांना भिडली, बुबुळांतून आत शिरत मनात टपकत,झिरपत आत उतरत गेली... त्या रंगाचा तो उष्ण, काचेरी स्पर्श...लाल गरम वर्तुळे... त्याच्या बुबुळांचा रंग अधिक गहिरा लाल होत गेला...त्याच्या नजरेचा रंग बदलला. त्या गरम स्पर्शाच्या लाटा...हव्याहव्याशा लाटा सर्वांगातून धावत सुटल्या...त्याला विस्तवासारख्या जाळत सुटल्या...सर्व शरीर पेटले...चेतवले गेले... त्या उष्णतेचे वाफारे त्याच्या पिसांमधून सैरावैरा धावत गेले...मस्तकापासून पायाच्या नख्यांपर्यंत तो जळत राहिला. सैरभैर होऊन गेला.

...का? असं का?...

ही तगमग...आग जाळून टाकणारी...तरी हवीच...आणखी... आणखी हवीच. आग...लाल लाल...अंगारासारखी...आग...उष्णता...

तो बेभान होत चालला.

बेताल होत चालला.

स्वत:ला त्या आवर्तातून कसे सावरावे ते त्याला कळेना.

जळजळणारे लालबुंद गुंजेसारखे डोळे वर करत त्याने तिच्याकडे बघितले. ती सगळे समजत असल्यासारखी त्याच्याकडे रोखून बघत होती.

तिने आपला दुसरा हात खिडकीतून बाहेर काढला. नि:शंक बोटे...हळूच पुढे झाली आणि त्याच्या मानेवर टेकली. क्षणभर तिथे विसावत रेंगाळली अन् जराशी पुढं फिरली. त्या मृदू स्पर्शाची जाणीव होताच तो नखशिखांत शहारला.

तो शहारला.

थरथरला.

असा मृदू स्पर्श त्याने पूर्वी कधी अनुभवला होता?

तिची बोटे त्याच्या अंगावरून फिरत चालली तसा तो शहारा विरघळत, शरीरात विरत गेला. त्याच्या अंगातून स्फोट घडवत धावणाऱ्या आगीच्या लाटा शांत होत गेल्या... ओहोटीच्या लाटांसारख्या मंदावत चालल्या. त्याचे शरीर शांत होत चालले तसे मन तुडुंब व्हायला लागले. फार फार वर्षांपूर्वी माँच्या पंखांचा ओझरता मऊसूत स्पर्श...ती पंखांची मुलायम पाखर...कितीतरी ऋतूंपासूनची ती भूक...ती अतृप्ती...मनात खोलवर घट्ट रुजून राहिलेली होती...ती कणकण करून अंगातून विरघळत गेली... नाहीशी होत गेली.

तिची नाजूक बोटे त्याच्या अंगावर मायेचा वर्षाव करत राहिली.

त्याचे डोळे थंड होत गेले.

त्याने बघितले तर ती हसत होती. त्यांची नजरभेट होताच तिचे हसू खुदकन्
बाहेर पडले. तिने दोन्ही हात पुढे करत त्यांची ओंजळ केली आणि त्याला अलगद
उचलून घेतले. त्याला आपल्याजवळ...अगदी गालाजवळ आणत ती म्हणाली,

"ए...दोस्ता...किती सुंदर आहेस रे तू..मेरा दोस्त...माय डियर डियर फ्रेंड...''

आणि क्षणभर तिने त्याच्या पंखावर आपला गाल मऊपणे टेकवला.

माय डियर...डियर फ्रेंड...

पक्षी अतीव आनंदाने भरून गेला.

...मी सुंदर आहे...परिपूर्ण आहे..माझ्यावरही प्रेम करणारं कुणी आहे... हे...
मलासुद्धा माया करणारी मैत्रीण आहे...काळजी करणारी मैत्रीण....ओहो...

तो झुळकीसारखा हलकाफुलका होत गेला.

अचानक आलेली पावसाची सर त्याच्या अंगावर थरथरत कोसळली, तसा तो
भानावर आला.

...घराकडे निघायला हवं...

तिने त्याला खिडकीच्या कडेवर ठेवले. पावसाच्या वाढत चाललेल्या झडीला
न जुमानता ती तिथेच खिडकीला चिकटून उभी होती.

तिचा हसरा, गोरापान चेहरा...

आणि उज्ज्वल कपाळावरच्या ठसठशीत कुंकवाबरोबर अंगाला बिलगलेला
जरीचे बुट्टे असलेला हिरवागार रेशमी शालू, हातात भरलेला काकणांचा लालजर्द
चुडा... त्याच्या सगळे लक्षात येत गेले.

तिच्या त्या सुंदर रूपामागचे रहस्य...

अन्

हसऱ्या चेहऱ्यामागचे गुपित.

अन् ते समजता समजता का कुणास ठाऊक, त्या जांभळीवरच्या एकटीची
आठवण त्याच्या मनात पहाटेच्या कोवळ्या सूर्यकिरणासारखी अवतरली. डोक्यावरच्या
आभाळात ढग दाटून आले होते. सगळे वातावरण कुंद झाले होते. वारा स्तब्ध
झाला होता. कुठे एखादे पानही हलत नव्हते. जोराचा पाऊस येण्याची सगळी चिन्हे
होती.

पण तिची आठवण आली आणि तो हळुवार कातर होत गेला.

तेवढ्यात तिच्यामागे सावली येऊन उभी राहिली.

उजळलेली सावली.

हसणारी.

हसवणारी.

आणि शब्द उमटले.

''ओह्...धिस इज युअर फ्रेंड...युअर अमि?''

ती मागे वळून त्याला बिलगली. हसत हसत म्हणाली,

''येस्...माय अमि...मॉन अमि..''

अमि.

तो उत्साहाने सळसळून गेला.

अमिने आपले पंख संपूर्ण उघडून पसरले, जोराने फडफडवले आणि मोठ्या जोशात भरारी घेत तो तिथून वर निघाला.

...ती तिकडं एकाकी आहे, एकटी आहे. या वेळी तिला माझी गरज आहे आणि मला तिची...मी तिला तसं पोरकं, एकटं त्या जंगलात राहू देणार नाही. मला तिकडं जायला हवं...जायलाच हवं...

तो वेगानं वर-वर चढत उडत गेला.

ती खिडकी मागे पडली. त्याचे झाडावरचे घरटे...कावळीचे घर..त्यामागे फांदीवर उड्या मारणारा काळू सगळे खाली-खाली जात चालले. कुठूनसा हवेचा एक जोरदार तरंग धावत त्याच्यापर्यंत आला. त्या तरंगाबरोबर तो झपाट्याने वर उचलला जाऊ लागला. समोरची उंच इमारत, बाजूची टपरी, तिथे पावसाची वाट बघत दबकून बसलेले सनी-मनी ठिपक्यांसारखे होत गेले.

इतके ऋतू तो इथे राहिला होता. त्याचे झाड. त्याची फांदी...घरटे... सनी-मनी सगळे मागे पडत हळूहळू दिसेनासे झाले. त्याने तो हळवा झाला नाही. वळून बघण्यासाठी थांबला नाही.

प्रचंड आकाशाखाली तो एकटाच तरंगत होता.

कुठे ढगांचा कापूस पिंजून भुरभुरीत होत पसरला होता, तर कुठे त्यांच्या उतरंडी रचल्या गेल्या होत्या. पावसाची रिपरिप थांबली तसा सगळा अवकाश खुला...स्वच्छ...मोकळा झाला. सूर्यबाप्पा समुद्रात बुडी मारायच्या बेतात होता. सगळ्या वातावरणात त्याच्या तेजाची प्रभा फाकली होती. अत्यंत स्थिर झालेल्या समुद्रावर एकांड्या गलबताचा दिवा अस्पष्टसा फराटा देत चमकून जात होता. अशा वेळी त्या विशाल, वाटोळ्या छताखाली त्याच्याखेरीज इतर कुणीच नव्हते.

त्याने नजर वळवून खाली बघितले.

खालचे शहर अदृश्य झालं होते.

खाली फक्त धुक्यासारखे धुरकटलेले ढगांचे थवे वाऱ्याच्या तरंगाबरोबर

संथपणे पुढेपुढे ढकलले जाताना दिसत होते.

बाकी कुणीच नाही.

कुणाचीच हालचाल नाही.

अमिने डोळे ताणत अंदाज घेतला. त्याच्या पुढची वाट अनोळखी होती. टेकडीपाशी पोचेपर्यंत चांगलाच अंधार झाला असता. अपरिचित आसमंताकडे तो निघाला होता. ते टेकडीपलीकडचे जंगल...तिथली सगळी मंडळी..अन् ती..सगळेच अनोळखी होते. पण आता थांबून राहणे त्याला शक्य नव्हते.

त्या पोकळीखाली तो एकटा होता.

फक्त तोच...

एकटा...

त्याने छाती भरून एक मोठ्ठा, मोकळा श्वास घेतला अन् चोच उघडून अगदी आपल्या मैत्रिणीसारखीच शीळ घातली. ती सुरेल जोरदार तान ऐकून तो स्वत:च चकित झाला. मग त्याने आणखी एक गोड तान आसमंतात भिरकावून दिली.

मग दुसरी...

तिसरी...

मन भरभरून तो गात राहिला. त्याच्या मैत्रिणीची सगळी नाचरी, उसळणारी, अल्लड गाणी त्याला आठवत गेली, तसा तो गात राहिला. त्या मस्तीभऱ्या सुरांच्या लहरी अवकाशातून नाचत, पसरत, धावत गेल्या. त्यांनी ते आकाश व्यापून टाकले.

आकाशाचे गाणे...

की गाण्यांचे आकाश?

त्या गाण्यांच्या आकाशातून तो झपाट्याने उडत चालला होता.

त्याने समोर बघितले.

समोरच्या धुक्यातून दूरवरच्या टेकडीचे टोक अस्पष्ट दिसू लागले होते.

आणि...

आणि त्या टेकडीवरच्या आभाळात इंद्रधनुष्याची दुहेरी कमान धूसरशी उमटायला लागली होती.

तो तिच्या दिशेने भराऱ्या घेत पुढे-पुढे चालला, तशी ती सप्तरंगी कमान तेजाने आणखीन लखलखायला लागली. तो आपले आनंदाचे गाणे गात तिच्या दिशेने आसुसून झेपावत राहिला.

◆

(बेळगाव, तरुण भारत, दिवाळी २००२)

ॲन एन्काउन्टर

Tonight, I can write the saddest lines...

पुस्तकाचे पान उलटले तर...नेमके हेच पान अन् याच ओळी...नेमक्या याच ओळी आत्ता या क्षणी समोर याव्यात? पाब्लोच्या ओळी...पाब्लो म्हणतो ते किती बरोबर आहे या घडीला. कित्येक वर्षांपूर्वी, अगदी मी...मीच काय, तूही जन्माला येण्यापूर्वी त्याने या ओळी लिहून ठेवल्या होत्या. त्या कुणासाठी? माझ्यासाठीच ना? आयुष्याचे संदर्भ गिळून संपवून टाकणारी ती अंधारी रात्र, त्याला भोगावी लागली, त्या तीव्र एकाकीपणाच्या वेदनेतून उमटलेला हा त्याचा आक्रोश अंधाराच्या अगणित गुहा पार करत इतक्या.. वर्षांनी नेमका माझ्याशी अगदी या क्षणी येऊन पोचावा?

Tonight, I can write the saddest lines,
write for example, The night is shattered
and the blue star shivers in the distance.
The night wind revolves in the sky and sings!

सगळे निरर्थक होत संपून जाते तेव्हा अशी एक रात्र येते. रक्ताळलेल्या पावलांचे ठसे आयुष्यभर उमटवत तुडवून जाणारी रात्र... आजच्या या रात्रीच अशा ओळी लिहिता येतील मला...त्यानंतर कधीच नाही. अंधाराच्या किनारीवर दूर कुठेतरी एक निळा तारा क्षीणसा थरथरतोय..कोसळणारा निळा तारा... आकाशाच्या पोकळीत मग काहीच शिल्लक राहणार नाही.

मग हा भणभणणारा वादळी वारा का धावत घुसळत सुटला आहे या वेळी? कुणाचे गाणे गातोय?

कुणाचे शब्द गजापलीकडून उमटतायत...वेडेवाकडे होत किंचाळतायत?

पण हे सर्व आजच्या रात्रीचे...या घटकेचे...आजच्या या क्षणीच या ओळी लिहिता येतील मला. कारण हे सर्व शांत होणार आहे. थांबत संपत जाणार आहे. काही शिल्लक राहणार नाही. यानंतर कधीच नाही.

हे सगळे किंवा यातले काही काही उरणारच नाही.

मी... हातातले हे पुस्तक... या ओळी... शब्द... हे पुस्तक घट्ट धरलेले माझे हात...हळूहळू वर चढत साकळत जाणाऱ्या अंधारात बुडत आता चाललेत. ते बघणारी माझी नजर...रिते होत चाललेले मन...अंधाराच्या लाल-काळ्या डोहात उडी टाकण्यापूर्वीचे हे काही गारठलेले क्षण...काहीच शिल्लक उरलेत आता...

पण या क्षणापर्यंत मी आले तरी कशी?

आपोआप...की कुणी मला बोटाशी धरून अलगदपणे चालवत इथे घेऊन आले? या अंधारलेल्या खोल डोहाच्या न दिसणाऱ्या कडेशी आणून उभे करत कानाशी लागून कुजबुजले...पाठीवर हात ठेवत म्हणाले,

"चल. पुढे हो. टाक उडी."

पाठीवर हाताचा दाब देत म्हणाले. कोण ते? कुणाचा तो उष्ण स्पर्श? विदूषकाचा? नक्की हा तोच...तोच स्पर्श...तोच आवाज...विदूषकाचा. पण तोच कशावरून? नाहीतर दुसरे कोण असेल..माझ्या इतक्या जवळ...इतके आत? ठाऊक नाही. खरोखरच ठाऊक नाही ते मला...

पण इथे मी कधी ना कधी येऊन पोहोचणारच होते. ही रात्र असणारच होती. रात्र...अंधार...कोसळणारा निळा हिरा लख्ख...घुसळणारा बेभान वारा... वादळी वावटळ... हा काळोखा खोल डोह...हे सर्व इथे असेच असणार होते. आयुष्याच्या एका क्षणी मी इथे येऊन पोचणार अशी एक अपरिहार्य जाणीव मला तू पहिल्यांदा भेटण्यापूर्वीच अनेकदा झाली होती, हे आता सांगितले तर खरे वाटेल तुला? विश्वास ठेवशील माझ्यावर? ती गाढ जाणीव मनाच्या खोल तळातून चवताळलेल्या नागिणीसारखी उष्ण विषारी फूत्कार सोडत, मातीच्या चुऱ्याचे फवारे उडवत, भूगर्भातल्या कुठल्याशा प्राचीन वारुळातून सळसळ करत वरती येताना मला अजूनही आठवते. त्या आगमनाच्या चाहुलीने, माणसांच्या जगातल्या प्रकाशाने, आवाजांनी भरलेल्या त्या हॉलमध्ये जबरदस्त भेदरलेली... मी थरथर कापत उभी असलेली...असहाय्य...एकटी उभी असलेली. मला आठवते ती. तुला नाही आठवत? नाही हे समजत? का?

मग कुणाला सांगू हे सगळे?

कोण आहे हे सगळे समजणारे?

विदूषक?

खरे तर कितीतरी वर्षांपासून माझ्या घरापलीकडेच मावळतीकडच्या टेकडीवर घर घेऊन तू राहात होतास. ऐकून होते मी ते सर्व. संध्याकाळी समुद्राच्या किनाऱ्यावर फिरायला जाताना नारळीपोफळीच्या झावळ्यांमागे लपलेले तुझे घर मी रोजच बघत असे. त्या किनाऱ्याकडे वळण्यापूर्वी एक बुटकेसे वळण लागायचे.

तिथून दोन पावलांवरच तर होते तुझ्या घराचे कुंपण! त्या वेळी सूर्य मावळतीच्या किनाऱ्यावर टेकलेला असे. त्याचे तिरपे किरण तुझ्या कौलारू छतावर...माडांच्या सळसळत्या झावळ्यांवर विसावलेले असत. हळूहळू सूर्य टेकडीमागे बुडत जाई तसे त्याचे किरणही कुणीतरी जबरदस्तीने खेचून नेल्यासारखे सरपटत, फरफटत निघून पश्चिमेकडे जात. सभोवती अंधार दाटून येई. ते घर थकलेले, विझलेले असायचे नेहमी. अशा घराकडे काय बघायचे? पण तिथून चालताचालता नजर बांधल्यासारखी ओढली जाई तिकडे. घरावर अंधाराची छाया साठत जाई. अशा वेळी स्वत:च्याच हृदयाची धडधड स्वत:लाच ऐकू येते. कानातून गरम वाजणारे धावते ताल...झांजा...मांत्रिकाचा डमरू...अंधाऱ्या रात्री स्मशानात बेभान वाजणारे ढोल...अंग घुसळून नाचणारा गारुडी...समोरच्या पेटाऱ्यातला सोनेरी डोळ्यांचा नाग...डुलणारा..अंगावर सरसरत शहारा...कुणी म्हणायचे,

''नीघ...पळ...जीव वाचव...''

पण तिथून पळता येत नसे.

का इथून पळता येत नाही मला?

हलता येत नाही?

विस्तीर्ण पसरलेल्या अंधारलेल्या आकाशाच्या तळाशी मी एकटी...

आणि ते घर...

रोजच असे होई.

पण कधीतरी तिथे अस्पष्ट चाहूल जाणवे. कुणीतरी आहे तिथे; पण एकटेच असावे बहुधा, मी मनाशीच म्हणत, बघत राही. कधीतरी मोह दाटून येई. पुढे व्हावे? फाटक उघडून आत जावे, बागेतल्या पायवाटेवरून चालत घराच्या दारापर्यंत पोचावे. दार किलकिले करून बघावे तरी आत कोण आहे ते पण तसे कधी झालेच नाही. त्या घरात दिवे उजळलेले दिसत, म्युझिकचे सूर तिथून उसळत वळणापर्यंत धावत येत, त्या तालावर नाचणाऱ्या माणसांच्या छाया दुरून दिसत...जोश...फेसाळणाऱ्या भरतीसारखा...उंचावलेले हात... भरतीसारखे.. पण असे कधीतरी, क्वचितच होई. रोज मी तिथे पोचेपर्यंत ते घर अंधारात बुडून गेलेले असायचे. आत कुठेतरी एक पिवळीधमक मेणबत्तीची ज्योत... फडफडणारी.

असे का? इतके शांत...

कबरस्तानात ठेवलेल्या कॉफिनसारखे... रेस्ट इन पीस.

अन् दचकायला होई.

का? असे का?

प्रश्न उमटे. तो का उमटे तेही कळत नसे. अंधाराकडे उत्तर नसायचे. समुद्र

शांत. लाटा गप्प गप्प. किनारा अंधारलेला, चुपचाप. पण प्रश्नाची थरथरणारी हिरकणी मात्र लख्ख...

तू तिथेच तर राहात होतास.

होतास ना?

गावातली सगळी नामांकित मंडळी हळूहळू तुझ्या त्या घरी गोळा होत गेली. तशी तिथे रहदारी वाढत गेली. फाटकाशी आधी एखादी सुंदरशी जुनी गाडी... मग दुसरी.. मग पाच... तरीही ते घर तसे उदास... रिकामेच वाटे... अंधार पांघरून बसलेले... काळ्या लेसचा स्कार्फ चेहऱ्यावर ओढून थडग्यासमोर मूकपणे बसलेल्या बाईसारखे. वाटे, तिथे जावे. कधीतरी जावे का? बघावे तरी त्या घराच्या मालकाला. त्याच्या चित्रांना. रक्तातून उकळी फुटे... पण नकोच...

आतून कुणाचा इशारा येई,

धोक्याचा...

सावधान...

Tresspassers will be prosecuted.

म्हणजे? शिक्षा होईल? तसे फर्मान निघेल?

Prosecution.

पण कोण करेल? कोण आहे या सगळ्याच्या पाठीमागे? कुणीतरी असेलच ना?

पुन्हा नुसतेच प्रश्न.

उत्तरे नाहीतच.

तू तिथेच ना राहात होतास?

त्या अंधारलेल्या थंडगार घरात.

थंड. थंड. थंड. थडग्यासारख्या.

कितीतरी वेळा माझे मित्रमैत्रिणी तुझ्याकडून माझ्या घरी येत. तुझ्याबद्दल, तुझ्या चित्रांबद्दल, त्यातल्या रंगांच्या जादूबद्दल किती बोलू अन् किती नाही असे त्यांना होऊन जाई. मी कधीतरी तुझ्या घरी जावे, तुला भेटावे, आपली ओळख नव्हे चांगली मैत्री जुळावी असे त्यांना मनापासून वाटे. मला व्हॅन गॉग आवडे. की आवडतो? काय म्हणू आत्ता या क्षणी?

आवडे.

व्हिन्सेंट.

पाब्लोसारखा वर्षानुवर्षे सर्वांना पुरून उरलेला तो जायंट. त्याच्या सनफ्लॉवर्सवर माझा जीव होता.

त्याच्या प्रत्येक चित्रातला तो उजाळा माझ्या डोळ्यांत न मावणारा, भारून

टाकणारा.. वेडावणारा... त्याच्यावरचा सिनेमा बघताना अंधारात फुटलेले कितीतरी हुंदके.. यलो कुणी वापरायचाच नाही कारण ती व्हिन्सेंटची मालमत्ता आहे, म्हणून मित्रांशी कडाक्याची भांडणेही करून झाली होती. त्याच्या चित्रातली प्रत्येक रेषा, प्रत्येक रंगाचा स्ट्रोक ओळखीचा...आत रक्तात उतरलेला...भिनलेला मग त्या धुरकटलेल्या घराची ओढ वाटणे मला शक्यच नव्हते. एकदा व्हिन्सेंटसाठी जीव गहाण टाकल्यानंतर इतर कुणीही भावणे मला अशक्य.

की तो बहाणा करून मुद्दाम तुला भेटायचे टाळत गेले. चुकवत राहिले?

तुझी त्या काळात किती प्रदर्शने भरली. त्यानिमित्त सगळे जण तुझ्या घरी गेले. पार्ट्यांना गेले. मला आमंत्रणे आली पण समुद्राची तेवढीशी किनार ओलांडून तुझ्या पायरीपर्यंत येणे काही मला कधी जमले नाही.

एका पावसाळी संध्याकाळी समुद्रावरून परत येताना वाटेत अचानक ललित भेटला, खूप दिवसांनी. म्हणून मग नीता कशी आहे? बंटीचे काय चाललेय? वा...वा... एसवायला गेला का बंटी आता? असे बरेच काही बोलता-बोलता एकदम कंटाळा आला. आभाळात ढग जमत चालले होते, त्याकडे लक्ष गेले. तेवढ्यात तो म्हणाला, ''मीनू, घर पर आना कभी, तुम्हे मेरी पेंटिंग दिखाऊंगा?''

''ए ललित, तू आणि चित्रकला? हे कधीपासून? मजाक मत कर यार.''

पण बघितले तर तो हसत हसत तिथेच उभा होता. ललित तसा हाडाचा बिझनेसमन आहे. एक्स्पोर्टर्स, परदेशी कॉन्फरन्सेस, ट्रेड फेअर्स यांतच तो सतत गुरफटलेला असे. रोज संध्याकाळच्या पार्ट्या, कधी कॉकटेल्स, कुठे रोटरी किंवा चेंबर ऑफ कॉमर्सच्या मीटिंग्ज असे त्याचे सतत काही ना काही उद्योग चालूच असायचे. आणि आता हा एकदम चित्रकलेत कुठे शिरला? त्याची आणि माझी कॉलेजपासूनची जुनी मैत्री पण तेव्हाही त्याची जर्नल्स पुरी करून द्यायला त्याला माझी मनधरणी करावी लागत असे. ते आठवून मला हसू यायला लागले. ललित आणि पेंटिंग? तेवढ्यात पावसाची झड सरसरून अंगावर आली म्हणून आम्ही धावलो अन् वळणावरच्या गुलमोहराच्या आडोशाला उभे राहिलो.

''ललित, तुझे ब्रश पकडना भी आता है?''

मी बोलून गेले अन् सटपटले. प्रश्न खरे तर चुकलेलाच, आयुष्यातल्या इतर गोष्टींसारखा. त्याने चित्रे का काढू नयेत? आपण काय करावे अन् काय करू नये ते आपल्याला स्वत:पुरतेसुद्धा ठरवता येत नाही बऱ्याचदा. तिथे दुसऱ्याने काय करावे हे ठरवणारी मी कोण? मला नव्हते वाटत पेंटिंग करावे असे? गेली कित्येक वर्षे ती ऊर्मी मी मनाच्या तळाशी खोल कुठेतरी दडपून नव्हती ठेवली? आयुष्याच्या रगाड्यातली आणखी एक तडजोड म्हणून ती स्वत:ला स्वीकारायला लावली?

ललितचेही कदाचित तसेच असेल. इतक्या उशिरा का होईना त्याने ती ऊर्मी उफाळून वर येऊ दिली. त्याचे कौतुक मीच करायला हवे. त्याच्या घरातल्या किंवा आजूबाजूच्या मंडळींना चित्रांशी काहीच देणे-घेणे नाही. नीताही तसलीच. त्याची पेंटिंग मला बघायलाच हवी होती. झडींचा मारा खात आम्ही अजून झाडाखालीच उभे होतो. ललितच्या लग्नाचा वाढदिवस लवकरच येणार होता. त्यानिमित्त त्याच्याकडे माझी वर्षातून एक चक्कर होत असते. निदान तसा प्रयत्न तरी मी करतेच... तेव्हा जाऊन चित्रे बघेन, असे मनाशी ठरवता ठरवता समोरून ललितचे वाक्य आले.

"मैं तो अपने दोस्त के साथ उठते-बैठते सीख गया. तू पार्टीला येशील तेव्हा माझी पेंटिंग्ज बघ. स्टुडिओ बघ. खुश हो जायेगी तू यार. मैं तो बहुत खुश हूँ आजकल."

ते तर त्याच्या चेहऱ्यावर स्पष्टच दिसत होते. आज फिरायला येताना ललितने बरोबर मोबाईल आणलेला दिसत नव्हता, आत कुठेतरी तपशील टिपला गेला. त्याच्या स्टेटस्ला न शोभेल असा रस्त्याकडेला झाडाखाली भिजत उभा राहिला आहे हा आणि मुख्य म्हणजे अगदी रिलॅक्स आहे. काहीतरी बदलले होते ललितचे. त्याच्या पार्टीला जायला एवढे कारण पुरे आहे की मला असे म्हणत मी स्वत:शीच मान हलवली. एरवी त्याच्या ओळखीतली गावातली सगळी मंडळी या दिवशी त्याच्या घरी जमायची, दंगा व्हायचा, फालतू गप्पा... मला ते आवडायचे नाही, जमायचे नाही. म्हणून मी ती पार्टी नेहमीच टाळायचा प्रयत्न करायची; पण या वर्षी जायचे आपण. आपसूकच काही ठरत गेले... की ठरवले गेले?

पण काय म्हणत होता ललित? दोस्त... कोण दोस्त? कोण असेल तो? कुणाबद्दल बोलतोय ललित? बघितले तर पावसाची झड कमी-कमी होत संपूनच गेली होती. रस्त्यावरच्या दिव्यांच्या प्रकाशात चमकणारी पाण्याची थारोळी इथे तिथे.

"ए ललित..." म्हणून मी वळले. तसा तो हलला आणि इतका वेळ त्याच्यापाठी दडलेले घर समोर आले एकदम.

तुझे घर... पावसात भिजलेले... कुडकुडून थरथरणारे... अंधारलेले...

म्हणजे कधीपासून आम्ही इथे या वळणावरच उभे आहोत? नेमके याच घरासमोर? हाच तो ललितचा नवा मित्र? या अंधाराने, काळोखाने भरलेल्या घरात राहणारा? का आला हा इथेच राहायला? या माझ्या गावात, का?

आतून खेचायला सुरुवात झालीच.

खरंच, का आला होतास इथे राहायला तू?

...कदाचित या वेळी पार्टीला तूही इथेच असशील...

ललितचा नवा मित्र! मग जावे की काहीतरी सबब काढून टाळावे?

झाडाखाली अंधार उतरायला लागला होता. आगपेटीच्या खरबरीत पृष्ठभागावर काडी फर्रकन ओढली गेली. समोरच्या घराच्या कुठेतरी आत काळोखात एक आग पेटली. अंधारातून पुढे पुढे चालणारी, तरंगणारी ज्वाळा. ती पुढे वाकली... झुकली... आणि पाठोपाठ दुसरी ज्योत पेटली. क्षणभर दोघी पेटलेल्या. एकमेकींसमोर येत गेल्या. घराच्या खिडकीतून दोन लाल डोळे... लाललाल विस्तवासारखे... आग... भडकणारी... जाळणारी... धडधडलेली चिता.

Tresspassers will be prosecuted...

"नीघ, निघ पळ, जीव वाचव मीनू."

झाडाखाली कुडकुडून गोठलेली मी. तिथेच अंधारात. डोळे मिटू न शकणारी... नजर हलवू न शकणारी... भारलेली. कानात गरम ताल...

ललित, कुठे आहेस तू?

भानावर येत मी समोर बघितले तर, "सी यू ऑन दॅट डे, बाय" करून तो रस्त्यावरची गोल-गोल थारोळी चुकवत उड्या मारत निघूनसुद्धा गेला. त्याच्या घरी.

मी तिथेच, तुझ्या घरासमोर.

आतबाहेर काळोखात.

तर तशी मी त्या दिवशी पार्टीला पोचले. ललितने मी पार्टीला येणार हे गृहीत धरून टाकले होते. नीताचे तसेच इतरांचेही फोन येत गेले. "सी यू अॅट ललित्स पार्टी, याह्?" असे होत गेले. पार्टीला जाणे भाग होते; पण संध्याकाळी तयार होताना मी पुन्हा अडले, घुटमळले.

जाऊ की नको? आणि तो तिथे असलाच तर? भेटलाच तर... ओळखीचे हसलाच तर... "हॅलो" म्हणालाच तर... तर काय होईल? हे सगळे नवे संदर्भ आयुष्याला चिकटतील... विनाकारण. हे हवेय का मला? नको ना... नकोच. मी काय टाळू बघतेय? हेच की आणखीन काही?

पावसात भिजून कुडकुडल्यासारखे सरसर शहारे अंगावर... थंडगार. तरीही हात चालत राहिले. तयारी होत गेली.. निघाले... कुठे? ललित...

ललितच्या घरी...

नक्की?

मी तिथे पोचले तेव्हा पार्टी ऐन भरात आली होती. खालच्या मजल्यावरच्या फ्लॅटचा दरवाजा सताड उघडाच होता. आत नुसती गर्दी भरली होती. म्युझिकचे स्वर... हलणारी, नाचणारी डोकी. परफ्यूम्सचे फवारे.. झगझगीत उजेडात ग्लासेसचा किणकिणाट... आणि उसळणारी बिअर... फेसाळत उतू जाणारी... मला दरवाजात

बघून सगळेच उसळले. ''हाय...''चा ओरडा झाला.

''हे ललित, लुक हू इज हिअर. मॅडम इज हिअर.''

''हाय मीनू आंटी''

गर्दीतून वाट काढत बंटी पुढे आला.

पाठोपाठ नीता आली. मग पापी देणे...घेणे...मेनी हॅपी रिटर्नस..

ललित कुठे दिसत नव्हता...

''बंट्या, व्हेअर इज पापा?'' मी विचारले.

त्याने हसतहसत समोर बोट दाखवले आणि एकदम घाव घालून दोन तुकडे व्हावेत तशी ती समोरची गर्दी दुभंगत गेली. मध्ये मोकळा पॅसेज उमटला, रस्त्यासारखा. पण तिथे कुणीच कसे उभे नाही? खालच्या शुभ्र मार्बलवर हिरकण्यांचा लख्ख...लख्ख सडा पसरला होता. थंडगार धारदार तुकडे.

''मी आले आहे.''

कोण बोलले? कुणाला? पण आवाज तर उमटलाच नाही. पण कुणीतरी बोलले अन् कुणीतरी ऐकले.

आय ॲम हिअर... मी येणारच होते. ही रात्र असणारच होती.

अंधारातून कोसळणारा निळा तारा लख्ख... फुटून ठिकऱ्या-ठिकऱ्या होणारा... बिलोरी काचांचा चुरा... आकाश घुसळणारा बेभान वारा... वादळ... वावटळ.. काळोखा डोह... हे सर्व इथे असेच असणार होते. मी इथे येणारच होते. तू इथे असणारच होतास.

ती गाढ जाणीव मनाच्या खोल तळातून चवताळलेल्या नागिणीसारखी, उष्ण विषारी फूत्कार सोडत, मातीच्या चुऱ्याचे फवारे उडवत भूगर्भातल्या कुठल्याशा प्राचीन वारुळातून सळसळत वरवर येत गेली. माणसांच्या जगातल्या प्रकाशाने, आवाजांनी भरलेल्या त्या हॉलमध्ये मी... थरथर कापत उभी असलेली... असहाय्य... एकटी...

तिथे तू बसला होतास.

नक्की तो तूच होतास.

लांब काळा कुडता अन् काळीच जीन्स घातलेला एक माणूस... एक उग्र चेहरा... मानेपर्यंत लांब अस्ताव्यस्त केस... पेटलेले डोळे... बटबटीत लालभडक वर्तुळे... आगीसारखी दाहक नजर.. अनोळखी... नुसती बघत होती... रोखून.

तू तर अगदी अनोळखी होतास, दूर कुठेतरी बसला होतास आणि तिथून नुसता बघत होतास. तुझी ती थंड नजर एखाद्या विजेच्या कडकडाटासारखी माझ्यावर येऊन आदळली. क्षणभर मी कुठे आले आहे... समोर हा हसणारा ललित उभा आहे... त्याला द्यायचे प्रेंझेट माझ्या हातात आहे. आजूबाजूला पार्टीत रेंगाळणाऱ्या

पाहुण्यांची गर्दी, त्यांच्या गप्पा... दंगा चालू आहे. ते सर्व संदर्भ क्षणार्धात सटासट अदृश्यच होत गेले. नुसती ती सळसळणारी विजेची लाट सगळ्या शरीरातून पसरत चालली... कानात गरम ताल... स्वत:वर कसाबसा काबू ठेवायचा प्रयत्न करत मी बघितले तर तिथे कुणीच नव्हते. कसे नाही? समोरचा ललित, पलीकडे बसलेले राज, सविता, नीता अन् त्यांच्या हातांतली ड्रिंक्स... काहीच नाही. समोर रिकामा हॉल.. प्रकाशाने भरलेला झगमगीत... पण तिथे कुणीच नाही... फक्त खिडकीपलिकडच्या समुद्राची कोसळणारी वादळी गाज ऐकू येत राहिली... भरभरून फेसाळून कोसळत जाणाऱ्या लाटांचा अनाहत नाद...

"हे मीनू, कहाँ खो गयी?"

ललित?

भानावर येऊन मी समोर बघितले तर तू तिथे नव्हतास. तू निघून गेला होतास. कधी? त्या क्षणीच्या त्या माझ्याशी, माझ्यात जन्मलेल्या त्या भीतीशी तुझे कोणतेच देणेघेणे नव्हते?

खरेच...?

रात्री खूप उशीरा सगळी पाहुणे मंडळी निघून गेली. बंटी गाडी घेऊन आपल्या मित्रमैत्रिणींना घरी पोचवायला गेला. नीताही थकून सोफ्यावर टेकली. घरात वावरणाऱ्या नोकरांची चाहूल फक्त येत राहिली. मधूनच अस्पष्ट हलकी कुजबुज. ललित सगळ्यांना टाटा, गुड नाईट करून परत आत आला. हॉलमधल्या सगळ्या पसाऱ्याकडे बघत स्वत:शीच खुश होत गेला.

"इट वॉज अ गुड पार्टी, वॉज इट नॉट?"

मग आमच्याकडे बघत म्हणाला,

"चल मीनू, तुझे अपनी पेंटिंग्ज दिखाऊँ? देखोगी ना?"

एकदा वाटले 'नको' म्हणावे. कारण तुझ्याशी जुळलेली कोणतीच गोष्ट जवळपाससुद्धा नकोय मला. नकोच असावी. पण ललितला कसे सांगायचे? तो दरवाजाकडे वळलासुद्धा... रुक जा ललित... पण नाही.

जिना चढून आम्ही वरच्या मजल्यावर आलो. ललितच्या स्टुडिओत. लँडस्केप, पोर्ट्रेट्स, क्वचित मोठ्या चित्रकारांच्या चित्रांच्या कॉपीजसुद्धा त्याने केल्या होत्या. चित्रे दाखवता दाखवता त्याची टकळी सुरूच होती. माझे मन सुन्न होऊन गेले होते. त्याचे शब्द कानांवर पडत होते अन् नव्हतेही. नुसतेच अर्धवट तुटलेले, मोडके शब्द... रंगांचे आकार... फॉर्म्स... पण हळूहळू नजरेला काही सरावत गेले, समजत गेले. माझे हरवलेले भान परत येत गेले. गेल्या वर्षभरात बरीच प्रगती केली होती ललितने.

अमेझिंग...

मला एक-एक चित्र दाखवून ललित बाजूच्या भिंतीला टेकवून ठेवत चालला होता आणि दाखवता दाखवता त्याने अचानक एक चित्र काढून समोर ठेवले. ते बघताच मी थबकले... चमकले... काहीतरी ओळखीचे जुने... मनात हलले.

विदूषक...?

त्या चित्रात बसला होता विदूषक आणि त्याच्या मांडीवर एक मुलगा. कदाचित त्याचाच मुलगा...त्याच मुशीतून घडलेला एक दुसरा देह... रंगीबेरंगी तुकड्यांचा पोशाख घातलेला, भडक चेहरा रंगवलेला विदूषक. त्या पोशाखाकडे, त्या रंगांच्या तुकड्यांकडे नजर सारखी खेचली जात होती.

पण असले मळके, निस्तेज रंग? असला हा जुनापुराणा, गबाळा वेश याने का केला आहे? या विदूषकाचा चेहरा इतका ओळखीचा, आधी कुठे बघितलाय मी याला? याचे डोळे या पोशाखाइतकेच निर्विकार का आहेत? हे डोळे.. हसणारे... हसवणारे नाहीत. आत्ता कोणीतरी घंटा वाजवेल पडद्याआडून आणि सर्कसच्या झगझगीत रिंगणात उतरून त्याला आपला खेळ दाखवावा लागेल. उड्या... कोलांट्या... माराव्या लागतील. नाच-गाणी म्हणत... वात्रटपणा करावा लागेल. लोकांना खदखदून हसू फुटायला हवे. ते कामच आहे त्याचे. किती वर्षांपासून तो ते इमानाने करत आला असेल पण हा तर आत्ता असा इथे हतबल होऊन बसलेला आहे... एक हात मांडीवर वेडावाकडा, लुळा होऊन पडलेला.. दुसरा मुलाच्या खांद्यावर टेकवलेला आहे... पण त्याला मायेने कवेत घेण्यासाठी नाही. तर... तर स्वतःलाच आधार देण्यासाठी.

हा विदूषक इतका विस्कटलेला... विखरलेला... का असा इथे बसलाय? किती जन्मांपासून? कुठल्या असह्य वेदनेने त्याला असे दाबून, दडपून टाकलेय? ते ओझे या पोराच्या खांद्यावर टाकायचे आहे याला? त्याने तरी तो मोकळा होईल? ते लहानसे अजाण पोर त्याचे कोण आहे? त्या पोराला सुखाचा, आनंदाचा प्रकाश दाखवण्याऐवजी हा आपल्या उदास अंधाराच्या पोटलीचे ओझे त्याच्या खांद्यावर देऊन जाणार आहे... पण कुठे?

एकदम ठसकन् ठेच लागून झणझणीत कळ यावी... मस्तकात ठिणग्या उडवणारी... थांबायला लावणारी... तसे होत मी थांबले. पुन्हा ती भीतीची नागीण सरसर करत खोल भुयारातून बाहेर पडायला लागली.

विदूषक...

अंतिम क्षणाकडे डोळे लावून बसलेला...?

नेमके काय हवे आहे याला?

आणि हा विदूषक ललितने का रंगवला असेल? हे रंग त्याचे स्वतःचे आहेत,

पण चित्राची रचना, शरीराच्या आकारांना स्पष्ट करणाऱ्या रेषा, मोठमोठे स्ट्रोक्स् देण्याची पद्धत खासच आहे... खास तुझी. हे कुणीही सांगेल. ओळखेल. सर्वांच्या परिचयाची आहे ही शैली... आक्रमक... रंग उधळत नजरेला जाळून टाकणारी... खिळवून, भुलवून टाकणारी... कब्जा घेऊन टाकणारी...

मी किती वेळ त्या चित्रासमोर उभी होते कुणास ठाऊक... किती क्षण धावत पुढे गेले? समोर बघितले तर खिडकीबाहेर चांगलाच अंधार साठला होता. समुद्राच्या लाटांचा खेळ दिसेनासा झाला होता. दूर कुठेतरी तारा चमकतोय का? निळा तारा... अंधारात कोसळणारा? काहीच कसे नाही तिथे? त्या काळ्यामिट्ट अंधाराकडे बघता बघता समोरच्या खिडकीच्या काचेत उजळलेल्या हॉलचे प्रतिबिंब पडलेले दिसू लागले... समोर टेकलेल्या चित्राची फ्रेम... वरचे लखलखीत झुंबर... गारठलेली मी... सगळे स्पष्ट दिसू लागले आणि दिसता दिसता अस्पष्ट होत पाण्यात बुडत जावे तसे अंधारात विरघळून गेले..

मग तिथे काय उमटत आहे? काय आहे ते अस्पष्ट? मग त्या काळ्या काचेत उमटत आला एक चेहरा... उग्र चेहऱ्यावरचे डोळे... बटबटीत लाल वर्तुळे... मानेपर्यंत लांब अस्ताव्यस्त लाटांच्या लहरी... आगीसारखी लालभडक नजर... अंगारासारखी तप्त... विजेच्या कडकडाटासारखी माझ्यावर येऊन आदळली... हिरकण्यांचा चुरा चमकत वर उसळला... लख्ख. समोरच्या खिडकीच्या काळ्यामिट्ट काचेत अनेक चांदण्या चमकल्या इथे-तिथे... त्या चमकत राहिल्या क्षणभर अन् चमकून शांत होत गेल्या... काचेत पुन्हा तेच प्रतिबिंब... पण आता डोळे मंदावलेले... थंड... निर्विकार तर कधी उदासीने भरलेले.. पुन्हा निर्विकार.. गारठलेले...

मागे वळून पाहिले तर तिथे कुणीच नव्हते.

नसणारच.

पण समोरच्या काचेत प्रतिबिंब तर स्पष्ट दिसत होते. अंधारात तरंगत असलेला नुसताच चेहरा... थंडगार, दुःखी डोळे... अंतिम क्षणाची वाट बघणारे... समोरचे चित्र तसेच स्थिर होते.

विदूषक.

तोही काही बोलायला तयार नव्हता.

कोण आहेस तू? इथे ललितच्या घरात कसा आलास? काय देणे लागते मी तुझी? आणि ते काचेतले प्रतिबिंब. दोघेही ओळखीचे... तरीही इतके अनोळखी कसे? काहीच का बोलत नाही कुणी? कुणीतरी बोला... बोला ना रे...

तेवढ्यात चित्राच्या पृष्ठभागावर हालचाल जाणवली. विदूषक हलला? रंगाच्या तुकड्यांची सरमिसळ... रंगांवर रंग.. तुकड्यांवर तुकडे चढत-उतरत गेले. विदूषक उठला... उभा राहिला. त्याच्या पाठीच्या बाकासकट सरळ झाला. पडद्याआडून

कुणीतरी इशारा केला? झणझण करत बँडवर धून वाजू लागली. झांजांचा झिनझिनाट.. मांत्रिकाचा डमरू... स्मशानात बेभान वाजणारे ढोल... अंग घुसळून नाचणारा गारुडी... सोनेरी डोळ्यांचा फडा डोलू लागला. विदूषकाने हात लांब केले तसा तो एकदम उंच झाला... लांबुळका. त्याने समोरचा माईक उचलत पाय लांब केला आणि तो अलगद उडी मारून चित्राच्या चौकटीतून बाहेर पडला. तो क्षणभर सर्कसच्या फरशीवर तोल सांभाळत उभा राहिला. विजयी चेहऱ्याने त्याने माझ्याकडे बघितले. शरीराला वाकवत तो वळला, तशी रंगांच्या तुकड्यांची... सुरळीदार कमान होत गेली. जमिनीला डोके टेकवत त्याने माझ्याकडे बघितले. थंड, खुनी डोळे... बटबटीत लाल वर्तुळे... मानेपर्यंत लांब केसांच्या लहरी... लालजर्द तापलेली नजर...

आणि तो हसू लागला. विजेच्या कडकडाटासारखे हसू लागला. कुणी अचकट-विचकट मंत्र म्हणू लागले... कवड्या खुळखुळवू लागले... दणादण पावले वाजवत जवळ-जवळ येऊ लागले. का? का छळता तुम्ही मला? गो...प्लीज गो अवे... ललित... कुठे गेलायस तू? ललित... नीता कुणीतरी या... सोनेरी कातडीचा फणा... मला भीती वाटतेय... भीती...

Treesspassers will be prosecuted.

घाबरून मी वळले.

तर समोरच्या भिंतीला टेकून तू उभा होतास. काळा अंगरखा... काळी जीन्स... एक उभी काळी रेषा... सरळ... की हाही एक भासच? तोच निर्विकार... उदासीने भरलेला चेहरा!

तू.

प्रतिबिंब.

विदूषक.

खरे कोण? काय?

काहीच कसे समजत नाही?

अंधार.

Tonight I can write the saddest lines.

Write for example, The night is shaltered...

◆

(अनुष्टुभ, जुलै २००१)

माघातला शेवटचा दिवस

ती सकाळ उदासवाणीच उगवली होती. आकाशात मळभ दाटून आलेले होते... निस्तेज सूर्य... काळवंडलेला परिसर... शुष्क अन् निर्जीव...

निर्जीव...

तशासारखाच मूड घेऊन उठले.

असे का झाले असेल? गेले कित्येक दिवस कामाच्या ताणात होते म्हणून? त्याने शरीर थकून गेले होते. ते साहजिकच होते. पण मन? ते कुठे थकले होते? ते तर सतत जागे होते... ताजे होते... कुणाची तरी वाट बघत होते की काही घडण्याची चाहूल घेत होते? वाटत होते, काहीच नाही तर निदान फोनची बेल तरी वाजेल. आत्ता... मग... कधीतरी ती अचानक वाजेल अन् पलीकडून एखादा फार पूर्वीचा ओळखीचा आवाज येईल.

"हॅलो..."

आश्चर्याचा हलकासा धक्का बसून मन एकदम आनंदी होईल, प्रफुल्लित होईल.

पण तसे काहीसुद्धा घडले नाही.

का घडले नाही तेही कळले नाही.

त्या न घडलेल्या घटनेची सावली मनावर घेऊन घरातली कामे उरकायला हवी होती. स्वयंपाकघरातला खरकट्या भांड्यांचा ढीग... बाथरूममधले साठलेले कपडे... मी पुढे होत वॉशिंग मशीन सुरू केले. भुर्र... करत चक्रे फिरली तसे आतले पाणी खळबळून निघाले... साबणाच्या फेसाचे फुगे हलके हलके हेलकावत तरंगत वरवर येत गेले, पोकळ पृष्ठभागावर रंगीबेरंगी चमकदार छटा दाखवत नाजूकपणे चमकू लागले. घराची साफसफाई करत हात चालूच राहिले. कामात स्वतःला इतके गुंतवून घेतले की जणू काही एका क्षणाचीही फुरसत नाही मला; पण कान तर फोनच्या वाजण्याकडे लागून राहिले होते.

का ही फोनची बेल वाजत नसेल?

का?

दिवस तसाच चढत राहिला.

आकाशात ढग दाटत चालले.

घरावरच्या सावल्या गडद होत गेल्या.

बाहेरून कुणाचे आवाज ऐकू आले म्हणून मी खिडकीतून वाकून बघितले आणि धास्तावून तशीच उभी राहिले.

हे काय चाललंय?

खिडकीबाहेरच्या गुलमोहराच्या झाडांवर चार-पाच माणसे चढलेली दिसत होती. तेलकट-काळी. चटेरीपटेरी लुंग्या ल्यालेली. फांद्यांवर पाय रोवून ती उभी होती. त्यांच्या हातात कुऱ्हाडी होत्या. त्यांचा मुकादम खाली बुंध्याशी टेकून बिडी फुंकताना दिसत होता. त्याच्या विडीचे जळणारे लाल-भडक टोक भसाभस वर-खाली होत होते. त्या लालजर्द ठिपक्यापासून निघालेली धुराची लहर गुलमोहराच्या खोडाला नागमोडी वेटोळे घालत वर फांद्यांपर्यंत तरंगत आली होती. पानांवर पसरत चालली होती.

घुसमटणारी पाने...

तंबाखूच्या उग्र दर्पाने घुसमटणारी पाने...

मला धस्स झाले.

हे गुलमोहर तसे आमच्या बागेच्या कुंपणात नाहीत. ते आहेत शेजारच्या बंगल्याच्या हद्दीत पण आता वाढत, पसरत त्यांच्या फांद्या पार माझ्या खिडकीपर्यंत झुकत आल्या आहेत. त्या गर्द हिरव्यागार गच्च वाढलेल्या फांद्यांतून पलिकडचे जग मला दिसत नाही. दर उन्हाळ्यात ही झाडे उघडीबोडकी होतात, तशीच ती सध्या होत चालली आहेत. आता लवकरच त्यांना लाल-भगवे तुरे फुटायला सुरुवात होईल. कडकडीत उन्हाळा पडायला सुरुवात झाली की इथली इतर झाडे अगदी मलूल, केविलवाणी होऊन जातात पण ही मात्र सूर्यबाप्पाच्या अंगाराइतकीच तापून, रागावून लाल-लाल फुलांनी उमलून, फुलून जातात. मात्र त्यांचा हा राग पावसाच्या पहिल्या सरी कोसळेपर्यंतच टिकतो. पावसाच्या थेंबाची आसुसून वाट बघणारी झाडे पहिल्यावहिल्या सरी आकाशातून वाजतगाजत कोसळायला लागल्या की कशी आनंदाने गदगदून येतात ते या खिडकीतच बसून कितीदा तरी बघितले आहे मी. वाऱ्याने घुसळून निघणारे अंग नाचवत पावसाच्या थेंबांचे स्वागत करणारी झाडे आनंदाने अगदी चिंब भिजत कशी अगदी वेडी होऊन जातात. पावसाच्या झडींचा सपाटा वाढत जातो तरी यांचा नाच काही थांबत नाही. आपल्या अंगावरचा बहर हळूहळू विखुरला जातोय हे त्यांच्या लक्षातसुद्धा येत नाही... इतका त्यांचा तो तृप्तीने भरलेला आनंद... त्यात नाहून निघणारी ती माझी झाडे. त्यांच्या त्या हिरव्याकंच गर्दीतून पलिकडचा स्विमिंग पूल, तो बंगला, त्या बंगल्यात सतत

चालणारी वर्दळ काहीच, कधीच दिसत नाही मला.

या गजबजलेल्या महानगरात कुण्या एकीला असे शांतपणे एकलकोंडे राहता यावे म्हणून फार पूर्वी ही झाडे कुणीतरी इथे आणून रोवली असतील. बेपर्वा उन्हावादळाच्या थपडा खात ती तशीच मातीत रुजत गेली, आकाशातल्या सूर्यबाप्पाकडे बघत मोठी होत गेली आणि वर्षानुवर्षे माझ्या येण्याची प्रतीक्षा करत राहिली. पलिकडच्या उंबरावर कितीतरी पक्ष्यांची घरटी आहेत. या गुलमोहराच्या झाडांवर अनेक पक्षी उतरतात, नाचतात. तरी इथे घरटे मात्र एकाचेही नाही. जशी काय त्यांचीच साथ एकमेकांना आणि त्यांची मला...

सकाळ... दुपार... संध्याकाळ...

अगदी रात्री उशिरासुद्धा त्या वाऱ्यावर झुलणाऱ्या फांद्यांकडे बघत बघतच माझे डोळे मिटायचे... अशी ती माझी लाडकी झाडे...

माझ्या मनात हे येते न येते तोवर झाडावर चढलेल्या माणसांनी खांद्यावरच्या दोराच्या वेटोळ्या काढल्या आणि फांद्यांवरून खाली सोडल्या. त्या सरसरत खाली आल्या तशा खाली उभ्या असलेल्या मुकादमाने त्या धरल्या आणि त्यांच्या हेंगाड्या भाषेत तो त्यांना काहीबाही सांगू लागला. ते ऐकताच वरच्या माणसांनी अचानक आपल्या कुऱ्हाडी सरसावल्या, त्यांची धारदार लोखंडी पाती उन्हात चमकत उंचावली गेली. आता पुढे काय बघावे लागेल या भीतीने मी एकदम गारठले. कुऱ्हाडी तशाच उतरत खाली झुकल्या अन् खटाखट करत त्यांनी सरळ फांद्या छाटायला सुरुवात केली.

ते बघताच मी ओरडले.

निदान तसा प्रयत्न तरी केला.

''क्यूँ... क्यूँ... क्यूँ काट रहे हो?''

पण लक्षात आले की आपण ओरडूच शकत नाही. कुणास ठाऊक कसा घसा पार कोरडा झाला होता. माझा आवाज वेडावाकडा होत कसातरी घशातच कोंडला गेला. त्याक्षणी मी काहीच करू शकत नव्हते. कुऱ्हाडीचे घाव चालूच राहिले. खचाखच खचाखच करत पानांचे तुरे गळून पडायला लागले. मग लाकडी ढलप्यांच्या चिंध्या हवेत उडू लागल्या. ते बघता बघता मी थरथर कापायला लागले. याक्षणी काहीच करू न शकण्याइतपत मी दुबळी आहे ही जाणीव मनात झटकन जागी झाली.

''नाही... मी इतकी दुबळी नाही...''

अंगातली सगळी शक्ती एकवटून मी ओरडले तशा त्या खचाखच चालणाऱ्या सगळ्या कुऱ्हाडी एकदम थांबल्या.

मुकादम धावत पुढे आला.

"क्या हुआ मेमसाब?"

"मत काटो... इन्हें मत काटो."

ते ऐकून तो चकित झाला.

थांबला.

पण क्षणभरच.

"हम क्या करेगा मेमसाब. नही काटेंगा, तो झाड आपकी गाडीपर गिरेगा. आपकी सोसायटी का साब लोग चिल्लाते ना हमकू! इसलिये तो काटनेका आर्डर दिया, हम क्या करेगा?"

मिळालेल्या ऑर्डरचे पालन करणे त्याला भागच होते. त्यावरच त्याचे, त्याच्या कामगारांचे पोट अवलंबून होते. त्यांच्या घरात चूल पेटणार होती, कच्च्याबच्च्यांच्या तोंडी घास पडणार होता आणि सोसायटीतल्या गाड्या सुरक्षित राहणार होत्या.

त्याची–माझी बरीच वादावादी झाली; पण त्याच्यासमोर दुसरा पर्याय कुठे होता? त्याला कसे थांबवावे ते मला कळेनासे झाले. बघता बघता कुऱ्हाडी पुन्हा उचलल्या गेल्या. पुन्हा पानांची गळती सुरू झाली. लाकडी चिंध्यांचे फवारे उडू लागले... काड् काड् करत पहिली फांदी तुटत कोसळताना बघितली आणि माझ्या डाव्या खांद्यातून एक तीव्र कळ सण्णसण्ण करत उमटत गेली. ती सहन होईना म्हणून मी डोळे गच्च मिटले. डोळ्यांतून पाण्याच्या धाराच धारा लागल्या.

हे सगळे सहन करत मी इथे का उभी आहे? मला इथून हलता का येत नसेल? माझ्यात एवढीसुद्धा शक्ती नाही की इथून पळून जावे आणि कुठेतरी उबदार सुरक्षित जागी दडून बसावे? पण तिथेही हा दुबळेपणा पाठपुरावा करत माझ्याबरोबर येईल. अगदी सप्तपाताळात खोलवर दडून बसले तरी ही हतबलता साथीला असेलच. मग मी करायचे तरी काय? कुठे जायचे? काहीच कसे करता येत नाही? समजेनासे झाले.

हा फोन का वाजत नाही?

सगळी सकाळ मी तशीच खिडकीच्या गजांवर टेकून काढली. दुसरा इलाजच नव्हता. दुपारचा सूर्य वर चढत माथ्यावर आला. तोवर ती सगळी झाडे छाटत-छाटत तुटकी-मोडकी होत गेली... वर चार फांद्या नावाला... पायाशी विखरलेले पानांचे ढीग, फांद्यांचे तुकडे... लाकडी चिरफळ्यांचे पुंजके... एखादीच फांदी कशीबशी अपघातात तुटलेल्या हातासारखी तर दुसरी महारोग्याच्या सडक्या बोटांसारखी... निष्पर्ण... विकृत...

खांद्यातून जोरजोरात कळा उमटतच राहिल्या.

संध्याकाळ झाली. वाटले, एकदा तरी त्या बागेत जावे आणि बघून यावे ती कशी आहेत ते! त्यांच्या सोलल्या गेलेल्या कातडीवरून हात फिरवावा, जखमांना

स्पर्श करत त्यांवर फुंकर घालावी आणि त्यांना सांगावे की, त्यांना वाचवणे मला खरोखरीच शक्य नव्हते पण त्यांच्यासाठी मीही रडत होते. त्यांचे तुटून पडणे, बिखरणे... मीही त्या कळा सोसत होते; पण त्या परक्या हद्दीत प्रवेश मिळणे मला शक्य नव्हते...

ती उदासलेली, उन्मळलेली झाडे बघायला लागू नयेत म्हणून मी शेवटी खिडक्या बंद करून टाकल्या, पडदे ओढून घेतले.

दिसूच नका तुम्ही मला!

पण रात्री...

रात्रीच्या मध्यावर अंधारलेल्या अवकाशातून कुणीतरी फुटून फुटून रडू लागले. तो हुंदक्यांचा आवाज कानी येताच मी अर्धवट झोपेतून जागी झाले. दु:खाने कळवळून ग्लानी आलेले मन कानोसा घेत ऐकू लागले... कोणी रडतंय? घराबाहेर यावेळी कोण रडत उभे असेल? की घरातल्या अंधारातच कुणीतरी ऊर फुटल्यागत रडू लागलेय? माझ्याच अंतरंगातला हा तीव्र दु:खाचा ध्वनी काळोखातून मला हाकारत उठवतोय, साद घालतोय... क्षणभर चलबिचल झाली. पण त्या दु:खाच्या ध्वनीची आर्तता वाढत चालती होती. गदगदून फुटणारे हुंदके अंधारातून धावत येत राहिले. थकलेले शरीर मोठ्या कष्टाने उचलत मी खिडकीकडे धाव घेतली.

पडदे सरकवले. खिडक्या उघडल्या.

त्या बागेतले दिवे आज कधी नव्हे ते बंद केल्यामुळे तिथे काळामिट्ट अंधार पसरला होता. छिन्नविछिन्न झालेल्या झाडांच्या भेसूर आकृती त्या अंधारात उभ्या होत्या. त्यांच्या तुटक्या फांद्या वेड्यावाकड्या होत आकाशाकडे उंचावत गेल्या होत्या, आकाशाला अनेक ठिकाणी फाडून टाकत त्या वरपर्यंत गेल्या होत्या. ते बघता बघता माझी दृष्टी आज आकाशाच्या छतापर्यंत चढत गेली. कुठेही एक टिकलीएवढी देखील चांदणी उमटलेली नव्हती. आसमंतात सगळीकडे अंधाराचे अस्तित्त्व दाटले होते. ते भयभीत करणारे होते. शहराच्या भर मध्यवर्ती वस्तीत एवढा अंधार कसा असावा? कसली अपशकुनी रात्र आहे ही?

पण बघता बघता त्या फाटक्या आकाशात एक फट नकळत उमटून हलकेच सरकत चालली होती आणि तीमधून कुठलातरी दूरवरचा एक क्षीणसा प्रकाशाचा किरण त्या अंधाऱ्या पोकळीतून मंद प्रवास करत खाली येऊ लागला. बघता बघता तो धूसर प्रकाश त्या विद्रूप झालेल्या झाडांपर्यंत येत त्यांच्या अवतीभवती पसरत गेला. झाडाच्या तुटलेल्या फांद्यांवरून रेंगाळत... पानांवरून घरंगळत... खोडावरून पाझरत तो उजेड पायतळीच्या दु:खमग्न अंधारातून भोवतालच्या हिरवळीवर हळुवारपणे पसरत गेला.

आणि त्या अर्धवट प्रकाशलेल्या अंधारात झाडाच्या खोडाजवळ तळाशी कुणी बसले आहे हे माझ्या दुखऱ्या डोळ्यांना अस्पष्टसे जाणवू लागले. मिट्ट अंधाराच्या रंगाची शाल बुरख्यासारखी आपादमस्तक लपेटून घेऊन कुणाची तरी आकृती त्या खोडापाशी झुकलेली दिसत होती.

आणि तीच हुंदके देत मुसमुसत रडत होती.

तो माझ्या नजरेचा भास नव्हता. नक्की तिथे कुणीतरी येऊन बसले होते. या झाडांवर अपार माया करणारी कुणी व्यक्ती... त्यांच्यावर झालेल्या अत्याचाराने व्यथित झालेली ती स्त्री... ती स्त्रीच होती. तिच्या मनाच्या खोल तळातून उमटणारा आक्रोश हुंदक्यांतून फुटून व्यक्त होत चालला होता. त्या दुःखाच्या आवेगाने तिचे सगळे शरीर गदगदत होते. तो शोक करता करता ती हलली तसे इतका वेळ तिच्या पलीकडे लपलेली आणखी एक आकृती... पलीकडे तशीच आणिक एक अवगुंठनात गुरफटलेली स्त्री... अशा कितीजणी तिथे जमल्या असतील कुणास ठाऊक? पण त्या सगळ्याजणी तिथे होत्या, हे मात्र नक्की होते. त्या सगळ्यांच्या आक्रंदनाचा एकच ध्वनी त्या अंधारात उमटत चालला होता. सगळी झाडे-पाने त्या दुःखाच्या करुण नादात बुडून गेली होती, स्तब्ध झाली होती. अंधार थिजून गेला होता. एकमेकींचे डोळे पुसत, खोडांवरून धीराचा हात फिरवत, त्यांना कुरवाळत त्यांनी सगळी रात्र जागून काढली होती.

आणि मी देखील.

फोन मात्र शेवटपर्यंत वाजलाच नाही.

सकाळी उठल्यावर चहाचा कप हातात घेऊन खिडकीत उभे राहायचा माझा रोजचा क्रम. रात्रभराच्या जागरणामुळे डोळे दुखायला लागले होते. डोके दुखू लागले आणि हातातल्या कळांचा ठणका वाढतच चालला होता. दुखणारा हात आणि थकलेले, निराश झालेले मन आता कसे संभाळायचे मी? दंवाने चिंब झालेल्या ताज्यातवान्या झाडांकडे बघत मनाशी खूष होत माझा दिवस सुरू व्हायचा. त्याची तर आज पारच धूळधाण झाली होती. समोरच्या झाडांच्या चिरांमधून समोरचे निरभ्र आकाश आता चकचकीत प्रकाशाने भरलेले... दूरपर्यंत पसरत गेले होते. जणू इथे घडलेल्या उत्पाताशी... या इथे येऊन गेलेल्या काहुराशी त्याचे काहीच देणेघेणे नाही.

असे कसे?

रस्त्यावर नेहमीची गर्दी होती.

तोच स्टॉप.

त्याचवेळी येणारी तीच ठरलेली बस.

तीच रोजची डावीकडची पहिली सीट.

आजूबाजूने माणसांचे लोंढेच्या लोंढे धावत सुटले होते... रस्ता क्रॉस करणारे लोंढे... बसला चिकटलेले लोंढे... ट्रकपाठी गच्च कोंबलेले लोंढे.. कामाला निघालेले... वाटले, हे पण आता कुठल्या ना कुठल्या झाडावर कुऱ्हाडींचे धारदार घाव घालायला निघाले असतील नाही?

खटाखट्... खटाखट्... झाडाची कत्तल करायला...

खुनी...

हायवेवर उतरून रोज रिक्षा पकडायची.

तशी आजही पकडली.

लख्ख उन्हातून चकचकणाऱ्या डांबरी हायवेवरून रिक्षा सुसाट धावत निघाली होती. खांद्यातल्या कळांचा ठणका हाताबरोबर मानेपर्यंत पसरत चालला होता. तो कमी कसा करणार? समजेनासे झाले?

आजचा दिवस कसा काढणार?

आणि पुढचे कित्येक दिवस...?

सुन्न.

रिक्षा हायवेवरून डावीकडे वळली आणि छोट्या रस्त्यावरून धावू लागली. चढ संपून गाडी उताराला लागली. रिबिनीची गुंडाळी उलगडत पळत लांबवर जावी, तशा सपाट पसरत दूर गेलेल्या रस्त्यावरून नजर सरसर पुढे धावत गेली. लख्ख प्रकाशात तळपणाऱ्या डांबरावरून झपकन् परावर्तित होणाऱ्या किरणांमुळे क्षणभर डोळे दिपले, अन् बंद झाले.

मिटलेल्या पापण्यांच्या आत लालभडक प्रकाश उमटला.

भाजणारा.

उष्ण.

चुरचुरणारे डोळे उघडले अन् बघते तर समोर धावणाऱ्या झाडांची रांगच रांग उमटली होती.

मोठमोठ्या भरपूर हिरव्यागार पानांनी भरलेली, बहरलेली समृद्ध झाडांची रांग...

ही झाडे कुठली?

इथे कधीपासून आहेत?

आणि इतके दिवस मला कशी दिसली नाही?

अनेक प्रश्न मनात पटापट उमटत गेले... आश्चर्यचकित करत गेले आणि उमटून मनाच्या पृष्ठभागावर येईपर्यंत झाडे परत मिळाल्याच्या आनंदात हरवून नाहीसे देखील झाले. एकदम जादूचा मंत्र फेकला जाऊन चित्र बदलून जावे तशी

रस्त्याच्या एका कडेने ताज्यातवान्या हिरवाईने डवरलेली, उंचनिंच अन् मजबूत खोड असणाऱ्या झाडांची लांबलचक ओळ पार पुढच्या वळणापर्यंत वाढत गेलेली मला दिसत होती.

माझी नजर त्यांच्यावरून धावत पुढे पुढे जात राहिली.

आणि हे काय?

त्या आश्चर्याच्या धक्क्याने माझा श्वास रोखला गेला.

दूरवरच्या झाडांचे वरचे शेंडे इवल्याइवल्याशा लाल-लाल फुलांनी फुलून आले होते. क्षणभरापूर्वी हाच रंग बंद पापण्यांमागे उमटला होता. क्षणभर आपले उग्र रूप दाखवून तो लुप्त झाला होता. जणू पुढे वाट बघत असलेल्या घटनेची सूचना देण्यासाठीच तो आपल्या अवघ्या शक्तिनिशी माझ्यासमोर प्रकट झाला होता.

पळस? नक्की पळसच होते ते... फायर ऑफ द फॉरेस्ट... पळसांची एक भलीभक्कम हिरवीगार पलटण रस्त्याकडेला वाढत गेलेली होती आणि इतके दिवस केवळ हिरव्यावर समाधान मानणारी ही झाडे आज उमलली होती. डोळ्यांपुढचा लाल रंगाचा तेजस्वी बंदिस्त लोळ डोळे उघडताच सुटका झाल्याच्या आनंदात बेहोष होऊन झाडांवर विखरला गेला होता. त्या रंगाच्या हर्षाची फुले आता फांद्यांवर फांद्यांवर उमलली होती.

पळस...

फायर ऑफ द फॉरेस्ट...

आगीच्या छोट्या-छोट्या ज्वाळांसारखी फुले फुटायला सुरुवात झाली. आता ही अशीच फुलत, उमलत आनंदाने बहरून येत राहतील. पुढे पुढे त्यांचा बहर इतका भराला येईल की, सगळी हिरवी पाने गळून पडून फक्त ज्वाळांनी धगधगणारे झाड कडकडीत उन्हात उभे असलेले दिसेल. त्या आगीची धग डोळ्यांना सहन होणार नाही. तरीही त्यावरून नजर हलवता येणार नाही कुणाला... म्हणजे उन्हाळ्याला सुरुवात झालीच तर!

रिक्षा धावत पुढे चालली होती. रस्ता संपत आला. झाडे पळत पळत मागे पडत गेली... दूर जात लहान होत गेली तरी कितीतरी वेळ रिक्षाच्या खिडकीतून वाकून-वाकून मी डोळे भरभरून त्यांच्याकडे बघत राहिले. रिक्षा वळणावर झापकन् वळली, लक्षात आले डोळे भरून आले आहेत. अन् जाणवले की मनातले वादळ आता शांत होऊ लागले आहे. हातही दुखायचा कमी झाल्यासारखा वाटतोय का? असेल कदाचित, पण आता उन्हाळा येणार होता. कडकडीत विस्तवासारखी आग पेटणार होती. पळसावर, गुलमोहरावर लाल-लाल तुरे फुटून उमलणार होते. झाडांचा कायापालट होणार होता. पायाशी साठलेले प्लॅस्टिकच्या पिशव्यांचे ओंगळ

ढीग, रस्त्याकडेची ओथंबून वाहणारी गटारे, पलीकडच्या झोपडपट्टीतली मानवी भुतावळ... धारदार स्वार्थी कुऱ्हाडी... सगळे सहन करून झाडे वाढत राहणार होती. मला ती रोज दिसणार होती. नवीन सृजन... नवीन निर्मिती... नवा जन्म... नवी सृष्टी आकार घेणार होती.

कदाचित... कदाचित नाही, नक्की हे सर्व होणार होते.

आणि मी?

मी सुद्धा एक नवा जन्म घेणार होते. एक नवी न घाबरणारी... न हरणारी... आनंदी मी.

त्यांच्यासारखी.

◆

(हेमांगी, वर्षा-वासंतिक विशेषांक १९९९)

थिंग्ज हॅपन्...

If you should ask me where I have been all this time
I have to say this : "Things happen"!

टाळायचा प्रयत्न कितीही केला असता तरी आपण कधी ना कधी भेटणारच होतो; अनोळखी बनून जगत असताना आपली ओळख होणारच होती.

किती सहज घडलं ते सगळं! शहरात जवळपास राहणाऱ्या नातेवाइकांना, मित्र-मैत्रिणींना क्वचितच भेटणारी मी. त्याच्या बरोब्बर विरुद्ध स्वभावाचा तू. अचानकपणे एकमेकांना कसे भेटलो? त्या दिवशी मीटिंग संपता संपता खूप उशीर झाला, तेव्हा त्या गर्दीतून वाट काढत मला शोधत तू आलास अन् पुढे मला घरी पोहोचवायला देखील आणि मी तुला तसे येऊ दिले.

का? का येऊ दिले?

त्यानंतर सतत तुझे फोन येऊ लागले अन् माझ्या स्वभावानुसार मी ते टाळत राहिले, पण तुझी आठवण? ती मी कशी टाळणार होते? का कुणास ठाऊक, प्रत्येक वेळी तुझी आठवण मनात जागी झाली की बरोबरच जागी होत असे ती कधीतरी पुढे येणाऱ्या दु:खाची, वेदनेची एक काळीकुळकुळीत जाणीव. काहीतरी अतर्क्य घडणार असण्याची एक अगदी दबक्या पावलांनी येणारी चाहूल... थिंग्ज हॅपन्...

कुठल्याही वेळीअवेळी माझ्या फोनची बेल वाजली की, मला अगदी अचूक कसे कळत असे की, हा तुझाच फोन? दुसऱ्या कुणाचा असूच शकत नाही, मग हा घ्यावा की नाही? आणि समजा, जरी तो मी नाहीच उचलला, तरी तिकडून येणारी ती हाक, त्या आवाजातले आर्जव मला आत्ता इथेसुद्धा ऐकू येतेय त्याचे मी काय करायचं?

"विन्नी..."

काही न बोलता, तुझा आवाजसुद्धा न ऐकता ती वेदनेची कळ मनात पसरत जाते. काय करायचे? कुठे जायचे, त्या आवाजात असे काय आहे, जे मला खेचते, ओढते, त्या फोनपाशी घेऊन जाते?

फोन वाजायचा थांबत नाही. तो वाजत राहतो, तशी ती कळ तीव्र होत वाढत जाते. करकरीत संध्याकाळचा फोन वाजायला लागतो, तो वाजतच राहतो. सगळ्या

घरात तो कर्कश चिरका आवाज भरून राहतो. मी घरात बघत राहायची.

या घरातला सगळा प्रकाश कुठे गेला?

"अगं, तो फोन उचलू नकोस" असे मला कुणीच कसे म्हणत नाही?

अंधारातून चालत निघालेली ही कोण? हा पुढे उचलला जात असलेला हात कुणाचा? माझा? त्याला कुणीच कसे थांबवू शकत नाही? अगदी मीसुद्धा...

"विन्नी, कधी भेटतेस?"

"सॉरी, माझी मीटिंग आहे उद्या..."

"नो आय ॲम बिझी..."

"डिनर? नाही जमणार. बाहेरगावी असेन."

"सॉरी."

"नो."

"नो."

तऱ्हेतऱ्हेने मी नकार देत होते. पण तुझे फोन यायचे थांबले नाहीत. तसे फोन करण्याची तुला सवयच लागून गेली असावी आणि ते घ्यायची मला. पण यापुढे मला फोन करूच नकोस, असे सांगण्याची हिंमत मी तेव्हा का करू शकले नाही? की या खेळाचे एक नवीन आकर्षण कुठेतरी जन्माला येत होते?

थिंग्ज हॅपन्...?

आणि एका संध्याकाळी फोन वाजलाच नाही. बिल्डिंगच्या उंच मनोऱ्यावरून काळोख हळूहळू खालच्या चौकात उतरायला लागला. बागेत दंगा करणारी मुले घरोघरी पळाली, तशी सगळीकडे सामसूम दाटून आली. संध्याकाळ एवढ्यात संपलीसुद्धा?

घरात काळोख गोठत चालला. पण फोनची बेल वाजलीच नाही. तो थंडगारच राहिला.

असं कसं झालं? त्या फोनच्या वाजण्याची मला इतकी सवय झाली? केव्हा झाली? माझी उद्विग्नता वाढत चालली.

काय करू? कसं?

तेवढ्यात दारावरची बेल वाजली. दार उघडताच बाहेरच्या पॅसेजमधला लख्ख प्रकाश झपकन् घरात शिरला. बघितले तर बाहेर अमर आणि तू...

"तुम्ही?"

अमर पुढे, तू मागे.

अमर नेहमीसारखा उत्साहात, हसत, बडबडत आत आला. तू तितकाच शांत होतास; पण डोळ्यांच्या कोपऱ्यात एक लहानशी सावलीची जागा असते, तिथे कुठेतरी एक छोटीशी उत्सुकता, थोडेसे कुतूहल दाटले होते का? की मला उगीचच तसे वाटत होतं.

मी काहीतरी बोलायला हवे होते, नाही का?

“अरे, आज तुम्ही दोघं एकदम?”

“हो तर, आज आम्ही तुला ड्राईव्हला घेऊन जायलाच आलोय.” अमर बोलला.

“अरे, पण मला कामं आहेत...”

माझ्या त्या वाक्यातला खोटेपणा जाणवून मी एकदम थांबले. अंधारात बुडून गेलेल्या या घरात मी अगदी एकटी, रिकामी बसलेली आहे हे यांना काय दिसत नाही? जरी कामे असती, तरी ती आज केली नाहीत तरी फारसे अडणार नाही. पण म्हणून यांच्याबरोबर बाहेर जायचे? न जाण्याला कारण नाही, पण जाण्याला तरी ते आहे? ज्याला आपण टाळतच आलो, ज्याची खरे तर आपल्याला थोडीशी भीतीच वाटत राहते त्याच्याबरोबर बाहेर फिरायला जायचे? मला पटत नव्हते. पण वाटले की आतून जाण्याबद्दल एक ऊर्मी जाणवतेय, ती आतून ढकलतेय, तिचे काय? आणि ही जी वेदनेची कळ मला सतत छळतेय तिचे कारण सापडले तर किती बरे होईल? कदाचित ती सतत पाठपुरावा करणारी, घुसमटवणारी वेदना नाहीशी होईल. कदाचित हा एकच मार्ग असेल ते उत्तर शोधण्याचा, त्यापासून सुटका करून घेण्याचा. बघावा का प्रयत्न करून?

थिंग्ज हॅपन्?

अमरने गाडी अगदी वेगात सोडली होती. त्याची उत्साही बडबड चालूच होती. त्याच्याच आवडीचे कुठलेसे फेसाळणारे संगीत गाडीत सुरू होते.

तू, मी आणि तो.

आपण तिघांनीच असे कधीतरी सर्वांना चुकवून फिरायला जायचे, गप्पा मारायच्या, जेवायचे-खायचे अशी सगळी मजा करायची, हे त्याने कधीपासून मनाशी ठरवलेले असणार. आज सगळ्या गोष्टी त्याच्या मनासारख्या जमून आल्या होत्या. शहरातली गर्दी, ट्रॅफिक, गोंगाट सगळं मागे टाकत गाडी एका दूरच्या समुद्रकिनाऱ्याकडे वळली होती. आत्ता समुद्राच्या किनारीवर कुणीच दिसत नव्हते. दूरवर अंधाराने भरलेल्या आकाशाच्या स्तब्ध पोकळीखाली अंधाराचाच एक नि:शब्द समुद्र. मध्ये क्षितीज नावाची एक नुसतीच काळी रेघ... मधले आम्ही तिघे... तीन ठिपक्यांसारखे. तीन स्थिर ठिपके.

किनाऱ्याकडेच्या रस्त्यावर गाडी थांबवून अमरने डिकी उघडली.

आतला ड्रिंक्सचा सगळा सरंजाम बघून मला हसू यायला लागले. म्हणजे माझा अंदाज अगदी बरोबर होता, तशी सगळी योजना अमरने आधीच ठरवून टाकली होती. ग्लासेस हातांत घेऊन आपण तिघेही ओसरून आत दूरवर खेचल्या

गेलेल्या समुद्राकडे बघत किनाऱ्यावरच्या कठड्यावर बसलो. मागच्या गाडीतून आता कुठलीशी संथ सिंफनी उमटायला लागली होती. बाकी सगळीकडे फक्त शांतता.

"विनी, याद है हम इसी तरह कॉलेजकी, थिएटरकी दीवारपर बैठा करते थे।" त्यावेळची ती विनी, तो अमर, जम्नी, रमा आठवून आम्हांला हसायला येऊ लागलं. कॉलेजच्या दिवसांच्या आठवणी निघायला लागल्या. चोरून बघितलेले पिक्चर्स, त्याबद्दल घरात खाल्लेली बोलणी, त्यातून एकमेकांना वाचवण्यासाठी मारलेल्या थापा... पाय हलवत, हलवत आमच्या गप्पा मजेत रंगत चालल्या होत्या. चारी बाजूंनी गडद होत चाललेल्या अंधारातून समुद्र पुढे-पुढे सरकत येताना जाणवत होता. एका बाजूला तू आहेस, शांत बसलेला आहेस... मधूनच कधीतरी ग्लास भरायला उठला आहेस, हे जाणवत होते. त्या तुझ्या तशा असण्याचाच एक आधार वाटायला लागला होता का? तू तिथे होतास म्हणून तर मी अन् अमर असे मोकळेपणी बसून बोलू शकत होतो. हे असे यापूर्वी कधीतरी आम्ही कॉलेजात असताना झाले असेल, कितीतरी वर्षांपूर्वी... या मधल्या काळात ते सगळे दुवे इतके तुटून, हरवून कसे गेले? आम्ही इतके तुटून वेगवेगळे कधी पडलो? एकएकटे कसे झालो? का झालो? असे चालू असतानाच त्या समोरपर्यंत भरून आलेल्या समुद्रातून एक प्रचंड लाट अचानकपणे उसळत वर आली आणि अंधाराने भरलेल्या त्या आकाशाकडे झेपावली. आपण तिघांनीही ती एकदम बघितली.

काहीतरी न घडणारे घडतेय?

त्या घटनेचा तडाखा बसून आम्ही दोघे एकदम गप्प झालो. पण तू? तू ताडकन् उठून उभा राहिलास, एकदम ताठ उभा होत होत मोठ्याने ओरडलास,

"अमर, विन्नी... लाट... लाट बघा."

उसळून कोसळतानाही डोळ्यांत न मावणाऱ्या त्या अजस्र लाटेपुढे उभा असणारा पाठमोरा तू... तुझ्या उंचीतला सगळा ताण तुझ्यापुढे उंचावलेल्या हाताच्या बोटातून समुद्राकडे खेचला गेला होता. तो लांब हात, मनगट, दुमडलेली बोटे, न दिसणारा अंगठा, समुद्राकडे रोखले गेलेले ते एकटे बोट... हे वर्षानुवर्षांपासूनचे माझ्या परिचयाचे होते. कधीपासून मी ते बघत आले होते. पण ते कसे शक्य होते? हा क्षण, हा प्रसंग पूर्वी कधीच घडला नसताना ही ओळखीची स्पष्ट जाणीव सरसरत कशी, कुठून मनात शिरली होती? मी अमरकडे बघितलं, तर तो अजूनही डोळे विस्फारून समुद्राच्या पृष्ठभागावर कोसळून फेसाळणाऱ्या त्या लाटेकडे बघत होता. तेवढ्यात त्याचे ओठ हलले. तो एकदम म्हणाला,

"विनी... विनी... सुनील..."

सुनील?

सुनीलची आठवण आम्हा दोघांना त्या क्षणी एकदमच झाली? कशी?

सुनील तसा माझा शाळेपासूनचा सोबती. मित्र नाही पण सोबती. तसे आम्ही एकत्रच वाढत, शिकत, मोठे होत गेलेलो होतो. पण आमची तशी मैत्री अजिबात नव्हती. मी लहानपणी लायब्ररीतल्या पुस्तकांच्या मागे लागून भलामोठा चष्मा लावून घेतलेला होता. तर त्याचा तेव्हा आपला ड्रम्स, गिटार जमवून बीट ग्रुप करायचा उद्योग चालू असायचा. मी संस्कृतला तर तो फ्रेंचला, तो टेनिसला तर मी पोहायला असे काहीतरी वेगळेवेगळे नेहमी चालू असे.

कदाचित जाणूनबुजून.

मी तशी घुमी, एकलकोंडी, तर सुनील मित्र-मैत्रिणींबरोबर शिक्षकांशीही जवळीक करून असे. शाळेपासून त्याचा हा आगाऊपणा बघून मला खूप राग येत असे. तसा आमच्या दोघांच्या कुटुंबात घरोबा होता, पण आमच्यांत मात्र भांडण म्हणावे तर तसे नाही आणि संवाद म्हणावा तर मुळीच नाही. पण शाळेनंतर ही ब्याद कॉलेजमध्ये माझ्या पाठोपाठच आली होती. इतक्या दूरच्या कॉलेजमध्ये नाव घातल्यामुळे आई तशी माझ्यावर नाराजच होती. त्यात कॉलेजमधल्या माझ्या सगळ्या उद्योगांवर बारीक लक्ष ठेवून त्यातले सगळे तपशील आईला पुरवण्यात सुनीलने कोणतीही कसर बाकी ठेवली नव्हती. मी घरी पोचण्यापूर्वी येऊन, आईला सगळ्या बातम्या पुरवून, तो कधी निघून जात असे, कुणास ठाऊक. माझा त्याच्यावरचा राग दिवसेंदिवस वाढतच चालला होता.

एकदा असेच लॅबमध्ये प्रॅक्टिकल सुरू होते. तेवढ्यात पाठून जम्नी आली. माझ्या कानांशी लागून कुचकुचली,

"यार, देख, सुनील फेऱ्या मारतोय बाहेर."

तिच्या त्या वाक्याचा संदर्भ लक्षात न येऊन, गोंधळून जात मी वळले, खिडकीबाहेर बघितले, तर खरोखरच सुनील पाठमोरा भराभर जाताना दिसला.

जम्नीकडे मी वळून बघते तर तिचे आपले पुढे चालूच...

"तू पिक्चरला चलणार त्याच्याबरोबर? आम्ही सगळे जातोय. चल् ना यार."

"जम्नी, काम कर आपलं."

"सच यार, चल् ना."

"जम्नी, गेट लॉस्ट फ्रॉम हिअर."

मी उखडले. पण जम्नी ती जम्नीच. ती एवढ्या सहजासहजी तिथून हलणार नव्हती.

"सच यार विनी, तू खूप आवडतेस त्याला. ही हॅज रिअली फॉलन फॉर यू. तो म्हणतो..." तेवढ्यात इथे काय कुजबुज चाललीय ते बघायला डेमॉन्स्ट्रेटर उठून तिथे आली आणि माझी जम्नीच्या तावडीतून सुटका झाली. पण माझे लक्ष प्रॅक्टिकलवरून उडाले, हे मात्र अगदी खरे.

वाटले, जम्नी म्हणते ते खरे नसेल. नसणारच, की असेल? त्याला इतर चिक्कार मैत्रिणी होत्या की, मग माझेच नाव याने का घ्यावे?

सुनील आता दूरवर कुठे दिसला, तरी माझ्या अंगाचा भडका उडायला लागला. पण करते काय? आणि मग हळूहळू लक्षात यायला लागलं की, त्याच्या लेक्चर्सचे वेळापत्रक वेगळे असले तरी हा सकाळ-संध्याकाळ आपल्याच ट्रेनला असतो, लायब्ररीत तो अगदी समोरच्याच टेबलवर बसतो, प्रॅक्टिकल चालू असताना लॅबवरून फेऱ्या मारतोच मारतो आणि एक मी सोडून सर्वांच्या ते कधीचेच लक्षात आलेले आहे. त्यातच बहुधा जम्नीनेच फाजीलपणा करून सगळ्यांना सांगून टाकले असावे. तेव्हापासून कॉलेजमध्ये सगळीकडे मग "विनी... विनी... विनी..." सुरूच झाले.

मी या सर्वांकडे लक्ष द्यायचे नाही, असे अगदी ठाम ठरवून टाकले, तरी आतून माझा राग वाढत, साठत चालला होता. शेवटी मीच ट्रेनची वेळ बदलली आणि प्रॅक्टिकलचे टेबलही मोठ्या मुश्किलीने बदलून घेतले. खिडकीबाहेर डोकवायचा मोहच नको. लॅबच्या त्या खिडकीतून बाहेरची दलदल दिसायची. पूर्वी तिथे खाडीचे पाणी भरत असणार. कारण काटेरी मॅनग्रोव्हज्‌ने भरलेली ती दलदल पार क्षितिजापर्यंत पसरलेली होती. आता मात्र कॉलेजचा पसारा वाढवण्याच्या सबबीखाली मोठमोठे डम्पर्स आणून भराव घालण्याचे काम तिथे सुरू झाले होते. डम्पर्स आल्यापासून त्या सगळ्या वातावरणावर एक धुळकट हिरव्या रंगाचे सावट उदासपणे पसरलेले असे. पण ही दलदल कॉलेजच्या इमारतीच्या कुंपणाला येऊन जिथे भिडत होती तिथे कसे कुणास ठाऊक, एक लॅबर्नमचे झाड उगवले होते. बहुतेक चुकूनच. त्याच्याबरोबर त्याचे कुणीच सगेसोयरे नव्हते. एखादा गुलमोहर, एखादी सुबाभूळ तरी असावी, पण त्यातले कुणीच त्याच्या साथीला तिथे उभे नव्हते. त्याच्या अगदी पायाजवळच्या दलदलीत मॅनग्रोव्हज्‌चे खुरटे गचपण वाढलेले दिसत होते... कॉलेजच्या बागेचा माळी कधी चुकूनसुद्धा त्याला पाणी घालताना दिसत नसे. तरीसुद्धा ते आपले तसेच... कडकडीत दुपारी त्या धूळ भरलेल्या आकाशाखाली सोनपिवळी फुले अंगावर घेऊन झुलत उभे असायचे. ...आकाशातून धावणाऱ्या ढगांकडे बघत राहायचे... एकटेच...

पहिल्या दिवशी त्या टेबलवर काम करताना जरा वेळ हायसे वाटले. मात्र त्या खिडकीजवळच्या टेबलावर जसा कामाला मूड यायचा, तसा इथे येईना.

येईल मूड, होईल सवय, असे स्वत:ला समजावून सांगत राहिले. प्रॅक्टिकल सुरू झाले तशी हळूहळू नव्या टेबलची सवय व्हायला लागली; पण नुसतीच आपली सवय, ओळख नाहीच.

आणि काम करता करता मध्येच तंद्रीत नेहमीसारखी जुन्याच टेबलकडे गेले.

रोजच्या सवयीनुसार खिडकीतून नजर बाहेर गेली आणि तशीच खिळून राहिली. लॅबर्नमच्या झाडाखाली सुनील उभा होता. खिडकीकडे बघत.

मी क्षणभर गारठले. मी त्याला असे पकडलेले बघून तोही सटपटला, झर्रकन वळला आणि नेहमीसारखा भरभर निघून गेला. म्हणजे जम्नी म्हणत होती ते अगदीच खोटे नव्हते. मी टेबल बदललेय ही बातमी त्या नालायक जम्नीने त्याला लगेच पुरवली असणार. तरीही तो भर दुपारच्या उन्हात, दलदलीच्या काठावरच्या त्या एकुलत्या एका झाडाखाली येऊन थांबला होता. कशासाठी? चीड, लाज, अपमान सगळ्यांचा मनात एक विचित्र गोंधळ सुरू झाला होता. डोके दुखायला लागले होते. सगळा दिवस या अवस्थेत, उलाघालीतच पार पडला.

संध्याकाळी ट्रेनमध्ये चढले.

हळूच वाकून समोरच्या डब्यात बघितलं, तर सुनील ट्रेनमध्ये चढला नव्हता. दुसऱ्या दिवशी पहाटे तो स्टेशनवर दिसला नाही. मग लायब्ररी, कॅन्टीन... दिवसभर माझी नजर त्याला शोधत राहिली. पण त्याचा कुठेच पत्ता नव्हता. कुठे धडपडला तर नसेल? ट्रेनच्या दारात उभे राहून बाहेर लटकायची त्याची सवय मला आठवली.

"मरेगा स्साला तू एक दिन..."

अमर नेहमी वैतागून त्याला दम द्यायचा.

खरोखरीच वरचा धरलेल्या हाताची पकड सुटून ट्रेनमधून खाली पडला तर नसेल? हात-पाय तुटून, रक्तबंबाळ झालेल्या अवस्थेत कुठेतरी रुळांच्या बाजूला घाणीत, अंधारात, तडफडत पडला तर नसेल? ओह गॉड, नो, धिस कॅन नॉट हॅपन टू हिम...

लॅबचा जिना चढता चढता मी धास्तावून पायरीवरच थबकले. भर दुपारी आकाशात ढगांच्या सावल्या कशा साठून आल्या असतील? वर पोचल्यावर मी सरळ खिडकीकडे धाव घेतली. खाली वाकून बघितलं, तर लॅबर्नमच्या झाडाखाली सुनील उभा होता.

आता सटपटायची पाळी माझी होती.

त्याला बघून मला आनंद का होतोय? की रडू येतंय? रागही येतोय? हे असे सगळे एकदम का होतेय? झिमझिम पाऊस पडल्यासारखे का वाटतेय्, ओल्या मातीचा दरवळ घुमायला लागलाय, कुठून?

बघितले तर खरोखरीच पाऊस पडायला सुरुवात झाली होती. लॅबर्नमचे झाड खुशीने फांद्या झुलवतेय आपले...

त्यानंतर तो एक क्रमच ठरून गेला. प्रॅक्टिकल करता करता माझे खिडकीत येणे, त्याचे तिथे लॅबर्नमच्याखाली उभे असणे. लायब्ररीत अभ्यास करताना पुस्तकातून

मध्येच मान वर केली की, त्याचे समोरच्या टेबलवर बसलेले असणे. ट्रेनमध्ये मधल्या जाळीतून बघितल्यावर त्याचे समोरच्या कोपऱ्यातल्या सीटवर बसून लक्ष नसल्यासारखे बसलेले असणे...

ट्रेनच्या दारात उभे राहून दंगा करायचा नाद त्याने आता का कुणास ठाऊक, सोडून दिला होता. आमच्यात संवाद मात्र अजूनही नव्हता. नुसतेच हे असे... अशी सगळी टर्म हळूहळू सरकत कधी संपून गेली, कळलेसुद्धा नाही.

परीक्षा संपल्या तशा कंटाळवाण्या सुट्ट्या सुरू झाल्या. मग रिझल्ट लागले. बघितले तर अमर, जम्नी, रमा, मी सगळेच नापास झालो होतो. पास झाला होता फक्त सुनील. एवढेच नव्हे तर त्याला दूरच्या कुठल्यातरी कॉलेजमध्ये मेडिसिनसाठी प्रवेशही मिळाला होता. त्याच धावपळीत तर गुंतला होता तो...

''सगळं वर्षभर उनाडक्या करून तो इतका चांगला पास झाला. नाव काढलं आई-बापाचं, नाहीतर तुम्ही.'' आई ठसकली.

सगळ्यांच्या घरी कमी-अधिक फरकाने हेच चालले होते. तरीही तो इतका दूर चाललाय म्हटल्यावर त्याला निरोप द्यायला सगळेच स्टेशनवर जाणार होते. ते सगळे जातायत, आईसुद्धा जाणारच आहे म्हणून मी जातेय असं स्वतःला सांगत मीही स्टेशनवर पोहोचले. मला तिथे आलेली बघून अमर, कुकी, जम्नी सगळ्यांनाच चेव वाढला. टाळ्या पिटून त्यांनी स्टेशन नुसते डोक्यावर घेतले. सुनील अवघडलेला, तशीच मीही. कुणी ना कुणी येत होते. त्याचे अभिनंदन करून जात होते. पांढरा शर्ट आणि जीन्स घातलेला सुनील... त्याची उंची, गोरेपणा, देखणा चेहरा... मी पहिल्यांदाच त्याला इतक्या जवळून बघत होते. त्याचे आई-वडील, भाऊ-बहीण, मित्र यांच्या गराड्यातून त्याला सुटता येत नव्हते आणि मी तरी त्याच्याशी काय बोलणार होते? गाडीची वेळ होत आली, माझी चुळबुळ वाढत चाललेली होती. तसा तोच गर्दीला बाजूला सारत सरळ माझ्याकडे आला. सांभाळून जा, स्वतःची काळजी घे, जमलं तर ई-मेल पाठव. ...माझी सकाळपासून घोकलेली वाक्ये बोलण्याची कोणतीही संधी मला न देता तो एकदम माझ्यासमोर येऊन उभा राहिला, वाकला आणि माझ्या कपाळावर हलकेच ओठ टेकवून म्हणाला,

''टेक केअर, विन्नी.''

आणि काही कळायच्या, बोलायच्या आत आला तसा निघूनही गेला. गाडी हलली. मला अजूनही आठवते, स्टेशनवर कावरीबावरी होऊन उभी असलेली ती मुलगी, मित्र-मैत्रिणींचा टाळ्या पिटणारा, शिट्ट्या मारून स्टेशन दणाणून टाकणारा गोंधळ, निरोपादाखल हलणारे हात... हळूहळू स्टेशनबाहेर सरकत निघालेली गाडी... डब्याच्या दारात उभा राहिलेला उंच सुनील... हसत हसत हात हलवणारा... दूर जाणाऱ्या गाडीबरोबर लहान होत गेलेला आणि मग झिरझिरत पडणाऱ्या

पावसात विरून गेलेला...

वाटलं, त्याला निरोप द्यायला इतके जण आले होते, पण निरोप असा त्याने फक्त माझाच घेतला होता.

एकटीचा.

आमचे आपले पुन्हा बे एके बे करत रुटीन सुरू झाले. तेच कॉलेज, तोच वर्ग आणि विषयही तेच होते तरीही काहीतरी बदललेले होते. यावर्षी खूप अभ्यास करायचा, नापास झाल्याचा शिक्का पुसून काढायचा आणि सुनीलसारखे मेडिसिनला जायचे, असे सर्वांसारखे मीही मनाशी घट्ट ठरवून टाकले होते. पण कॉलेजला जायला आता उत्साह वाटेनासा झाला होता. मी पुन्हा एकदा ते खिडकीजवळचे टेबल मिळवून घेतले, पण भर पावसाळ्यात एकट्याने झडप सहन करणाऱ्या लॅबर्नमकडे आता कसे बघायचे? लायब्ररीतल्या त्या खुर्चीवर आता कुणी इतरच बसे. ट्रेनमध्ये चढताना दोन-दोनदा वळून बघूनही बरोबर कुणीच चढत नसे.

तो नाही, तो नसणारच, हे जाणूनही त्याच्या असण्याच्या खुणा मी शोधत राही.

लायब्ररी... कॅन्टिन... पुस्तकांचे दुकान... जिम्... नुसत्या निरुद्योगी फेऱ्या. शेवटी एके दिवशी मी कंटाळले, थकले आणि घरीच बसून राहिले. तसेच दुसऱ्या दिवशी, मग तिसऱ्या, चौथ्या, पाचव्या... आठवडाभराने जम्नी, नीता, रमा मला शोधत घरीच येऊन थडकल्या. तशी आईही रागवली. मग पुन्हा माझी कॉलेजला जायला सुरुवात झाली. असं कंटाळत, रखडत काही आठवडे गेले असतील. दुपारी प्रॅक्टिकल सुरू होते. काम करताकरता अमरला दारातून आत येताना बघून मी चकित झाले. खरे तर या वेळी तो त्याची सगळी लेक्चर्स संपवून जिम्मध्ये गेलेला असायचा.

बघितले तर त्याचा इतका रडका चेहरा की, आता याला रडू फुटेल... आणि हा अडखळतोय का असा?

त्याला आत शिरलेला बघताच डेमॉन्स्ट्रेटर टेबलावरून उठली, पण तिच्या दरडावण्याला न जुमानता तो सरळ माझ्यापाशी आला.

"अमर, काय झालंय?"

"विन्नी, विन्नी..."

त्याला हुंदका आवरला नाही. हातातली बॅग खाली टाकत तो ओक्साबोक्शी रडायलाच लागला. ते बघून सगळी मुले तिथे गोळा झाली. माझे लक्ष अमरच्या पलिकडे, खिडकीतून दिसणाऱ्या लॅबर्नमकडे गेले. सुनील... सुनील आत्ता इथे हवा होता. तो असता तर सांभाळलं असतं त्याने अमरला...

आणि तेवढ्यात तिथूनच कुणाचे शब्द आले...?

"विन्नी, सुनील... सुनील नहीं है"

"क्या?"

ज़म्नी ओरडली.

"क्या बोल रहा है तू अमर? ठीक ठीक बोल."

ती बडबडत ओरडतच सुटली.

अमर...? सुनील? काय झालंय?

आणि अचानक सगळी लॅब भूकंप झाल्यासारखी धडाधडा हलायला लागली. हे इतके स्फोट कशाचे? हे काय चाललंय? ॲसिडच्या बाटल्या कोसळतायत. त्यांचा एक विचित्र धूर, एक भयाण दर्प इथे कसा कोंदत चाललाय? या ठिणग्या, किंचाळ्या... खिडक्या, शटर्स, ज्वालाग्राही रसायनांच्या बाटल्या... सगळ्यांचा चक्काचूर होऊन झालेल्या या ढिगाऱ्यात ही कोण उभी आहे? कुणीतरी भेसूरपणे रडतंय का? की कुणीतरी खदाखदा हसतंय? काहीच स्थिर नाही? हा कोसळलेला अमर... विखरलेला... बघितले तर जम्नी बरोबर रमा, कुकी सगळेच तिथे धावत आलेले होते. सगळेच रडतायत, रडत नाही ती एकटी मी. पण हातांच्या मुठी वळल्यात अगदी गच्च, तळहातावर काचा पडेपर्यंत.

"अमर, चल."

"कुठे?"

"त्याच्या घरी."

"विन्नी, विन्नी... आता तिथं जाऊन काय करणार? ॲक्सिडेंट होऊन पाच दिवस होऊन गेलेत."

"ॲक्सिडेंट?"

त्या बधिरपणातून हळूहळू समजायला लागले. परीक्षेचे पेपर्स चांगले गेले म्हणून मित्रांबरोबर पिकनिकला समुद्रावर गेलेला सुनील परत आला नव्हता. तो परत येऊच शकला नव्हता. जणू लाटांनी त्याला भूल घातली होती. जादूमंतर करत त्याला ओढून, खेचून आत नेले होते आणि गिळून टाकले होते. त्याच्याबरोबरचे मित्र हे सर्व बघत असहाय्यपणे किनाऱ्यावर उभे होते. लाटांच्या प्रचंड शक्तीपुढे त्याला वाचवायचे प्रयत्न करणे अशक्य ठरले होते. ते सर्व सुरक्षित होते, जिवंत परत आले होते. फक्त हा तेवढा तिथून परत आला नव्हता.

काय झाले असेल त्याला? नाका-तोंडात पाणी जाऊन घुसमटताना? हाता-पायांतली शक्ती कमी कमी होत जातेय, हे जाणवताना? शेवटची लाट प्रलयासारखी उचंबळून त्याला आपल्या पोटात घेत असताना? शेवटचा श्वास निसटून जाताना? डोळे मिटून जाताना?

एका सुंदर उमलत्या आयुष्याचा या दरियाने बळी घेतला होता.

त्याच्या घरी गेलो. त्याचाच चेहरा घेऊन आलेले धाकटे अमोल, बंटी... आम्हाला बघून आक्रोश करणारी त्याची आई... मान खाली घालून कोपऱ्यात बसलेले त्याचे वडील. दिवसाउजेडी त्या घराच्या मानगुटीवर बसलेला तो गडद अंधार. तिथे भेटायला येणाऱ्या-जाणाऱ्यांची गर्दी जमलेली होती. जम्नीने ते सगळे बघून मोठ्याने गळा काढला. तशी ती सगळा रस्ताभर हमसाहमशी रडतच आली होती. कुकी, अमरने कसे तरी तिला शांत करण्याचा प्रयत्न चालवला होता. पण तिला रडणे आवरता येत नव्हतं. त्यांना तरी कुठे रडू आवरत होते? पण तिथून निघताना अचानक जम्नीने रोख माझ्याकडे वळवला. दात, ओठ खात रडत रडतच ती किंचाळली, "तू... तू रोती क्यों नहीं? सुनील तो चला गया. इतना मनाया तुझे, पर आखिर तक "चली नहीं ना उसके साथ? इतनीसी बात मनमें रखके चला गया वह... विन्नी... अब कमसे कम रो ले उसके लिए... रोयेगी नहीं तू? नहीं रोयेगी? क्यों नही रोती तू?"

आणि असेच काहीबाही, कितीतरी कितीतरी वेळ.

थिंग्ज हॅपन्?

थिंग्ज हॅपन्...

आज तशाच एका संध्याकाळी आम्ही त्याच समुद्राच्या किनाऱ्यावर गप्पा मारत बसलोय. बोलता बोलता आम्ही दोघेही गप्प झालो, तेव्हा त्या शांततेत एक गोष्ट पुन्हा एकदा स्पष्टपणे जाणवली की, घर सोडल्यापासून आम्हीच काही ना काही बोलत होतो. तू मात्र काहीच बोललेला नव्हतास की, न बोलणे हीच तुझी एक प्रतिक्रिया होती? ते कदाचित एकाच क्षणी लक्षात येऊन मी आणि अमर एकदम गप्प झालो. काहीतरी चाळा हवा म्हणून मी वर बघितले, तर संपूर्ण चंद्र आकाशात उगवला होता. एकही चांदणी नसणाऱ्या निरभ्र आकाशातला चंद्र कितीतरी दिवसांनी बघायला मिळाला होता. एरव्ही शहरातल्या उंच सुळक्यातून भागलेला चांदोबा... आणि अंधारातून एकदम तुझे शब्द तरंगत आले,

"हं, चंद्राकडे बघता बघता कसली स्वप्नं बघता, विन्नी मॅडम?"

म्हणजे याला अंधारातसुद्धा दिसतं?

याचा अर्थ, इतका वेळ मी आणि अमर जे काही बोलत होतो, तो शब्द न् शब्द तू अगदी मन लावून ऐकला होतास. ज्या मागच्या आठवणी आमच्या मनांत जाग्या झाल्या होत्या, त्यांचे तरंग तुझ्यापर्यंत जाऊन पोहोचत होते. काही न सांगता, बोलता तुला सगळंच समजत गेलं होतं.

म्हणजे यापुढे तुझ्यापासून काहीच लपवून ठेवता येणार नव्हतं? आणि तुझा फोन यायचा तेव्हा मला मिळणारे ते संकेत? होणारी उलघाल? ते? तेव्हाचे?

मी एकदम चमकून बघितले, तर तू काहीच न घडल्यासारखे दाखवत आपला ग्लास ओठांना लावत आमच्याकडे पाठ फिरवून फेसाळणाऱ्या समुद्राकडे नजर रोखून बसलेला... पुन्हा आम्ही एकएकटेच... नि:शब्द... अंधारात बुडून हरवलेले...

थिंग्ज हॅपन्.

आम्ही गप्पगप्पच परत फिरलो.

परत फिरताना तू आमच्याबरोबर गाडीत बसायचे नाकारलेस. आता सगळा परिसर काळ्यामिट्ट अंधारात बुडून गेला होता. रस्त्याकडेच्या नारळीपोफळींची नुसती बाह्यरेषा अस्पष्टशी दिसत होती. आसमंतात कुठे हालचाल नाही, वाऱ्याची हलकीशी झुळूकसुद्धा नव्हती. मी आणि अमर गाडीतून निघालो... पुढे हेडलाईट्सच्या वर्तुळाकार उजेडात तेवढाच रस्ता उजळलेला होता.

आणि त्या रस्त्यावरून तरातरा चालत निघालेला तू.

अंधारामुळे अधिकच उंच वाटत असलेली तुझी काटकुळी उंची... लांबच लांब हात... अंधारात स्वत:शीच काहीतरी पुटपुटत तू पुढे पुढे चालला होतास. तुझी तंद्री तुटू नये म्हणून मी आणि अमर हळूहळू मागून गाडीतून येत राहिलो. रात्रीच्या त्या गूढ अंधारात पुढे पुढे सरकत निघालेले ते प्रकाशाचे वर्तुळ... त्या प्रकाशाकडे पाठ फिरवून लांबलांब पावले टाकत निघालेला तू... तुझ्याशी जखडून टाकल्यासारखे तुझ्या पाठोपाठ जडपणे सरकत निघालेलो मी आणि अमर.

किती वेळ असा प्रवास चालू राहिला? कुणास ठाऊक.

तुझ्यावरची नजर मला हलवता येत नव्हती. ते तुझे एकटेपणाने चालणे, हातवारे करत स्वत:शीच पुटपुटत राहणे हे सगळे माझ्या परिचयाचे होते.

कोण चालायचे असे? कुठे बघितले होते मी हे पूर्वी?

आठवणींच्या अगदी खोल तळाशी जाऊन बघितलं तरी उत्तर सापडेना, संदर्भ लक्षात येईना.

हा इतका अनोळखी, तरी ओळखीचा कसा आहे? आणि मी याच्या इतक्या ओळखीची कशी आहे? पुरून, गाडून टाकलेल्या जुन्या आठवणींनी इतक्या वर्षांनी आज धक्के द्यायला सुरुवात केली. त्याला तूच का कारण ठरलायस?

विचारात बुडालेल्या माझे पुन्हा समोर लक्ष गेले. समुद्र खूप मागे राहिला होता. गाडी आता चढाला लागली होती. तू अजून चालतच होतास. चढाची अर्धवर्तुळाकार कड जिथे संपत होती तिथून पुढचे काहीच दिसत नव्हते.

पण नाही कसे?

त्या कडेवर झुकत खाली आलेले आकाश आणि तेवढ्याशा अंधूक प्रकाशात सोनेरी फुलांनी बहरलेले ते कोणते एकुलते एक झाड तिथे दिसतेय?

त्या अर्धवर्तुळाकार कडेवर? कोणतं? लॅबर्नम्?

त्याच्या दिशेनेच तर तू झपाझप चालत निघाला होतास. चालता चालता तू एकदम मानेला झटका दिलास, हात उडवलास आणि ती वेदनेची कळ एकदम माझ्या सर्वांगातून चिरत, फाडत गेली. मी बघतच राहिले.

सुनील?

सुनीलच करायचा ना असं? ...त्याची ही नेहमीची लकब होती.

लॅबर्नमच्या खाली तू...

लॅबर्नम... तू... मी... सुनील.

सुनील, व्हेअर आर यू? आर यू हिअर? आर यू लिसनिंग टू अस? कम ऑन... स्पीक टू मी... सुनील...

''रोयेगी नही तू? नहीं रोयेगी? क्यों नही रोती तू?''

कुठून कुणाचे शब्द तरंगत आले?

सुनील.

अंधार.

थिंग्ज डू हॅपन्.

डोन्ट दे?

◆

(तन्मय, दिवाळी अंक १९९९)

अंत

ती चेहऱ्यावरचे पाण्याचे थेंब नॅपकिनने टिपून घेत बेसिनपासून वळली. तो स्वच्छ ताजातवाना थंडावा दीर्घ श्वास घेऊन आत ओढून घेत तशीच उभी राहिली.

सगळ्या घरात शांतता दाटून आली होती.

ती उभी होती तिथून समोरच्या नक्षीदार जाळीच्या पडद्यातून पुढचा हॉल दिसत होता.

शांत अन् रिकामा.

उजवीकडच्या दारातून स्वयंपाकघरातल्या ओट्याचा काटकोन नजरेच्या टप्प्यात येत होता. पांढऱ्या लख्ख मार्बलवरून उसळणारा सूर्यप्रकाशाचा सोनेरी झोत तिला इथून दिसत नव्हता, पण त्याची ऊब जाणवत होती. हॉलच्या दारातून उसळ्या घेत तो उबदार प्रकाश घरभर पसरत आला होता. बंद पडद्यामागे साठलेल्या अंधारावर कुरघोडी करणारे प्रकाशाचे कण घरभर उधळले गेले होते. सगळे घर प्रकाशाच्या ठिणग्यांनी उजळलेले.... भरलेले... वॉर्म!

पुढचा सगळा दिवस आता तिचा एकटीचा होता.

अगदी तिचा स्वत:चा.

फोन इतका शांत असावा?

राण्यांचा फोन रात्री आला होता तोच शेवटचा.

"अर्चनाबाई, लेख कधी पाठवताय? लिहायला सुरुवात केली की नाही अजून?"

अंगावरचा गाऊन नीट लपेटून घेत ती वळली. खिडकीजवळच्या स्टडी टेबलवरच्या कॉम्प्युटरजवळ लिहून ठेवलेल्या नोट्सचा पसारा पडला होता. बाजूला संदर्भासाठी लागणारी पुस्तके होती. तो सगळा लेख नीट वाचून काढून त्यात किरकोळ दुरुस्त्या करून पुन्हा लिहून काढायला हवा होता. खरे तर पुस्तकांचे रिव्ह्यूज लिहायला हल्ली ती तशी कंटाळतेच. पण कॉलेजच्या दिवसांत तिच्या लिखाणाची सुरुवात तिथूनच झाली होती. त्या काळातल्या तिच्या हरलेल्या, थकलेल्या आयुष्यात तो एक आनंदाचा क्षण कसा कुणास ठाऊक, चुकून-माकूनच उमटला होता.

आणि आश्चर्याची गोष्ट म्हणजे तिच्या त्या पहिल्यावहिल्या लेखावर अनेक खळबळजनक प्रतिक्रिया उमटल्या होत्या. एका फार मोठ्या लेखकाच्या गाजलेल्या साहित्यकृतीवर इतक्या परखडपणे लिहिल्याबद्दल काहींनी कौतुक केले होते, तर काहींनी नाराजी व्यक्त केली होती. राण्यांना तसे किती फोन यावेत? तेव्हापासून राणे तिच्याकडून लिहवून घेतातच घेतात आणि कितीही कंटाळा आला तरी या कामासाठी ती तो बाजूला ठेवते. घर, नोकरी इतर असाइनमेंट्स सांभाळून ती लिहिते. ते लिहिता लिहिता तिला इतर काही सुचत जाते. मग ती तिला हवे तसे.... अगदी हव्या त्या विषयावर, हवे तसे लिहीत राहते, आतून फुटून व्यक्त होत राहते.

संध्याकाळच्या धुरकट वेळी अचानक येऊन तिचा कब्जा घेऊ पाहणाऱ्या हतबलतेवर मात करण्याचा हा एक उत्तम उपाय तिने स्वत:च शोधून काढला आहे, हे तिचे तिला माहिती आहेच.

स्टाफरूममध्ये तिच्या समोर बसणाऱ्या सोशिऑलॉजीच्या डॉक्टर गोखले तिला म्हणाल्या होत्या,

"तुमचं काय बाबा सगळंच वेगळं.... ग्रेट!"

या रिमार्कमागचा मतितार्थ न कळण्याइतकी ती अनभिज्ञ नव्हती. तुम्ही काय एकट्याच... आमच्या पाठी व्याप आहेत... मुलांचे क्लासेस.... सासूबाईंचा आर्थ्रायटिस... कुळाचार... तुमच्यासारख्या रिसर्चबिसर्च करायला आम्ही मोकळ्या थोड्याच आहोत? अशी अनेक वाक्ये त्या चुकूनशा मारलेल्या बाणामागे दडलेली आहेत, हे ती पूर्णपणे जाणून होती. त्यापाठी दबलेली सूक्ष्म असूया तिने अनेकदा अनुभवली होती. इतकी वर्षे एकत्र काम करूनसुद्धा त्यांनी ती असूया जोपासून फुलवली होती, याचे तिला पूर्वी वाटणारे आश्चर्य आता ओसरून गेले होते. जिथे स्थिरता असते, तिथे तिला सुरुंग लावून अस्थिरतेचे साम्राज्य स्थापन करू पाहणाऱ्या शक्ती आजूबाजूला दबा धरून बसलेल्या असतात, हे आता तिने जाणून घेतले आहे.

तिने पडदे सरकवले तशा बाहेरच्या तापलेल्या प्रकाशाच्या लख्ख झळा धावत घरात शिरल्या. खिडकीबाहेरच्या उन्हात लालजर्द फुललेला गुलमोहोर स्तब्ध, शांत उभा होता. प्रचंड उष्णतेच्या लाटांनी व्यापलेल्या आकाशात खूप उंचावर, दूर घारीचा एक काळा ठिपका संथ, गोल-गोल चकरा घेत होता.

ती ते दृश्य एकटक बघत राहिली.

खुर्चीवर पाठ टेकत ती नीट ताठ बसली. नोट्स पुढे ओढत तिने कम्प्युटरचा की-बोर्ड समोर घेतला आणि सुरुवात केली. मॉनिटरवरच्या हिरव्यागार चमकणाऱ्या स्क्रीनवर अक्षरे उमटत गेली. बाहेरच्या जगातले आवाज हळूहळू कधी अन् कसे मंदावत गेले, तिला कळले नाही. स्क्रीनवरच्या स्पष्ट ओळी... त्यावरून धावणारी तिची दृष्टी... कीजूवर नाचणारी तिची बोटे... क्वचित थबकणारी... घुटमळत विचार

करणारी... मग मधूनच बदललेल्या एखाद्या शब्दाचे नेमके रूप, कुठे मुद्दाम ठळक केलेले अक्षर... हवी तिथे नेमकेपणाने उमटणारी अधोरेखिते...

ओळींमागून ओळी...

परिच्छेदांमागून उमटणारे परिच्छेद...

तिच्या सगळ्या जाणिवा त्या एकाच कामावर एकाग्र होत गेल्या. मनात जपून साठवलेली अक्षरे त्या लखलखणाऱ्या स्क्रीनवर चमकत उमटत गेली, तसे तिचे मन तरल... हलके होत चालले. लहानशा मऊ रेशमी पिसासारखे... लहरींवर अलगद तरंगणारे... स्वत:भोवतीच हेलकावे घेणारे...

शांत.

स्थिर.

संथ.

कितीतरी सुंदर, मृदू क्षण पुढे सरकत राहिले.

तेवढ्यात दारावरची बेल कर्कशपणे वाजली.

तसा घरातला शांत अवकाश वेडावाकडा उधळून जात अस्ताव्यस्त होत चिरकत गेला.

ती दचकली. तिची बोटे कशीबशी भिरभिरत कीज्वरून पुढे जात राहिली. पण समोरच्या स्क्रीनवरची हिरवी-निळी अक्षरे आता उचंबळत, भेलकांडत, वाकडीतिकडी होत ओळीने खाली धबाधब कोसळायला लागली. वर-खाली टणाटण उडत, उसळत स्क्रीनवरून खाली कोसळणारी अक्षरे... ती बघता बघता घसरत-निसटत अदृश्य व्हायला लागली.

माझी अक्षरे... कोण गिळंकृत करते आहे?

व्हू इज डिमॉलिशिंग देम?

कोणता विषारी व्हायरस या अक्षरांचा घास घ्यायला कधीपासून इथे कम्प्युटरमध्ये दबा धरून बसला होता?

देअर इज अ किलर इन धिस रूम...

ती थरकापून गेली.

घुसमटली.

तेवढ्यात बेल पुन्हा वाजली. या वेळी काहीशी तिरसटलेली... खेकसल्यासारखी जरबेने दरडावणारी...

उठायलाच हवे होते.

येणाऱ्याला टाळू शकत नाही आणि जाणाऱ्याला थांबवू शकत नाही.

अस्थिर आलेली पावले उचलत ती हॉल पार करून दारापाशी आली.

पीपहोलच्या काचेला डोळा भिडवला.

थंडगार काचेचा स्पर्श होताच तिच्या अंगावर शहारा उमटत गेला.

पापण्यांवरची कातडी चरचरून ताठ झाली.

एक बाहुली बघू लागली.

अंधाराची चिंचोळी नळी दूरवरच्या पिवळसर वर्तुळाशी जाऊन थांबली होती. त्या नळीतून बघताना तिची नजर आकुंचित होत गेली. ती भुयारातल्या काळोखातून मार्ग शोधत, धावत पुढे चालली. ती गोलाकार काळोखाची नळी जिथे संपलीशी वाटत होती, तिथे भिंगाच्या चपट्या वर्तुळात एक पांढुरका धूसर ठिपका उमटला होता.

की तसा भासच?

तिला क्षणभर भिरभिरल्यासारखे झाले.

कोण आहे? कोण ते? काय...

तेवढ्यात तो ठिपका हळूच हलला. थरथरला... हलत हलत तो अलगद वर येऊ लागला होता.

व्हू इज इट?

तो ठिपका वर-वर येत मोठा, स्पष्ट होत गेला. त्याचे रूप, रंग बदलत गेले. असे होता होता तो स्थिरावला, सरळ झाला. बहिर्गोल भिंगाच्या धूसर वर्तुळासमोर आता एक चेहरा उमटला होता. त्याच्या कपाळाचा मधला भाग, नाक, ओठ, गाल फुगून पुढे आले होते. डोळे विचित्रपणे पिचपिचे होत कवटीच्या खोबणीत आत दडून गेले होते. कान बाजूला चपटे होऊन डोक्याला चिकटले गेले होते. तर जिवणी खाली ओघळत त्या वर्तुळाच्या बाहेर कुठेतरी गळून, हरवून गेली होती.

जितू?

इज दॅट हिम्?

पण या वेळी इथे कसा?

हा कधीच असा अचानक येत नाही. अगदी कोपऱ्यावरच्या मॉलमध्ये पाच मिनिटांवर जरी आला असला, तरी आधी मोबाईलवरून विचारतो... परवानगी घेतो... मग आत्ता अचानक?

तिने लॅचची चेन काढून दार उघडले.

"हॅलो, जितू..."

तो तिच्यासमोर उभा होता.

स्तब्ध.

त्याची नजर तिच्यावर स्थिरावली होती. त्याला बघताच चेहऱ्यावर किंचितसे हसू उमटलेल्या अर्चनाला ती नजर एकदम जाणवली. तो अजूनही दाराबाहेरच उभा होता. दार सताड उघडे असूनही त्याची पावले पुढे झाली नव्हती.

त्याचा चेहरा... केस... फॉर्मल कपडे... तिची दृष्टी ते टिपत चालली होती.

आज हे काय? काय वेगळे घडले आहे का?

पॅसेजमध्ये झिरपत आलेल्या धुरकट कवडशांमध्ये तो तसाच निश्चल उभा होता.

ती थबकली.

....काही तरी झालेय?...

त्याचे डोळे तिच्यावर तसेच रोखलेले होते.

...मला बघून त्यांच्या चेहऱ्यावर काहीच उमटू नये? त्याला काहीच दिसत नाही, जाणवत नाही? त्याला मी दिसत नाहीये... दरवाजाची चौकट... काहीच दिसत नाही त्याला? ब्लॅन्क झालाय जितू... आंधळा... ब्लाईन्ड ॲज अ बॅट... ॲण्ड डेफ्.... इज ही डेफ्? सगळे रक्त कुणी शोषून घेतल्यासारखा पांढराफटक चेहरा... जितू?

"जितू.... आत ये."

त्याला ते ऐकू आले असावे.

कारण तो हलला.

तो पुढे झाला, तशी पॅसेजमध्ये झिरपत आलेल्या प्रकाशाची तिरीप त्याच्या चेहऱ्यावर झर्रकन् चमकून गेली. त्या उजेडात क्षणभर स्पष्ट झालेल्या चेहऱ्याकडे बघताच ती चमकली.

हा मुखवटा की चेहरा?

पांढऱ्या फटफटीत मुखवट्यावरच्या डोळ्यांतल्या फाटक्या खाचांमध्ये उमटलेल्या लाल तडकलेल्या रेषा.... ताणलेल्या गालफडांवरचे लाल-निळ्या नसांचे जाळे... घट्ट दाबलेले ओठ... दाढीच्या खुंटांचे काळे-पांढरे चरचरीत ठिपके...

तो घुसमटत होता.

त्या दृष्टी हरवलेल्या, घुसमटणाऱ्या आपल्या मित्राकडे बघता बघता ती कासावीस होत गेली. तो उंबरा ओलांडून आत आला. तेवढे एक पाऊल उचलायला त्याला जिवापाड कष्ट होत होते, ते तिला समजत गेले. तो आत आला, तसा बाहेरचा पॅसेज रिकामा झाला.

एक रिकामा अवकाश.

धुरकटलेला.

चौकोनी.

आणि...

जिन्याच्या कठड्याजवळच्या धुक्यात काही अस्पष्टसे हलले.

कोण? कोण होते? की आहे अजून? त्या धुरकट अंधारात काय रेंगाळत आहे? काहीतरी अस्पष्ट... जिवंत... धापा टाकणारे... तेच ते याला घुसमटवणारे? तो जिना चढून वर येत होता, तेव्हा त्याच्या पाठोपाठ ते पायऱ्यांवरून सरपटत वर आले आहे... त्याच्या शुभ्र शर्टाचे मनगट आपल्या मग्रूर, पोलादी पंजात पकडून

त्याला भयभीत करून फरफटत, खेचत बरोबर घेऊन आले आहे... त्याच्या मांसाच्या वासावर वखवखून नखे परजत, तरंगत आले आहे. ...कुणीतरी आले आहे... धपापणारे... रक्ताळलेले धारदार दात विचकून हसणारे... जिन्याच्या कठड्यावर उलटे टांगून खुनशी डोळे मिचकावते आहे... व्हायरस... द किलर... कुठल्याही क्षणी झडप घालू शकणारा... बुभुक्षित... भुकेलेला?

म्हणून भेदरलाय जितू?

तिच्या अंगावर चरचरीत शहारा उमटत गेला.

"अर्चू..."

"......"

ती तशीच डोळे विस्फारून जिन्यावरच्या धुक्याकडे रोखून बघत होती.

"अर्चना..."

"अं.... ?"

तिने मोठ्या मुश्किलीने नजर हलवली.

मुखवट्यावरचे ओठ हलले.

"अर्चू, बुरी खबर है."

तिने डोळे मिटले. बुबुळांसमोर लालभडक काळोख सांडत गेला.

तिला अगदी आतवर समजत गेले. आपल्याच जवळचे कुणीतरी... पण कोण? कुणावर झडप पडली असेल?

तिने डोळे उघडून जितूकडे बघितले. त्याच्या आतल्या त्या प्रचंड लाटेचा सामना करत तो तसाच धापा टाकत उभा होता. त्याची ती जीवघेणी उलाघाल तिला जाणवत होती. प्रश्न विचारण्याची हिंमत तिच्या अंगात नव्हती. तरी तिने जबरदस्तीने सगळी शक्ती कशीबशी एकवटली... आतल्या आत... घसा खरवडून गेला.

"जितू... कौन?"

तो कसाबसा चाचरत बोलता झाला.

"अर्चना... अर्चना... प्रभात पास्ड अवे लास्ट नाईट."

आणि त्याने रोखून धरलेली ती लाट थाड्थाड् करत, त्याला फोडून टाकत, उन्मळून बाहेर आली. त्याचा चेहरा, पांढरा शर्ट... सगळ्यांच्या ठिकऱ्या उडवत बाहेर आली. तसा तो गदगदून रडू लागला... प्रलयासारखी ती लाट त्यांच्यावर येऊन कोसळली.

अक्राळविक्राळ लाटा तिच्यावर कोसळत, तिला तुडवत-बुडवत राहिल्या.

तरी ती तशीच.

रडली नाही.

प्रभात?

नो.

प्रभात पास्ट अवे लास्ट नाईट.

नो.

...नो, कसं शक्य आहे?...

दोनच दिवसांपूर्वी जयंतीचा तिला फोन आला होता. प्रभातला कन्सल्टन्सीची फार मोठी असाइनमेंट मिळाली होती, त्यासाठी त्याची तयारी चालू आहे. डॉक्टरांनी त्याची सगळी तपासणी आत्ताच केली. सगळे अगदी व्यवस्थित आहे म्हणून सांगितलेय्. पण सिगरेटींवर ताबा ठेवायचा, ड्रिंक्स काय तो दोनच पेग घेतो रोजचा, वगैरे वगैरे सगळ्या बातम्या सांगून झाल्या होत्या. त्याच्या नव्या कन्सल्टन्सीसाठी त्याला अर्चनाची मदत लागणार होती, त्याबद्दल तो लवकरच तिच्याशी बोलणार होता. तोच प्रभात...

...तोच प्रभात? पास्ड अवे लास्ट नाईट... म्हणजे काय? कसे शक्य आहे? जितू, डिड यू से प्रभात? आर यू शुअर? ॲम आय शुअर? इज एनिबडी शुअर?....

तिने जितूकडे बघितले. तो मोठ्या कष्टाने स्वत:ला सावरू बघत होता.

"अर्चू, चलो."

ती जितूबरोबर निघाली.

पाचच मिनिटांच्या अंतरावर तर प्रभात-जयंतीचे घर. रस्त्यावर रविवारची सकाळ उमटली होती. रोजचेच भाजीवाले, फळांच्या गाड्या.... फुलांचे ठेले... आणि पिशव्या भरभरून खरेदी करणारी नेहमीचीच वर्दळ रस्त्यावर जमली होती.

आणि ती कुठे निघाली होती?

प्रभात पास्ड अवे लास्ट नाईट.

प्रभात गेला? जबरदस्त हार्ट-ॲटॅक येऊन तो गेला? नखभर रोग शरीरातल्या कुठल्याही पेशीत नसणारा, सतत पोट गदगदून हसणारा-हसवणारा हा माणूस होत्याचा नाहीसा झाला? म्हणजे नेमके काय झाले? आणि प्रभातचे असे व्हावे? काही दुखणेखुपणे नाही, हॉस्पिटल नाही, उपचार... काहीच नाही. आणि सगळा खेळ एकदम संपूनच गेला! एखाद्याचा प्राण जातो... जातो, म्हणजे नेमके काय होत असते?

मार्केटचे वळण पार करत गाडी प्रभात-जयंतीच्या गल्लीत शिरली. इतका वेळ स्तब्ध बसलेली अर्चना एकदम दचकली. आता जयंती भेटेल... आणि चिनू... आणि प्रभात? तोही तिथे असेल अजून... ती हादरली... तिला धस्स झाले.

"जितू, हाऊ ॲम आय गोईंग टू फेस जयंती ॲण्ड चिनू? ॲण्ड हिम्?"

त्याने उदास डोळ्यांनी तिच्याकडे बघितले.

आणि एक सुस्कारा सोडला.

त्याला तरी कुठे ठाऊक होते?

बिल्डिंगच्या आवारात खूप गर्दी जमली होती. तिला दाराशी सोडून जितू त्या गर्दीत मिसळला. ती लिफ्टमध्ये शिरत होती. तेवढ्यात बागेत खेळणाऱ्या दोन लहान मुली तिच्या पाठोपाठ धावत आल्या.

"आंटी, आंटी, आम्हीपण तुमच्याबरोबर लिफ्टमधून येऊ?"

त्या लिफ्टमध्ये शिरल्या. दरवाजा बंद झाला. लिफ्ट वरवर उचलली जाऊ लागली, तसे तिचे पाय जड होऊ लागले. कानांत दडे बसल्याची जाणीव झाली. उजवा हात पुन्हा थरथरू लागला.

त्या मुली एकमेकींच्या कानात काही कुजबुजत, गमतीने खिदळत होत्या. त्यांचे रंगीबेरंगी फ्रॉक्स... खेळून आल्यामुळे ताजेतवाने झालेले चेहरे... त्यावरचे प्रफुल्लित मनमोकळे हसू... त्यांचा तो उत्साह ती एकटक बघत राहिली.

.... यांना कळले असेल का प्रभात गेल्याचे? बहुतेक नसेलच... आणि कळले तरी समजले काय असेल? मला तरी कुठे समजलेय अजून?

फ्लॅटच्या बाहेरसुद्धा बरीच गर्दी दिसत होती.

प्रभात-जयंती तसे अगदी सोशल. कुठलाही प्रसंग असो, सर्वांच्या मदतीला धावून जायचे. मग तो चिनूच्या शाळेच्या बसचा ड्रायव्हर असला, तरी हे प्रसंगाला धावत-पळत जाणारच. त्या दोघांच्या स्वभावातच होते ते.

प्रभातचे सगळे नातेवाईक दूर होते. आई धाकट्या भावाकडे असायची दिल्लीला. पण फारसे लागेबांधे नव्हते त्यांच्यात. म्हणून प्रभात-जयंतीचे वाढदिवस अन् सणवार साजरे करायला सगळी मित्रमंडळीच त्यांच्या घरी जमायची. विशेषत: प्रभातच्या वाढदिवसाला आवर्जून उगवणाऱ्या त्याच्या सगळ्या मैत्रिणी... हा जयंतीची यथेच्छ टिंगल करण्यासाठी सर्वांचा आवडता विषय होता; पण तिचाही उत्साह दांडगा. आठवडाभर आधीपासून तिचे आणि चिनूचे सगळे बेत ठरायचे. बाबासाठी कोणती प्रेझेंट्स आणायची, केक कुठून स्पेशल ऑर्डर करायचा आणि त्याला सकाळी सकाळी कसे चकित करून टाकायचे? त्यांचे हजार प्लॅन्स चालत. अर्चनाला राहवत नसे. तिचे फोन सुरू होत... हळूहळू चाचपणी करणारे...

"ए, बाबाच्या वाढदिवसाला काय करणार आहात ग?"

"काहीच नाही मावशी. बाबा म्हणाला, तो आता पन्नास वर्षांचा ओल्ड मॅन झालाय. म्हणून यापुढे त्यानं गंभीर व्हायचं ठरवलंय. तेव्हा नो दंगा, नो मस्ती."

उत्तर यायचे पण तसे प्रत्यक्षात कधी झाले नाही. संध्याकाळी ती धावत-पळत

त्यांच्या घरी पोहोचेपर्यंत सगळेजण जमलेले असत. सगळे घर फुलांच्या बुकेजनी भरलेले असायचे. टेबलवर मिठायांचे डबे, प्रेझेंट्सचा खच पडलेला असे. सुजित-रोमाबरोबर खालच्या फ्लॅटमधले विनीता-विजय, आनंदा सगळे आपल्या मुलांसकट येऊन थडकत. प्रभातअंकल सर्वांचाच लाडका होता. या सगळ्या दंग्यात उत्साहाने भरलेला प्रभात अगदी लहान मुलांसारखा 'हॅपी बर्थ डे' करताना खूष होत राहायचा. आनंदाने, सुखाने भरलेले ते उबदार घर!

सगळा दंगा करून, खाऊनपिऊन झाल्यावर सगळे जण घरी जायला निघाले की अर्चनासुद्धा निघायची. मग प्रभात तिला म्हणायचा,

"थांब ग, जाशील मग कंटाळून!"

रोमा, जयंती ते ऐकून एकमेकींकडे बघून डोळे मिचकवायच्या, हसायच्या.

"ए बघ गं, हिला एकटीलाच थांबायला सांगतोय."

अर्चनाला ते सगळे पाठ होते. तिची आणि प्रभातची मैत्री इतर चारचौघांसारखी नव्हती. ती काही वेगळी, काही खासच होती. ते सर्वांना माहिती होते. खरे तर जयंती, सुमा तिच्या जुन्या मैत्रिणी होत्या पण तिचे सगळे गूळपीठ जमून यायचे ते प्रभातबरोबरच! तिच्या सर्व मित्र-मैत्रिणींमध्ये तो वयाने सगळ्यांत मोठा होता म्हणून? एखाद्या मुद्द्यावर तावातावाने भांडतानासुद्धा तो शहाणा, समजुतदार असायचा म्हणून? मराठी साहित्य, नाटक व सिनेमा हा त्यांच्यातला एक लाडका दुवा होता म्हणून? पण त्यांची घट्ट मैत्री व्हायला, ती टिकायला ही कारणे फार अपुरी, तोकडी आहेत हे तिला आतून ठाऊक होते.

ती घरात शिरली.

हॉलमधले सगळे फर्निचर हटवण्यात आल्यामुळे घराचा चेहरामोहराच विस्कटून गेला होता. समोरचे डायनिंग टेबल, प्रभातची रॉकिंग चेअर जागेवरून नाहीशी झाली होती. फरशीवर इथे-तिथे माणसे बसली होती. बरीचशी ओळखीची... डोक्याला हात लावून बसलेली सुमा... तारवटलेली विनीता... मिसेस ठाकूर... रख्मीची आई...

अर्चना घरात येताच सर्वांच्या नजरा प्रश्नार्थक होत तिच्यावर खिळल्या, तशी ती आक्रसली. अवघडली. आणि तेवढ्यात त्या माणसांच्या गर्दीतून तिला दिसली जयंती.

जयंती...

तिचा नेहमीचा ताजा तरतरीत चेहरा आज सुकून, शुष्क भकास झाला होता, थप्पड खाल्ल्यासारखा बधिर झाला होता. डोळे सुजून वटारल्यासारखे निर्जीव झाले होते. कुठे गेली तिच्या डोळ्यांमधली चमक? अंगावरच्या सलवार-कमीजवरची

फुले आज चुरगाळलेली... सुरकुतलेली...

ती भिंतीला टेकून जमिनीवर बसली होती पण तिच्या अंगातले सगळे त्राण संपून गेले होते. मांडीवरचे हात वेडेवाकडे होऊन लुळे पडले होते. भराभर काम करणाऱ्या तिच्या चपळ हातांची नाजूक बोटे आज हडकुळी, निर्जीव होत गळून पडली होती.

अर्चनाला त्या दीनवाण्या चर्येकडे बघवेना.

जयंतीचे तिच्याकडे लक्ष गेले तशी ती उठू लागली, पण तिच्या शरीरातली शक्ती ओसरून गेली होती. उठण्याचा प्रयत्न करता करताच तिचे त्राण संपले. ती लटपटत कशीबशी खाली टेकली. तसे तिच्या चेहऱ्यावर एक अगतिक दुबळे रडे दाटून आले.

"अर्चू... अर्चू..."

आणि ती मान खाली घालून हुंदके देत रडू लागली. आजूबाजूच्या बायका तिला सावरायला पुढे सरसावल्या. अनेक हात जयंतीला थोपटणारे... समजावणारे... जयंती ओक्साबोक्शी रडत होती, चेहरा ओंजळीत दडवून स्फुंदून-स्फुंदून रडत होती.

अर्चना तिच्या पुढ्यात बसली पण काय करावे, ते तिला समजेना. आपले हात-पाय थरथरतायत, सगळ्या शरीरातून घामाच्या वाफा निघायला लागल्यायत... डोळे जळजळून अश्रू दाटून आले आहेत, ते तिला जाणवत होते, पण रडू फुटत नव्हते. ते का, तेही समजत नव्हते.

जयंतीच्या रडण्याचा आवेग ओसरला, तशी तिने मान वर केली. अर्चनाचा रडवेला चेहरा बघताच कसे कुणास ठाऊक, तिचे रडू अलगद ओसरत गेले. अश्रूंनी भिजलेला तिचा चेहरा एक क्षणभर पूर्वीच्या समजुतदार जयंतीचा चेहरा झाला. सरळ व शांत चेहरा असलेली ती जयंती मग म्हणाली,

"बघ गं अर्चू, कसं झालं, तुझा मित्र आपल्याला सोडून गेला."

आणि पुढच्याच क्षणी ती मोठ्याने गळा काढून पुन्हा रडू लागली.

अर्चना डोळे तारवटून ते बघत राहिली.

एरव्ही इतरांच्या अशा वेळप्रसंगी धावून जायचे जयंती-प्रभात. पण प्रभात कामावर निघून गेल्यानंतर पुढच्या सगळ्या दुखवट्याच्या काळात घरातल्या कोलमडलेल्या माणसांना धीर देण्यात, अगदी जेवण पोचवण्यापासून सगळी कामे करण्यासाठी जयंतीच कामाला लागायची. शेजारचे ठाकूरबाबा गेले, तेव्हा जयंतीनेच सांभाळले होते सगळे. वेड्यापिशा झालेल्या चाचीजींना जवळपास दरडावून खाऊ-पिऊ घातले होते. त्यांचा राजेश अमेरिकेहून येईपर्यंत सगळे संस्कार पुतण्यांच्या मदतीने उरकून घ्यायला लावले होते. त्यानंतर देखील कित्येक दिवस तिच्या फेऱ्या

ठाकुरांच्या घरी होतच होत्या. तीच जयंती आज लेचीपेची होऊन, कोसळून पडली होती. एवढी दुबळी आहे ही?

अर्चना बधिर होत चालली होती. आणि त्या बधिरतेतून एक आठवण अचानक तिच्या काळजाच्या तळातून सळसळत बाहेर पडली.

एक विसरलेली आठवण.

अप्पा गेले तेव्हाची.

तिचे अप्पा गेले, तेव्हा तिची आई अशीच गळा फाडून रडत होती. नेहमीप्रमाणे संध्याकाळी क्लासमधून घरी परतणाऱ्या अर्चनाला तो ऊर फोडून टाकणारा टाहो दूरवर ऐकू आला होता की, ऐकू येण्यापूर्वी जाणवला होता? वाड्याभोवती जमलेली माणसांची गर्दी तिला गल्लीच्या कोपऱ्यावरूनच दिसली होती. त्या गर्दीतून वाट काढत ती दिंडी-दरवाजातून वाड्यात शिरली. मधल्या सुनसान चौकात मिट्ट अंधार दाटून आला होता.

अंधार तसा तिथे नेहमीचाच.

त्या अंधारातून चालत घराच्या पायरीपर्यंत पोचेपावेतो अर्चनाला नेहमीच भीती वाटायची. कुणाची, ते मात्र कळत नसे.

अंधाराच्या पोटात दडलेल्या सावल्यांची?

भिंतीवर लठ्ठ शेपूट पसरून बसलेल्या चुकचुकीची?

घराच्या सदैव बंदच दारामागच्या अदृष्टाची?

कशाची भीती थरकापवायची?

पण ती वाटायची खरी.

म्हणून दिवेलागणीची वेळ झाली की, शेजारच्या वृंदाच्या आई तिथल्या तुळशीवृंदावनापुढे निरांजन लावून ठेवायच्या. तेवढ्याच ज्योतीच्या मिणमिणत्या पणतीचा तिला आधार वाटायचा. त्या प्रकाशात चौकातली फरशी पार करून घराची पायरी गाठता यायची.

पण आज वृंदाच्या आईनी त्यांच्या तुळशीला अंधारातच ठेवले होते. चौकातल्या काळ्याकुट्ट काळोखात आतडे गोठवणारी शांतता साचून आली होती. अंधारलेल्या पायऱ्या चढत तिने घराकडे बघितले. घर नेहमीचेच, पण आज अनोळखी झाले होते. कुणी परकीच माणसे तिथे गर्दीने जमली होती.

घराच्या दारात कधीपासून टांगलेला आकाशकंदील कुणी काढून का टाकला होता?

तिला बघताच माणसांची गर्दी हटत, दुभंगत गेली.

"आली बरं का."

"कोण? कुळकर्ण्यांची मुलगी का?"

आणि त्यातून पुढे आलेले दृश्य बघताच ती जागच्या जागीच गारठली.

जमिनीवर चादर अंथरून त्यावर तिच्या अप्पांना निजवण्यात आले होते. त्यांच्या गळ्यापर्यंत पांढरी शुभ्र शाल पांघरली होती. त्यांचा भरदार देह, देखणा चेहरा आता शांत झाला होता. त्यांच्या विशाल, गोऱ्यापान कपाळावर अबीराचा टिळा लावला होता. नाकात कापसाचे बोळे अन् ओठात तुळशीपत्र ठेवलेले होते. शालीच्या खाली हातांची घडी करून छातीवर नीट ठेवली होती. उदबत्त्यांच्या सुगंधी धुराच्या वेटोळ्यात हरवलेले तिचे अप्पा शांत झोपले होते.

विश्वनाथ गोपाळ कुळकर्णी.

अर्चनाचे अप्पा कायमचे झोपले होते.

रविवारी दुपारी मस्त जेवण करून झाल्यावर ते बैठकीच्या खोलीत याच जागेवर, दिवाणावर नेहमी वामकुक्षी करायचे तसे...

पण अप्पा कधीच शांत झोपायचे नाहीत. खूप मोठ्याने घोरायची सवय होती त्यांना. ''घुर्र..'' करून श्वास सोडला की त्यांचे ढेरपोट ''फुस्स...'' करून खाली जायचे. पुन्हा श्वास घेतला की, ''घुर्र...'' करून फुगायचे.

''घुर्र.... फुस्स... घुर्र... फुस्स...''

ती गंमत बघता बघता अर्चनाला हसू फुटायचे. मग ती चोरपावलांनी अलगद अप्पांपाशी जायची आणि त्यांच्या ढेरपोटाला गुदगुल्या करायची. गाढ झोपेतल्या अप्पांची सुस्ती चाळवली जायची अन् त्यांना हसू फुटू लागायचे, पण त्यांचे जडावलेले डोळे उघडू म्हटले तरी उघडत नसत आणि ते उघडले तरी त्यांना क्षणभर काही दिसत नसे. डोळ्यांची मिचमिच उघडझाप करत ते बारीक नजरेने बघायचे.

त्यांना दिसायची टाळ्या पिटत खिदळणारी एक छोटीशी बाहुली.

''ए कार्टे, फार सोकावलीस हं... ये रे माझ्या ससुल्या.''

हात लांब करून ते तिला ओढून घ्यायचे. अप्पांच्या मऊ मऊ पोटाला बिलगून अर्चना त्यांच्याबरोबर खुशीत लोळत पडायची.

तेच अप्पा आज शांत झोपून गेले होते.

अप्पा... अप्पा... उठा... उठा ना... गुदगुल्या करू तुम्हाला? म्हणा ना अप्पा ''ये रे माझ्या ससुल्या...अप्पा...''

सगळ्यांच्या नजरा तिच्यावर खिळल्या होत्या. त्या ताणाखाली ती गुदमरू लागली. तेवढ्यात माजघरातून वृंदाच्या आई बाहेर आल्या. अर्चनाची विचित्र अवस्था बघताच त्या क्षणभर तिथेच चपापून थबकल्या. मग लगबगीने पुढे होत त्यांनी अर्चनाला कुशीत घेतले.

''अगं पोरी, तुझे अप्पा गेले गं... गेले आपल्याला सोडून.''

त्यांच्या कुशीत गुदमरलेल्या अर्चनाचे लक्ष त्यांच्या खांद्यावरून माजघराकडे

गेले. आत धुरकट उजेड पडला होता. सताड उघड्या दारासमोर आई बसली होती. आजूबाजूला तिला घेरून मावशी, काकी आणि शेजारपाजारच्या बायका बसल्या होत्या.

आई? ही कुंकू पुसून टाकलेली बाई माझी आई?

अर्चना पहिल्यांदाच तिला अशी भुंड्या कपाळाने बसलेली बघत होती. नेहमी रुपयाएवढे ठसठशीत लालबुंद कुंकू लावणाऱ्या आईचा चेहरा आता त्या घराइतकाच अनोळखी झाला होता. केस पिंजारलेली... तांबारलेल्या डोळ्यांत वेडेविद्रे भाव घेऊन बसलेली ती बाई.... कोण आहे ही बाई? माझी आई? ही माझी आई आहे? आई... आई... कुठे गेलीस गं तू?

अर्चनाचा जीव तडफडू लागला. तिची नजर आईला शोधत घरभर धावत सुटली. तेवढ्यात त्या अनोळखी चेहऱ्याच्या बाईचे लक्ष अर्चनाकडे ओढले गेले. तिला बघताच तो अनोळखी चेहरा आणखी विरूप होत वाकडातिकडा झाला... विद्रूप झाला. अन् तिच्या डोळ्यांमध्ये वेडाची चमक लखलखून स्पष्टपणे उमटत गेली. क्षणार्धात डोळे गरागरा फिरवत तिने थाड्थाड् करत स्वत:चे कपाळ बडवायला सुरुवात केली. तिचे तोंड वासले गेले, तसे दात हिंस्रपणे चमकत बाहेर आले, लालभडक हिरड्या दिसू लागल्या... जीभ बाहेर लोंबू लागली. तिचा जबडा उघडला गेला आणि त्यातून एक विचित्र, भेसूर आक्रोश उमटला.

''ओ... ओ... ओ...''

तो शब्दहीन आक्रोश ऐकताच अर्चनाच्या अंगावर चरचरून काटा फुटला.

अप्पा... अप्पा... उठा... मला पोटाशी घ्या... मला भीती वाटतेय हो... वाचवा, मला या वेडीपासून वाचवा... अप्पा... अप्पू... उठा अप्पू...

पण अप्पा शांत निजून राहिले, ते उठले नाहीत.

तिला पोटाशी बिलगून घ्यायला कुणी आलेच नाही.

अमाप भेदरलेल्या मुलीने आपले डोळे गच्च मिटून घेतले.

पण ती रडली नाही.

तिच्या लाडक्या अप्पांना घेऊन काका निघून गेले. ''रघुपती राघव राजाराम...'' चा ध्वनी त्या जात्या पावलांबरोबर हळूहळू दूर जात नाहीसा झाला. माणसांची पांगापांग झाली, तसे घर रिकामे झाले. त्या चेतनाहीन झालेल्या घरात उरले फक्त ते तिघे.

ती वेडी आई.

ती न रडणारी मुलगी.

आणि उतरवून कोपऱ्यात ठेवलेला रंगीत आकाशकंदील.

ती तेव्हा रडली नाही.

ती कधीच रडली नाही.

किती वर्षे लोटून गेली त्याला?

अर्चनाला आजही स्पष्ट आठवते ती हातात वह्या-पुस्तके घेऊन क्लासहून रमतगमत परतणारी मुलगी... अप्पांचा ससुल्या गडी... कुठे गेली ती मुलगी? कुणी नेले तिला?

अप्पांना कुणी नेले?

तंद्रीत हरवलेली अर्चना भानावर येत दचकली.

चिनू? चिनू कुठे आहे?

तिने शोध घ्यायचा प्रयत्न केला. पण चिनू कुठेच दिसत नव्हती. तेवढ्यात पाठीमागे कुणीतरी कुजबुजले.

"पटेलसाहेब आले..."

प्रभातच्या नव्या प्रोजेक्टमधले पार्टनर. त्यांच्याबरोबर त्यांच्या पत्नी, सेक्रेटरी, फॅक्टरीतली इतर माणसे असा बराच मोठा लवाजमा होता. ते बघताच अर्चना तिथून उठली. गर्दीतून वाट काढत पॅसेजमधून मागच्या स्टडीच्या दारापाशी आली. दरवाजा आडवा केला होता.

इथे असेल प्रभात? दरवाजाची फट जरा किलकिली केली की दिसेल तो मला? कसा दिसेल?...

क्षणभर ती तशीच त्या झुलत्या दारासमोर उभी राहिली. डोळे मिटून दीर्घ श्वास घेत तिने हिंमत करून दरवाजा ढकलला. आतले पडदे बंद असल्याने खोलीत अंधार पाझरत आला होता. एसीचा ब्लास्ट फुल करून ठेवल्याने पायाखालचा मार्बल बर्फाळून गेला होता आणि पलीकडे पुस्तकांच्या कपाटाजवळ पाठमोरी चिनू...

"याह्... ही पास्ड अवे लास्ट नाईट... टू ओ क्लॉक इन हिज स्लीप... कदाचित त्यालाही कळलं नसेल. येस्, येस्, काका निघालाय दिल्लीहून. पण या सीझनमध्ये फ्लाईट लेट होतातच. त्याला उशीर झाला तर वी विल् हॅव टू डिसाईड समथिंग..."

ही चिनू बोलतेय? कालपरवाच अर्चनाला ती कोपऱ्यावरच्या सायबरकॅफेसमोर भेटली होती. फाटक्या जीन्स घातलेल्या तिच्या मित्रांबरोबर भांडत त्यांचा दंगा चालला होता. तीच चिनू? तेवढ्यात तिचे लक्ष खाली वळले आणि विजेचा धक्का लागल्यासारखी ती जागच्या जागी झणाणून थरारली.

शुभ्र मार्बलवरून काळ्या रेघांच्या मुलायम जाळ्या पसरल्या होत्या. त्यावर पांढरी चादर अंथरली होती आणि त्यावर प्रभातला झोपवण्यात आले होते. मोत्यांच्या शांत रंगाची सुंदर मऊसूत शाल पांघरून तो डोळे मिटून अगदी निवांत निजला होता.

प्रभात...

ती पुढे झाली तेव्हा फोन खाली ठेवणारी चिनू वळली.

"मावशी..."

पण अर्चनाची गारठलेली नजर प्रभातवर खिळली होती. ती दोन पावले पुढे होत प्रभातच्या जवळ आली. अगदी जवळ येत त्याच्याशेजारी खाली बसली. प्रभातचा चेहरा अगदी शांत होता, अगदी आत्ताच झोपेत बुडाल्यासारखा... सो पीसफुल्... त्याला टक्कल पडलंय चांगलंच.... पुढचे केस विरळ झाल्यामुळे मोठं झालेलं उतरतं कपाळ, तलवारीसारखं नाक, पातळ ओठांची ठेवण... सगळं तिच्या नजरेत भरत गेलं.

तेवढ्यात चिनू तिच्या शेजारी येऊन बसली.

"मावशी..."

तिचे लक्ष चिनूकडे वळले. चिनूचे उदासवाणे डोळे... पिल्ले हरवलेल्या मनीमाऊसारखे सैरभैर झालेले... ती एकटक बघत राहिली.

"बघ गं मावशी कसा झोपलाय... काही त्रास दिला नाही त्यानं, शांतपणे गेला तो." ती पुढे होत झुकली. प्रभातच्या केसांवरून हात फिरवत, त्याला कुरवाळू लागली. "बाबा ए बाबा... बघ रे बाबा... माझ्याशी बोल रे बाबा... म्हण ना माझा बच्चा... माझा मन्याबापू..." ती बाबाची माया करत राहिली. रडू फुटू न देता रडत राहिली.

"चिनू..." तिने चिनूच्या खांद्यावर हात टाकून तिला जवळ घेतले.

"राजा..." पण बोलता बोलता तिचा आवाज जड होत गेला. मग त्या दोघी न रडणाऱ्या मुली झाल्या. अप्पांच्या मुली... बागेतल्या फुलांमधून धावत सुटलेल्या... रंगीबेरंगी फ्रॉक घालून लिफ्टमधून वर येणाऱ्या.... हसत-खेळत टाळ्या पिटणाऱ्या... हरवलेल्या ससुल्या गड्याला शोधणाऱ्या लहानशा मुली.

बाबाकडे बघताना न रडत रडणाऱ्या.

तेवढ्यात पाठचे दार झापकन् ढकलले गेले. पटेल आणि त्यांचा लवाजमा आत येत होता. ते बघताच अर्चना ताठ झाली.

"बेटा चिन्मयी..."

चिनूने रडे आवरत त्यांना नमस्कार केला आणि ती बाजूला सरकली. प्रभातकडे बघताच पटेलांचा तुपतुपीत गुलाबी चेहरा एकदम रडका होत गेला. सफारी सूटमध्ये कोंबलेला आपला तो भलामोठा देह कसाबसा सांभाळत ते जमिनीवर बसले. हातातला मोबाईल अगदी जपून जमिनीवर ठेवला.

अगदी प्रभातच्या शालीखालच्या हाताजवळ ठेवला.

"जो ने आभा, आ शूँ थयी गयू? काल रात्री त्याच्याशी वार्ता केली. कोलॅबोरेशनचे पुढचे प्लॅन केले आणि आज हे काय? शॉकिंग हं... व्हेरी शॉकिंग."

भाभींनी नाकाने सूं सूं करत आपली पर्स उघडून आतून लेसचा उंची रुमाल काढला, तसा त्यावर पसरलेल्या लव्हेंडरचा परफ्यूम खोलीतल्या थंड हवेत तरळत गेला. रुमालाची घडीसुद्धा बिघडू न देत भाभींनी डोळ्यांच्या कडा अलगद टिपल्या अन् म्हणाल्या,

"ईश्वरनी मर्जी... दुसरं काय? आपल्या हातात काय असते?"

"साच्ची वात हं..."

बरोबर आलेल्या फौजेने लगेच संमतिदर्शक माना हलवल्या.

पटेलांनी चिनूकडे मोर्चा वळवला.

"चिन्मयी बेटा..."

"जी अंकल..."

"तू घाबरू नको बेटा. तू फिकर ना कर दिकरा. हू छूँ ने? तने तारु एज्युकेशन पुरु करवानू छे, मम्मीने पण तनेच संभाळवानू छे..."

ते बोलत राहिले. बरोबरची मंडळी कधी माना हलवत राहिली, तर कधी चुकचुकत सहानुभूती दर्शवत राहिली.

"प्रभातभाईनू नवूं प्रोजेक्ट... बद्धूच नवूं... कोलॅबोरेशन... फॉरेन इन्व्हेस्टमेंट... पण आ शू थयूं... हे बाप्पा, आ शू थयूं..."

ते चालूच राहिले.

शब्दांचे अनेकरंगी चमकदार बुडबुडे त्या थंड गारठलेल्या हवेत उधळत उडत राहिले. अर्चना, चिनू ते मूकपणे मोजत राहिल्या.

एक... दोन... तीन... चार...

पंचवीस.

सदुसष्ट.

दोनशे सात.

आठशे तीस.

कितीतरी.

अर्चनाला एकदम अवनीश आठवला. पटेलांचा मुलगा. अर्चनाच्या कॉलेजात केवळ मायनॉरिटीजची संस्था म्हणून त्याला ॲडमिशन मिळाली होती, पण कॉलेजच्या पहिल्या दिवसापासून स्वत:ची गाडी घेऊन तो यायचा. कधी कॅन्टीन तर कधी लॉबीत मोबाईलवरून मोठमोठ्याने गप्पा मारताना अर्चनाने त्याला कितीतरी वेळा बघितले होते. कधी रोटरी, तर कधी जेसी असे अनेक उपद्व्याप त्याच्यापाशी होते. भरीला भर म्हणून हल्लीच दांडीया रासचा एक क्लबही त्याने सुरू केलेला होता.

त्याच्या पहिल्या इव्हेंटची उलाढाल किती लाख रुपयांची झाली होती, हा सध्या स्टाफरूममध्ये चर्चेचा गरम विषय होता. एवढ्या सगळ्या उचापती करूनही अवनीश दरवर्षी बिनबोभाट पास होत होत पुढच्या वर्गात पोचत होता. प्राचार्यांपासून प्यूनपर्यंत सगळेच तो आला की त्याच्याशी हात मिळवत होते.

"अवनीशभाई, केम छो?"

आता हाच अवनीश अगदी आपसूकच प्रभातने सेट केलेल्या फॅक्टरीचा मॅनेजिंग डायरेक्टर होणार होता आणि चिनू? आता कुठे कॉलेजात शिरलीय पोरगी... स्ट्रगल आता सुरू होईल तिची...

अर्चनाचा संताप तापत गेला.

तिच्या डोळ्यांसमोर पूर्वीचे काही तरळत आले.

ती छोटी अर्चू काही कमी हुशार नव्हती. इंग्रजी-गणितात नेहमी पैकीच्या पैकी मार्क घेणाऱ्या अर्चनाचा नेहमी पहिल्या पाचांत नंबर यायचा. अप्पा काकांना मोठ्या अभिमानाने सांगायचे,

"लाखात एकच असते अशी पोर... बोल ताई, तू डॉक्टर होणार नं?"

आत कामात असलेल्या आईच्या ते कानी गेले की ती तरातरा बाहेर येत वस्सकन् करवादायची,

"काही नक्कोय बरं. मुलीच्या जातीला कशाला हवंय शिक्षणबिक्षण? लग्न करून आपल्या घरी गेली की पुरे. मग ती आणि तिचं नशीब... माझं नाही झालं?"

शब्दाला शब्द लागून वाद वाढत जाई. बिचारी अर्चना हिरमुसली होत तास न् तास त्या पायरीवर अंधारात बसून राही. मग उशिरा कधीतरी अप्पाच तिला शोधायला बाहेर येत.

"ताई, इथे अंधारात का बसलीस गं?"

त्यांनी बटण दाबून दिवा पेटवला की, वर टांगलेल्या जुन्या आकाशकंदीलातला रंगीबेरंगी चकमकीत प्रकाश दारासमोर पसरून जाई. त्या प्रकाशाच्या झोतात पायरीवर बसलेले बापलेक स्वप्नात बुडून जात.

आत घरातल्या घरात फेऱ्या घालत आई आदळआपट करत राही.

पण अप्पा गेले आणि सगळेच डोलारे कोसळले.

बी कॉम होता होता समोर आली ती लहानशी नोकरी पत्करून आईला सांभाळायची तारेवरची कसरत तिला करावी लागायची. पुढच्या शिक्षणासाठी स्वातंत्र्य उरले नव्हते, तरी ऑफिस संपवून ती धावत-पळत युनिव्हर्सिटीत इकॉनॉमिक्सच्या लेक्चर्ससाठी कशीबशी पोचायची, रात्ररात्रभर जागून अभ्यास करत थकून जायची.

अन् आई?

तिचा तर सगळा तोलच हरवून गेला होता. तिचे वय तसे फार नव्हते; पण

ब्लडप्रेशरचा त्रास सुरू झाला आणि तिची तब्येत पुढे पुढे बिघडतच गेली. आणि मन? ते तर कधीच ताळ्यावर नसायचे. कधी ती अगदी व्यवस्थित पोटभर जेवायची, तर कधी दोन-तीन दिवस कडक उपास काढायची. स्वयंपाकघरात साठलेले अन्नाचे थंडगार गोळे बघून अर्चनाला भडभडून यायचे. आताशा आईच्या पोटात सारखे दुखायचे. कळा सोसून सोसून ती हैराण व्हायची. ते असह्य झाले की पोटावर हात आवळून घेत, पाय आपटत तोच वेडाविद्रा आक्रोश करत घरभर फिरायची.

"ओ... ओ... ऑ... ऑ..."

अप्पांना झोपवले होते त्या ठिकाणी अंग टाकून रडत राहायची. संध्याकाळी घरी परतणाऱ्या अर्चनाचा जीव पुढे कोणता प्रसंग उभा असेल, त्या कल्पनेने चिरून निघायचा. त्या भरकटलेल्या आईला कसे सांभाळायचे तिला समजेनासे झाले. डॉक्टर होते, वृंदाच्या आईची देखरेखही होती आणि तिला परवडण्यासारखे नव्हते तरी तिने आईला सांभाळायला आया ठेवली होती. आईच्या त्या वेड्यापिशा रूपाकडे बघताना तिचे मन मृदू व्हायचे, करुणेने भरून यायचे. आईच्या अंगावरची विस्कटलेली साडी नीट करत ती आईची समजूत घालायची,

"आई, आई लवकर बरी हो गं. मग आपण महालक्ष्मीला जाऊ. किती दिवसांत काकांकडे दादरला गेलो नाही, जायचंय ना तुला?"

पण त्या जिवाला ते काहीच समजायचे नाही. डोळे गरागरा फिरवत ती दिवस-रात्र अप्पांच्या शय्येपाशी पडून राही, पोटात प्राणांतिक कळा उमटल्यासारखी विव्हळत, भेसूर रडत राही. तिचे ते जगावेगळे दुःख अर्चनाला कधी समजून घेता आले नाही, वाटून घेणे तर दूरच.

पण एकदाच तिचे शहाणपण अवचित परतून आले.

अर्चना तिला बळेबळे टॉनिक पाजू बघत होती. औषधाचा पेला आईच्या ओठाशी नेत ती म्हणाली,

"आई... घे गं... बरं वाटेल."

आईचे आक्रसलेले डोळे विचित्रपणे त्या पेल्यावर खिळले होते. क्षणार्धात तिचा चेहरा भयभीत होत गेला. ती थरथरू लागली... पाठीपाठी सरकत गेली... भिंतीला टेकली.

"नको... नको ते मला."

अर्चना पुढे सरसावते न सरसावते तेवढ्यात आई एकदम किंचाळली,

"विष... विष देतेस मला? अप्पांना मारलंस? आता मला दे... दे... दे... विष दे मला... बापाला मारलंस?"

आणि अर्चनाचा हात हिसडून टाकत तशीच हेलपाटत, धडपडत ती तरातरा बाहेर

निघून गेली. अर्चना हतबुद्ध होऊन अंधारातल्या पायरीवर बसून राहिली. तिला शोधत येणाऱ्या अप्पांच्या पावलांची साद आठवत अंधारात बसून थिजत राहिली.

पण पाठच्या अंधारातून कुणाची साद आली नाही.

बटण दाबून कुणी कधी तो रंगीत आकाशकंदील पेटवला नाही.

आई अशीच झिजून झिजून क्षीण होत गेली. अर्चनाचे शिक्षण, करिअर, तिचा आत्मविश्वास सगळे शोषून घेऊनही ती झिजत गेली आणि शेवटी हॉस्पिटलमध्येच गेली ती. आतड्यांमध्ये गाठी झाल्या होत्या तिच्या... त्यांनी बळी घेतला तिचा. त्या दुबळ्या कुडीची अखेरीस एवढी दैना झाली होती की, समोरच्या कॉटवर पडलेला हाडांचा निष्प्राण सापळा आपली आई आहे, हे अर्चनाने स्वत:ला वारंवार बजावूनदेखील तिला खरे वाटत नव्हते. तिथूनच ॲम्ब्युलन्समध्ये घालून नेली होती तिला.

काकू म्हणाल्या, ''सुटली बिचारी.''

वृंदाच्या आई मान उडवत म्हणाल्या, ''हं... अर्चना सुटली म्हणा!''

.... आणि खरोखरच सुटलो आपण त्या दु:स्वप्नातून! पुढे आलेल्या अनेक अडचणी सोडवत आपण आज इथपर्यंत येऊन पोहोचलो. नोकरी करता करता रिसर्च पुरा केला... त्या अनुषंगाने लेखन... चेंबर ऑफ कॉमर्सच्या महिला उद्योजकांच्या सल्लागार समितीवर नेमणूक झाली. हळूहळू सगळे सुरळीत होत गेले. निदान वरकरणी तरी सगळे स्थिरस्थावर होत गेल्यासारखे वाटत राहिले ....प्रभात, सुजितसारखे मित्र भेटले...

प्रभात?

तिने तंद्रीतून भानावर येत बघितले. पटेल आणि कंपनी निघून गेली होती. त्या गारठलेल्या खोलीत ते दोघेच उरले होते.

ती अन् तो.

तिचा मित्र.

गेलेला.

जराही डिस्टर्ब न होता शांतपणे निजलेला.

खोलीचे पडदे बंद होते, पण आता पडद्याच्या फटीतून प्रकाशाचे किरण तिरपे होत खालच्या फरशीवर कवडसे फेकत आत आले होते. त्या तिरप्या झोतात सोनेरी-रुपेरी धुळीचे कण चमकत उडत होते. त्यातून पलीकडचे स्टडी टेबल... त्यावर लाकडाच्या धावत जाणाऱ्या रेषा स्पष्ट दिसत होत्या. जयंतीने मोठ्या हौसेने डिझाईन देऊन प्रभातसाठी हे टेबल बनवून घेतले होते. त्यावरचा पेन स्टँड, ॲश ट्रे सगळेच कसे त्या उंची टेबलाला साजेसे होते. तिथे प्रभातची अनेक पुस्तके, मॅन्युअल्स आणि स्टेशनरी सुबकपणे मांडून ठेवलेली होती. फाईल्सच्या बाजूच्या

कॉम्प्युटरवरचे कव्हर अजूनही एका बाजूला वर सरकवलेले होते.

...प्रभात काल रात्री तिथेच बसला असेल. उशिरापर्यंत काम करत राहिला असेल. दोन-तीन दिवसांतच त्याला प्रोजेक्ट रिपोर्ट इन्व्हेस्टर्सना सादर करायचा होता. त्याचाच ताण आला असेल का त्याला? त्याच्या आयुष्यातला एक मोठा महत्त्वाचा प्रकल्प होता तो. तो यशस्वी झाला असता, तर त्याचा त्याला खूप फायदा झाला असता. अनेक नवी प्रोजेक्ट्स... नावलौकिक... अन् पैसा... तिला सगळे संदर्भ आठवत गेले.

"याह्... आय वॉन्ट धिस टू बी अ सक्सेस ॲण्ड आय वॉन्ट धिस सक्सेस बॅडली... माय लाईफ डिपेन्ड्स ऑन इट अर्चना."

प्रभातचे ते वाक्य ऐकून ती क्षणभर स्तंभित झाली होती.

लाईफ डिपेन्ड्स ऑन इट?

म्हणजे?

ते तिला अजिबात पटले नव्हते. पण त्याबद्दल प्रभातशी वादविवाद घालणे तिने टाळले होते. प्रभात इतका मॅच्युअर्ड आहे, अनुभवी आहे आणि त्याहूनही महत्त्वाचे म्हणजे तो इतका शहाणा आहे की, तो सगळे निभावून नेईल याबद्दल तिला खात्री होती.

....पण या विश्वासापोटी इतकी बेफिकीर राहिले मी? की उगीच झगडा नको म्हणून एक सरळ, साधी पळवाट शोधली? का विरोध करायला धजावले नाही? कदाचित त्याला विरोध करत खडसावून सांगितले असते की तू चुकतोयस प्रभात... युअर लाईफ इज टू प्रेशियस टू डिपेंड ऑन ए प्रॉजेक्ट लाईक धिस... तर काय झाले असते? त्याने ऐकले असते? कदाचित नसतेही. पण ऐकले असते तर कदाचित हा इथे असा निष्प्राण पडलेला नसता... बळी गेला नसता... का भांडली नाहीस अर्चना... व्हाय?

अचानक पाठीवरून घामाची धार दरदरून फुटल्याची तिला जाणीव झाली. डोळ्यांसमोर वाफेचे ढग जमू लागले. तरीही ते शब्द आक्रमक चाल करून अंगावर धावून येतच राहिले.

व्हाय अर्चना?

व्हाय?

ती घाबरून घुसमटत चालली. समोरचे स्टडी टेबल, कॉम्प्युटर, फाईल्स... सगळे तिच्याभोवती गरागरा फिरू लागले. त्या भोवऱ्यातून बाहेर कसे पडायचे? एरव्ही तिला अशा भोवऱ्यातून सुखरूप बाहेर काढणारा मित्रच आज हरवला होता. आवर्ताचा वेग वाढतच चालला, त्यात ती भेलकांडत राहिली. तिला वाटले, मोठ्ठ्याने ओरडावे... प्रभातला हाक मारावी. कदाचित तो डोळे उघडेल. क्षणभर

त्याला काहीच दिसणार नाही. डोळ्यांची मिचमिच उघडझाप करत तो बारीक नजरेने बघत राहील. त्याला दिसेल एक घाबरलेली, घुसमटलेली मुलगी... तिला बघताच त्याला एकदम गंमत वाटून हसू फुटेल.

"हे... फसलीस ना तू पण? बुद्दू..."

मग तो अंगावरची शाल दूर सरकवत, ताडमाड उंच होत उसळून उभा राहील. झब्ब्याच्या बाह्या मागे सरकवत तिथूनच नेहमीसारखी हाक देईल,

"चिनू... ए चिनू... माझा चष्मा कुठाय? कमॉन, लेट मी गेट बॅक टू वर्क... ॲण्ड अर्चू, रडणंबिडणं बंद करा आता. काम करायचंय. त्या कॉस्ट बेनिफिट ॲनालिसिसवर नजर टाक बघू एकदा... चिन्या... ए... चष्मा शोधून दे बघू."

आणि खोलीचा झुलता दरवाजा ढकलून चिनू धावत येईल.

पण तसे काहीच झाले नाही.

तो तसाच तिच्यासमोर निश्चेष्ट पडून राहिला.

तेवढ्यात खोलीचे दार झापकन ढकलले गेले. कुणी आत आले.

कोण ते?

एक धाय मोकलून रडणारी वयस्कर बाई... कोण? प्रभातची आई... पाठोपाठ मोठी बहीण... अन् दिल्लीचा भाऊ... त्यांच्या पाठीमागे लटपटणारी जयंती... आणि चिनू.

"प्रभात, प्रभात..."

रडण्याचा एकच आकांत खोलीत उसळला.

त्या गर्दीला बघताच अर्चना गडबडीने तिथून उठली. अवघडून दुखणारे पाय सरळ करत ती ताठ झाली. बाहेर पडता पडता दरवाजा ओढून घेताना तिने बघितले, तो दृष्टिआड झाला होता. त्या सगळ्यांच्या गराड्यात नाहीसा झाला होता.

कोण आहेत हे लोक?

काय देणे-घेणे आहे त्यांचे प्रभातशी?

इतके दिवस कुठे होते?

ती बाहेरच्या खोलीपाशी आली. तिथे ताटकळलेल्या गर्दीत काही नव्या चेहऱ्यांची भर पडली होती. ते बघून ती संभ्रमात पडली. तेवढ्यात बाजूच्या बेडरूमचे दार उघडले गेले आणि रोमा बाहेर आली. आज मेकअप नसलेला तिचा चेहरा निस्तेज झाला होता. डोळ्यांखाली काळी वर्तुळे, रंग उडून गेल्यासारखा म्हणून कसेतरीच लालभडक झालेले केस.... त्यातून पांढऱ्या रेषा वेड्यावाकड्या होत गेल्या होत्या. जडावलेल्या नजरेने तिने अर्चनाकडे बघितले. काही न बोलता त्या दोघी बेडरूममध्ये शिरल्या. पलंगावर बसल्या.

"अर्चना... मेरा जिगरी दोस्त चला गया... मेरा भाई... मेरा दोस्त"

आणि ती मुसमुसून रडू लागली.

अर्चनाने पुढे होत तिचे हात हातात घेतले.

"हो रोमा... माझाही..."

आणि ती थबकली.

कोण होता प्रभात माझा? मित्र... की रोमा म्हणते तसा भाऊ... राखी पौर्णिमेला हक्काने राखी बांधून घेऊन बहिणीच्या रक्षणाची हमी देणारा? की अशा चिकटवल्या जाणाऱ्या लेबलांपलीकडे आणि कुणीतरी वेगळा... त्या दोघी अंधारात तशाच गप्प गप्प बसून राहिल्या.

तेवढ्यात बेडरूममधल्या फोनची बेल वाजली. रोमाने पुढे होत बेड-लॅम्पचे बटण दाबले आणि फोन उचलला.

"हॅलो."

त्या अंधारलेल्या अवकाशात प्रकाशाचे वर्तुळ अवतरले होते. काळोख्या रंगमंचावर स्पॉटलाईट पडावा तसे... त्या वर्तुळात उभ्या हॅम्लेटचा एकाकी आक्रोश... आत्ता या उजळलेल्या गोलाकारात उभी रोमा कुणाशी बोलतेय? कोण आहे तिथे? अर्चना? जयंती? की मरून गेलेली आई? रिसीव्हरची काळे वेटोळे घेणारी वायर...

"हॅलो."

डोळ्यांसमोरच्या अंधारात काही वेगळेच घडतेय.

"यू बिच्.... कोण समजतेस स्वत:ला? यू... यू ब्लडी वुमन..."

कानावर आदळणारे ते घाणेरडे शब्द ऐकताच ती विजेचा तडाखा बसल्यासारखी जागच्या जागीच हादरली होती. तिची महिला आयोगावर नेमणूक झाली होती तो दिवस. तिचे अभिनंदन करायला सर्वांनी गर्दी केली होती. अशा आनंदाच्या दिवशी घरात पाय टाकताच हा फोन यावा? काहीतरी चुकतेय कुठेतरी....

"सॉरी... रॉंग नंबर."

"आर यू लिसनिंग टू मी यू बिच्? राणेबरोबर झोपतेस तू म्हणून सगळ्या चांगल्या असाइनमेंट्स तुलाच मिळतात. सगळ्या जगाला ठाऊक आहे. कधी राणे, कधी सुजित मुखर्जी... आता महिला आयोगासाठी कुणाचा जॅक लावलास..."

"..........."

"बदनाम करीन मी तुला, समाजातून खलास करीन. तुझ्यासारख्या बायकांना समाजातून हाकलूनच दिलं पाहिजे. बिचेस लाईक यू कान्ट बी टीचिंग अवर चिल्ड्रन... बघू महिला आयोगावर कशी जातेस ते..."

झिंगून बरळलेले शब्द, शिव्याशाप अन् धमक्यांनी ठासून भरलेली ती वाक्ये तिच्या कानावर आदळत राहिली. निमिषार्धात तिच्या लक्षात आले,

शंकर सुब्रह्मण्यम्.

एके काळचा सहाध्यायी अन् आताचा सहकारी. सुरुवाती-सुरुवातीला त्याने जुन्या ओळखीच्या जोरावर तिच्याशी सलगी करण्याचा प्रयत्न केला होता. कधी डिनरचे आमंत्रण, तर कधी सिनेमाचे, पण ती त्याला बधली नव्हती. उलट त्याला पूर्वीपेक्षा दूर ठेवले होते, प्रसंगी दटावून दाबून चूप बसवले होते. एवढाच जुजबी दुवा होता त्यांच्यात. मैत्री नव्हती आणि दुश्मनी असण्याचे कोणतेही कारण तिला आठवत नव्हते.

त्याचे फोन येतच राहिले. त्याची झिंगत, झोकांड्या खाणारी वाक्ये बेभानपणे तिच्या अंगावर रात्रभर डसत राहिली.

"शंकर, लिसन्..."

"अरे, तुम मुझे क्या बोलोगी? यू बिच्, मारून टाकीन तुला."

त्या असंबद्ध शब्दांतूनच उलगडत गेले तिला. तिची पीएचडी त्याच्या आधी पूर्ण झाली, त्याचा राग... प्रोफेसर असूनही मोठ्या वर्तुळात तिचा सहज वावर होतो, त्याची जेलसी... विद्यार्थ्यांचा लोभ... महिला आयोगासाठी निवड होते, त्याचा द्वेष... एकटी बाई असूनही सर्वांच्या नाकावर टिच्चून ताठपणे जगू शकते, मुख्य म्हणजे शंकरसारख्या लाळघोट्यांना ती जराही भीक घालत नाही, म्हणून इतकी वर्षे साचत आलेली त्याची नफरत...

डूख धरलेल्या नागाने शेवटी असा फणा काढला होता.

त्या फटक्यांची कळवळ मनाशी बाळगतच दुसरा दिवस सुरू झाला. शंकर समोरून आला तर? काही तमाशा झाला तर? अशी धाकधुक तिला सतत छळत राहिली. संध्याकाळी ती घराचे कुलूप काढत दाराबाहेर उभी होती. आतमध्ये फोनची बेल वाजायला सुरुवात झाली. कडी सरकवणारे तिचे हात तिथेच धसकून थबकले.

कोण?

कोण असेल?

"हॅलो."

"क्यूँ रे पहुँच गयी तू घर?"

झिंगलेल्या घोगऱ्या आवाजातले ते वाक्य तिला अचानक एकदम घाबरवून गेले. म्हणजे माझ्या हालचालींवर नजर आहे याची. आज दिवसभर कॉलेजात, लायब्ररीत, वर्गात सगळीकडे ती माझा पाठपुरावा करत होती. रस्त्यावरच्या गर्दीतून चालत येताना ती नजर मला लोचटासारखी चिकटून राहिली होती, मॉलमध्ये सामान घेताना माझ्या अंगाखांद्याला विळखा घालून राहिली होती. सतत संगती होती? आणि आत्ता... आत्ता कुठे? घरात... माझ्या घरात...

त्या कल्पनेनेच ती शहारली, पण प्रसंगाचा सामना करायलाच हवा होता.

"क्यूँ रे डर गयी क्या तू?"

तिने हात पुढे करून भिंतीवरचा स्विच दाबला, तसा अंधारलेल्या घरात प्रकाश पसरत गेला. त्या स्वच्छ, नीटनेटक्या घराकडे बघत तिने एक दीर्घ श्वास घेतला आणि म्हणाली,

"शंकर, मी तुला घाबरत नाही."

ते अनपेक्षित वाक्य ऐकताच शंकरही क्षणभर चमकून थबकला असावा, पण ते तेवढ्यापुरतेच होते. डिवचलेल्या नागासारखा फणा उगारत तो फूत्कारता झाला... टेलिफोनच्या वेटोळ्यांतून विषारी फूत्कार जळजळत बाहेर येत गेले.

"अच्छा, तो ठैर यू ब्लडी वुमन, मी आत्ता येतोय तिकडे.... दरवाजा खुला रख साली, नहीं तो तोड दूंगा. यू विल बी शेम्ड... साली हरामजादी... अब डरेगी तू..."

त्याच्या प्रत्येक वाक्यागणिक तिच्या संतापाचा पारा चढत चालला होता. तिच्या मस्तकात एक विचित्रशी कळ उमटत तिला छळू लागली. राग, अपमानाच्या अनेक जाणिवा तिच्या मनात काठोकाठ एकदम भरून आल्या. डोळे जळजळू लागले... कान गरम झाले... फोन धरलेल्या हातावरचा काबू सुटू लागला. क्षणभर काही सुचेनासे झाले. त्या पुढे येऊ घातलेल्या प्रसंगाच्या नुसत्या कल्पनेनेदेखील ती शरमून, काळपटून गेली.

खरोखर असे घडले तर?

कोण येईल वाचवायला?

कॉलेजचे प्रिन्सिपल... पोलीस... पलीकडचे शेजारी... तिची बुद्धी काम करेनाशी झाली. कुणीच नसावे? अप्पा... अप्पा उठा ना... मला जवळ घ्या. या वेड्यापासून वाचवा. मला भीती वाटतेय... अप्पा... अप्पू..."

अंधाऱ्या संध्याकाळी पायरीवर बसलेली एक थकलेली मुलगी.

अप्पांच्या पावलांची चाहूल घेणारी.

त्या गडद होणाऱ्या अंधारातून फोनची बेल वाजली.

ती दचकली. वाटले, उचलूच नये हा फोन. पण ती बेल थांबता थांबेना. दूरवरून येणाऱ्या कॉलसारखी ती दीर्घपणे वाजतच राहिली. थांबेचना.

"अर्चना."

"अं...."

"अर्चना..."

प्रभात?

तो ओळखीचा आवाज ऐकताच अर्चनाने इतका वेळ शर्थीने थांबवलेला बांध फुटत गेला आणि ती ओक्साबोक्शी रडू लागली.

"अर्चना, अर्चू, काय झालंय्? रडतेस का? सांग, सांग मला... कमॉन... रडू नकोस, रडू नकोस..."

गोंधळलेल्या प्रभातला काहीच ठाऊक नव्हते. तो विचारत राहिला, तशी या टोकाला ती रडतच राहिली.

"....जयंती, ए जयंती, इकडे ये लवकर. ही बघ अर्चना रडतेय. ए बाई तू रडू नकोस... मी आलो... निघालोय आम्ही."

आणि खरोखरी फोन ठेवल्यापासून थोड्या मिनिटांतच दारावरची बेल वाजली.

टेबललॅम्पच्या उजेडात त्यांच्या सावल्या भिंतीवर पडल्या होत्या.

अर्चनाचे बोलणे एकदमच तार तुटल्यासारखे संपले, तशी ती हतबल होत, धापा टाकत गप्प झाली. घरात सुनसान शांतता पसरत गेली. तिघेही त्या शांततेत बुडत गेले.

थोड्या वेळाने प्रभात उठला आणि तिच्या शेजारी बैठकीवर येऊन बसला.

"अर्चना."

"हं."

"इकडे बघ."

तो अगदी शांत होता. हा नेहमीचाच प्रभात होता. अर्चनाचा फोन ठेवल्यानंतर घरातल्याच कपड्यांत तसाच उठून धावत आलेला. परिचयाचा, तरीही वेगळा. त्याच्या चेहऱ्यावरचा गंभीर आत्मविश्वास बघताच अर्चनाचे विस्कटलेले, कापणारे मन स्थिर होऊ लागले. तिचे दोन्ही हात त्याने अलगद आपल्या मजबूत हातात घेतले आणि घट्ट धरले. अर्चना त्याच्याकडे रोखून बघत होती, तरी शेजारच्या सोफ्यावरच्या जयंतीचा श्वास शार्प होत रोखला गेलेला तिला तिथूनही जाणवला. पण त्या क्षणी त्या आश्वासनाची, त्या स्पर्शाची तिला इतकी गरज होती की, मान वळवून जयंतीकडे बघणेही तिला शक्य नव्हते. या संवादात जयंतीला स्थान नव्हते, त्या क्षणी ते नसणारच होते आणि ती ते समजून घेईल हे देखील अर्चनाला त्याक्षणी ठाऊक होतेच.

"अर्चना, हे तुला सगळं सहन करावं लागतं, यापुढेही करावं लागणार; कारण तू, तू आहेस. आम्हांला किती अभिमान आहे तुझा !"

बोलता बोलता त्याचे डोळे चमकू लागले. अर्चनाच्या हातांवरची पकड दृढ होत गेली.

ती त्याच्याकडे बघतच राहिली.

"शंकरसारखे मच्छर आजूबाजूला असतातच अर्चू आणि ते कायम तुला त्रास देणारच आहेत. आज शंकर आहे, उद्या आणखी कोणी असेल. मग तू काय नोकरी

सोडून, घाबरून पळून जायचं? त्याला तेच तर हवंय...''

''पण प्रभात मी एकटी... बाई...''

''मग? बाई आहेस, तीच तर तुझी शक्ती आहे. एकट्या बाईला त्रास देणाऱ्या मवाल्याला ठेचायला तू पुरेशी आहेस, असं वाटत नाही तुला? मला वाटतं तुझ्यात तेवढी शक्ती नक्कीच आहे. तू घट्ट उभी रहा अर्चू आणि बघ, दहा लोक येतील धावून मदतीला. साला तो शंकर तुझं काय बिघडवू शकणार आहे? यू कॅन हॅण्डल हिम्.''

''मी?''

अर्चना चकित होऊन ते ऐकत होती.

इतक्या थपडा खात, पराभूत होत एकटीने पचवलेले हे आयुष्य.

''प्रभात... मी?''

''होय. तूच. अशी एखादी अपमानित केलेली स्त्री ईर्षेने उभी राहिली, तर काय करू शकणार नाही? तुला प्रतिकार करायचाय आणि तो तू केलाच पाहिजेस अर्चू... यू हॅव टू फाईट दॅट बास्टर्ड. अॅण्ड यू विल फाईट.''

''पण... कसं... कसं करू?''

''वेल्, ते तूच ठरवायचंस अर्चू. तू सांग, काय करशील? हा खूप छोटासा किडा आहे, पण ठेचला तर पाहिजेच.''

अर्चना ते स्वत:लाच समजावत राहिली. तेवढ्यात बाजूची जयंती उठली आणि अर्चनाच्या पाठी येऊन बसली. आपले दोन्ही हात अर्चनाच्या खांद्यावर ठेवून मृदुपणे म्हणाली,

''आर्ची, जस्ट डू इट... फाईट हिम्.''

तिच्यासमोर प्रभात बसला होता. त्याच्या आश्वासक हातात अर्चनाचे हात होते. त्याच्या हळुवार नजरेत अर्चनाची नजर एकटक होत मिसळत होती. पाठीशी जयंती होती, दोन्ही हातांनी खांद्यांना आधार देणारी... वर्तुळ पूर्ण झाले होते. खूप सुरक्षित वाटत गेले तिला, हलके वाटत गेले... तिचा ताणून कठोर झालेला चेहरा निवळत गेला. ती किंचितशी हसली. स्वत:शीच ठाम होत गेली.

''येस, आय विल फाईट हिम्.''

ती उठली अन् फोनकडे वळली. प्रभातचा चेहरा प्रश्नार्थक होत चाललेला बघून म्हणाली,

''नारायणभाई सोळंकी...''

तिच्या कॉलेजचे ट्रस्टी आणि होऊ घातलेले चेअरमन. महिला आयोगावर तिची निवड झाल्याबद्दल अभिनंदन करण्यासाठी त्यांचा फोन आला होताच.

मग प्राचार्य.

त्यानंतर ए. सी. पी. चव्हाण.

प्राजक्ता चव्हाण या तिच्या विद्यार्थिनीचे वडील.

रात्री उशिरा सगळे फोन करून संपले तेव्हा ते निघाले. दाराशी निरोप घेताना अर्चना न राहवून म्हणाली,

"प्रभात..."

तो वळला.

"थँक्स."

तो हसला. हात लांब करून तिला जवळ घेत, थोपटत म्हणाला, "डोन्ट यू एव्हर फरगेट व्हू यू आर ॲण्ड युअर स्ट्रेंथ्स माय डियर वुमन आणि थँक्स कसले? उद्या आमच्यावर असा काही प्रसंग आलाच, तर तू अर्ध्या रात्रीदेखील धावत येशीलच ना?"

ती आश्चर्यचकित होऊन ऐकत राहिली. आता खरोखरीच सगळा ताण निघून गेला. शंकरची इन्क्वायरी होऊन कॉलेजातूनच नव्हे तर मुंबईतून हकालपट्टी करून संस्थेच्याच दूरवरच्या कॉलेजात त्याची पाठवणी करण्यात आली, तीदेखील सज्जड दम देऊन! त्या आठवणी त्रास देत राहिल्या. मग कालांतराने त्याही विरून गेल्या.

राहिली आठवण ती प्रभातची.

त्याच्या शब्दांची.

त्याने दिलेल्या आत्मबळाच्या जाणिवेची.

त्या बळावरच इथवरची वाटचाल दमदार झाली होती.

आणि आज तर तोच गेला.

आता इथून पुढे?

खालच्या लॉबीमध्ये भरपूर गर्दी जमली होती. स्ट्रेचर खाली येताच ती पांगली. स्ट्रेचर खाली ठेवण्यात आले. काही मंडळी पुढे झाली. हार घालण्यासाठी, नमस्कार करण्यासाठी सर्वांची घाई झाली. अस्पष्ट हुंदके उमटू लागले. प्रभातची आई... बहीण... मग जयंती... लटपटत्या पावलांनी ती पुढे झाली. तिच्या थिजलेल्या डोळ्यांतून अश्रूंच्या धारा लागल्या होत्या. मूकपणे रडता रडता ती प्रभातजवळ येत त्यावर झुकली, त्याच्या कपाळावरून अलगद मायेचा हात फिरवत, तिने कसेबसे हात जोडून त्याला नमस्कार केला. ते बघताच स्ट्रेचर उचलले गेले, ते सरळ झाले आणि गर्दीतून पुढे सरकू लागले. अर्चनाने जयंतीला सांभाळता सांभाळता तिथूनच हात पुढे केला, स्ट्रेचरला स्पर्श केला... आणि घर सोडून दूर चाललेल्या, उघड्या आभाळाखाली आलेल्या आपल्या मित्राकडे ती बघत राहिली. सगळेजण स्ट्रेचर पाठोपाठ निघाले, आणि कुणाला एकदम आठवण झाली.

"चिनू... अरे चिनू कुठाय?"

तेवढ्यात ॲम्ब्युलन्सचा दरवाजा उघडला गेला.

अर्चना धक्का लागल्यासारखी ते दृश्य बघत राहिली. आतल्या सीटवर चिनू आधीच चढून बसली होती. मूकपणे रडणारी एक मुलगी.

चिनू?

स्ट्रेचर आत सरकवले गेले. चिनूने पुढे होत डॅडीला नीटनेटके केले. त्याच्या अंगावरचे हार सरळ, सारखे केले. प्रभातचा भाऊ, इतर मंडळी आत शिरली. चिनूच्या बाजूला बसली. चिनूचे दमलेले डोळे डॅडीच्या चेहऱ्यावर खिळले होते. तिच्या लेखी त्या क्षणी जगात आणखी कोणीही नव्हते. रंगीबेरंगी फुलांचे हार अंगावर घेतलेला प्रभात निष्प्राण होऊन पडला होता. समोरची जिवंत चिनू आज मोठी, शहाणी झाली होती. डॅडीवरची नजर न हटवता ती जड आवाजात म्हणाली, "काका, चला बरं लवकर, तिथे आपली अपॉईंटमेंट आहे, निघायला हवं."

पाठीमागे स्फुंदणारी जयंती अर्चनाच्याच मनात उमटलेली वाक्ये बोलली.

"पोरगं मोठं झालं गं माझं अर्चू, बघ, डॅडीची मुलगी कशी मोठी झाली."

दरवाजा धाडकन बंद झाला.

ॲम्ब्युलन्स धुरळा उडवत निघून गेली.

अर्चना गेटपाशी सुजितच्या गाडीतून उतरत होती.

"अर्चू, यू शुअर यू डोन्ट वॉन्ट टू कम विथ् अस्?"

रोमाने आग्रह केला तरी अर्चनाने तिच्याबरोबर जायचे टाळले.

"रोमा, डोन्ट वरी. आय विल बी क्वाईट फाईन."

माथ्यावरची दुपार कलंडली होती, तरी उष्णतेचे असह्य चटके बसत होते. बागेच्या भिंती, वॉचमनची केबिन... बागेतले कारंजे सगळाच परिसर त्या रखरखाटात तापून निघत होता. वाळवंटातल्या आगीच्या झळांमधून ती थकलेली पावले उचलत निघाली. तापलेल्या रस्त्याचे चटके तिच्या पावलांना जाणवू लागले, तशी तिची पावले जडावली. माथ्यावरच्या उन्हाच्या ज्वाळा तिच्या डोळ्यांना जाळत आत शिरल्या, तिला आतून बाहेरून शोषून घेऊ लागल्या. तिला ती आग सहन होईना, तिने डोळे मिटले आणि त्या तापातून निकराने पावले उचलत चालत राहिली.

सगळीकडे सामसूम झालेली होती.

तिने डोळे उघडले. चोहोबाजूंनी आगीच्या ज्वाळा सळसळ करत वरवर धगधगत चालल्या होत्या. आणि तिचे घर? एरव्ही गेटपासून काही पावलांवरच असणारी इमारत त्या ज्वाळांमधल्या फटीतून आत्ता या क्षणी दूर कुठेतरी उभी असल्यासारखी इवलीशी दिसत होती. तिचा तिच्या नजरेवर विश्वास बसेना. कसे

शक्य आहे? माझे घर इतक्या दूर गेलेच कसे? कुणी ओढून, खेचून नेल्यासारखे इतके दूर? व्हॉट्स हॅपनिंग? तिने मागे वळून बघितले. तिथेही नजरेला जाळणाऱ्या आगीच्या तप्त ज्वाळा धडाडून पेटल्या होत्या. पाठीमागचे गेट... वॉचमनची केबिन... काहीच नव्हते. नुसत्याच आगीच्या लाटा... लालबुंद आग...

अर्चनाभोवती आवर्तन घेत केस पिंजारून नाचणाऱ्या...

तिची भयचकित नजर पापणी न लववता ते बघत राहिली.

अप्पा... अप्पा...

प्रभात...

तिने डोळे घट्ट मिटून घेतले अन् क्षणभराने पुन्हा उघडले, तेव्हा कशी कुणास ठाऊक ती इमारतीच्या जिन्याच्या पहिल्या पायरीपाशी उभी होती.

थंडगार काळोख्या सावलीत.

समोरचा जिना वर गेला होता. तो चढून गेले की तिच्या घराचा परिचित दरवाजा सामोरा येणार होता. कुडत्याच्या खिशातल्या किल्लीने तो उघडला की आतले घर तसेच तिथे असणार होते. कपाटातली पुस्तके, कम्प्युटरवर अपूर्ण राहिलेल्या लेखातली सोनेरी अक्षरे, सगळेच तिथल्या तिथे असणार होते. काही तासांपूर्वी ती तिथून उठून बाहेर गेली होती की, कुणीतरी तिला ओढून नेले होते?

ती पुढे सरसावली.

आणि तेवढ्यात जिन्याच्या सगळ्यात वरच्या पायरीपाशी रेंगाळणाऱ्या अंधारात हलकेच काही हलले. त्या हलक्याशा हालचालीचे तरंग तिला एकदम जाणवले, तशी ती थरारली... थबकली.

कोण? कोण आहे?

पण तिथे तर कुणीच नव्हते.

जिन्यावर नुसताच धुरकट अंधार पसरला होता.

तिची नजर शोध घेत गेली. जिन्याचा कठडा... वर वर त्रिकोणी होत गेलेला... वरच्या मजल्याकडे वळत अदृश्य झालेला होता. आणि अचानक तिथे पुन्हा अस्पष्टशी हालचाल झाली... जिन्याच्या कठड्याला लटकून लोंबणारे कुणीतरी. ...अस्पष्ट... धापा टाकणारे...

मघा जितू प्रभात गेल्याची बातमी घेऊन आला, तेव्हा त्याच्या पाठोपाठ पायऱ्यांवरून सरपटत ते वर आले होते... त्याच्या शुभ्र शर्टाचे मनगट आपल्या पोलादी पंजात पकडून त्याला भयभीत करून, फरफटत, खेचत घेऊन आले होते... मांसाच्या वासावर वखवखून नखे परजत तरंगणारे... धपापणारे... रक्ताळलेले दात विचकून हसणारे... जिन्याच्या कठड्यावर उलटे लटकून बुभुक्षितपणे किंचाळणारे... भुकेलेले... वेडीवाकडी मान फिरवत हपापून लालभडक डोळ्यांनी वाट बघणारे.

पाठीमागे आगीचा पेटता डोंब.
पुढच्या बर्फाळलेल्या अंधारात...
ते.

तिच्या अंगावर काळोखाच्या लाटा कोसळत आल्या.
मग काहीच शिल्लक उरले नाही.
काहीच नाही.

◆

(कदंब, दिवाळी २००३)

डॉग्ज

ईशान आत्ताच इथून गेला.

तसा तो इथेच राहतो आणि नाहीही.

येतो आणि जातो.

जाताना त्याने टिफिन, पैसे व कॉल सेंटरचे आयडेंटिटी कार्ड... आपल्या सगळ्या वस्तू एक-एक करत नीट न्याहाळून बॅगेत भरल्या. त्या आत व्यवस्थित आहेत याची खात्री करून बॅग बंद केली. कपडे, केस ठीक आहेत ना ते आरशात बघत बघत, अंदाज घेत पायांत बूट चढवले, चकचकित बुटावरचा कुठलासा एकच धुळीचा कण झटकला.

निघण्याच्या तयारीत...

हे सगळे नेहमी असेच होत असते. अगदी असेच...

एका हातात बॅग घेत त्याने दुसऱ्या हाताने अनूला जवळ ओढून घेतले. नेहमीच घेतो तशी हसत हसत कपाळाची हलकीशी पापी घेत म्हणाला,

''बाय अनू...''

आणि दार उघडून निघूनसुद्धा गेला.

दाराची साखळी लावून अनू वळली. त्याला जाताना बघावे, कदाचित तो वळून हात करेल तेव्हा आपण खिडकीत असावे, म्हणून ती खिडकीकडे गेली, तर तो तेवढ्यात रस्त्यापलीकडच्या दिव्याखाली उभ्या असलेल्या टॅक्सीत बसलादेखील होता.

टॅक्सी वळणावरून नाहीशी होऊन गेली.

गेली.

वारा पडलाय तरी समोरच्या वाडीतल्या नारळाच्या झावळ्या अंधारात संथपणे डचमळतायत. मधूनच एखाददुसरा आकाशकंदीलही चमकताना दिसतोय... काही मिचमिचत्या दिव्यांच्या माळा... काळोखात दूर कुठेतरी फटाक्यांचे बार क्षीणपणे फुटतायत का?

बाकी सगळे वातावरण कसे शांत आहे.

दिवाळी असून?

अचानक धोब्याच्या टपरीवरचा लाऊडस्पीकर उचकी देत खरखरत सुरू झाला.

“दिवाली आयी... आयी आयी रे भय्या दिवाली... आ... यी... आ... यी...”

वाकून बघताना तिचे लक्ष गेले, तिच्या खिडकीबाहेर कुठूनसा एक ढगाचा गोळा तरंगत आला होता. निरभ्र काळ्या-राखाडी आकाशाच्या लोखंडी गजबंद चौकटीत तरंगत असलेला एकुलता एक लहानसा धुरकट ढग... त्यातून पलिकडचे काहीच दिसत नव्हते, अगदी चंद्रसुद्धा. वारा नसल्यामुळे त्याला कोण ढकलत होते, कुणास ठाऊक. तरीही तो ढग संथपणे तरंगत अगदी खिडकीपाशी येत चालला होता. हळूहळू तो अगदी खिडकीच्या जवळ येत गेला आणि क्षणभर तिथेच घुटमळत थांबला... मग हळूहळू पुढे झाला. आत शिरताना खिडकीच्या गजाला त्याचा स्पर्श झाला, तसा तो फटकन् फुटला आणि हवा गेलेल्या फुग्यासारखा वेडावाकडा होत, भिरभिरत खाली जमिनीकडे कोसळत सुटला. जमिनीवर कोसळताच त्याच्या चिंध्या उडत गेल्या आणि त्यातला गिळगिळीत द्रव कारंजासारखा फुळुक्कन् उडत बाहेर पसरत गेला. त्या हिरव्यागार द्रवाची पहिली झडप खिडकीच्या गजांवर कोसळत आदळली आणि खिडकीच्या कडेवरून घरात सळसळत ओघळू लागली. कडेवरून झिरपत येणारा तो द्रवाचा लोट... हळूहळू त्या द्रवाची एक लाट तयार होत गेली... एक जडशी लाट... कशाची लाट ही? कुठून आली? हिचा नेमका रंग कोणता? हिरवा... शेवाळी की काळा... काहीच कळत नव्हते.

भिंतीच्या कडेवरून पहिली लाट कोसळत उचंबळत घरात आली.

मग दुसरी.

तिसरी.

तसा भिंतीचा रंग गायब झाला.

की भिंतच नाहीशी झाली?

लाट आक्रमक होत पुढे पुढे येत गेली. घराची गुळगुळीत स्वच्छ फरशी... रेषारेषांचे कार्पेट... तीत बुडत गेले. खुर्चीचे निमुळते कोरीव पाय... पलंग... आणि अनूचे पाय... ती लाट घरंगळत घरभर पसरत, सगळ्याचा ताबा घेत पुढे येत गेली... अनूच्या पायांपर्यंत येत गेली... तिच्या पावलांभोवती त्या खळबळणाऱ्या द्रवाच्या लाटेचे उसळणारे वर्तुळ तयार होत चालले... आणि त्या परिघाच्या उन्मळणाऱ्या कडा खदखदत पुढे पुढे सरकू लागल्या. पुढे-पुढे... हळूहळू... पण नेमकेपणाने रेषारेषा आडवी करत ते वर्तुळ आकुंचन पावत गेले. त्या द्रवाचा गिळगिळीत स्पर्श अनूच्या पावलांना झाला, तेव्हा भेदरून जात ती मोठ्याने किंचाळली,

“रवी...”

त्या नावासरशी ती आणखीनच थरथरत, कापत गेली.

रवी?

पण त्या किंचाळीबरोबर एकदम फ्लॅश उडावी तसा घरातला अंधार पटकन मिटूनच गेला. बघितले तर घर जसेच्या तसेच. लखलखीत उजेडाने भरलेले... चमकदार भिंती... झुळझुळीत पडदे... चिमुकले फूल उमललेले बोन्झाय... खिडकीबाहेर टांगलेला आकाशकंदील... सगळे कसे तिथेच होते. स्थिर. खिडकीच्या आत कोसळून पडलेल्या ढगाची कुठे एवढीशी ठिकरी नाही, त्यातून धावत उसळलेल्या लाटा नाहीत, घराचा ताबा घेणारे ओघळ नाहीत अन् पावलांना घेरणारे वर्तुळही नाही... मग तो ओला गिळगिळीत स्पर्श? तोही नाही. अनूची पावले होती तशीच अन् तिथेच. काहीच बदललेले नाही. अनू थरथरत ते बघत राहिली.

पण नाही कसे?

रवी?

तो नाही, तो परतून कधीच येणार नाही. दारावरची बेल वाजवणार नाही आणि यदाकदाचित जर तो तसा एकदम आलाच, तर ती दार उघडणार नाही. लाख उघडावेसे वाटेल, त्याला घरात शिरू द्यावेसे वाटेल, त्या विळख्यात घुसमटून जावेसे वाटेल... ते सगळे माझे आहे, मलाच हवे... फक्त मलाच... तरी नाही. ती दार उघडणार नाही. बेबंद होणाऱ्या मनावर खचाखच कुऱ्हाडीचे घाव घालत... नाही, ते तुझे नाही, तुझ्यासाठी नाही... म्हणत स्वत:ला छिन्नविच्छिन्न करत राहील, मग रक्ताने थबथबलेले ते जिवंत मांसाचे रसरशीत तुकडे त्या लूत भरलेल्या वेड्या कुत्र्यासमोर भिरकावून देईल. तो त्यांच्यावर अधाशीपणे तुटून पडेल. त्याच्या हिंस्त्र चेहऱ्यावरचे ते विखारी डोळे... विचकलेल्या जबड्यातले विषारी सुळे... लटकणारी लालभडक जीभ... त्यावरून ओघळणारी लाळेची तार... 'ह्या ह्या' करत धपापणारी छाती... ते वेडे धूड कधीही माझ्यावर झेप घेऊ शकेल, माझ्या नरडीचा कडकडत घास घेऊ शकेल.

तरीही हे दार उघडणारच नाही.

बेल कितीदा वाजली अन् वाजतच राहिली, तरी हे दार घट्ट बंदच राहील.

ते जळक्या डोळ्यांचे वेडेविद्रे श्वापद समोरून अंगावर झेपावत येताना बघूनसुद्धा ती तशीच दात-ओठ दाबून, दरवाजाला पाठ टेकवून उभीच राहील. टप् टप् करत रक्त ठिपकायला लागेल तरीही हलणार नाही.

दार उघडणार नाही.

हे सगळे ठाऊक असूनही हाक ती त्यालाच मारते आहे.

का?

अशीच तीही रात्र होती.

संध्याकाळी लवकर ये, असे निमाने दोन-दोनदा बजावून सांगितले. तिचा फोन ठेवून अनू पुन्हा टेबलवरच्या कामाकडे वळली. पण आता तिचे लक्ष उडून गेले होते.

निमाची आई महिन्यापूर्वीच गेली. शेवटचे काही आठवडे आयसीयूमध्ये कोमात असलेल्या मावशींची ती अखेरची झुंज. त्यांचा प्रत्येक श्वासागणिक उचकी लागल्यासारखा खाली-वर होणारा, थकलेला, पांढराफटक म्हातारा चेहरा... डोळे मिटून शांत झोपलेल्या, क्षणोक्षणी निस्तेज होत चाललेल्या मावशी... आणि त्यांच्या कपाळावरच्या शांत सुरकुत्यांत लपलेले गोंदण...

वाटायचे, त्या आत्ता डोळे उघडतील. क्षीण झालेल्या नजरेने आंधळे बघत म्हणतील, "कोण अनू होय? ये, ये गं पोरी. आज बरी आठवण झाली?" पण तसे काहीच झाले नाही. कॉटची तिरकी केलेली पाठ, त्यावर पांढऱ्याशुभ्र चादरीखाली गप्पगार झोपलेल्या मावशी... लटकलेली मान... नुसतीच उचकी... श्वास... उचकी... श्वास... हनुवटी खाली... असेच चालू राहिले.

कॉटच्या बाजूला बसलेली दगडी मल्याळी नर्स.

दिवसपाळी.

अन् रात्रपाळी.

"मॅडम, मू खोलो"

असे नर्सने दरडावून म्हटल्यावर त्या कधीतरी अस्पष्टशा चाळवत, फिकटशा हसल्यासारख्या होत.

"अनू, अनू, बघ. आई हसली ना गं."

सगळे माहिती असूनही निमा हळवी होई. आणि अनू कासावीस.

मळकट युनिफॉर्म घातलेली मल्याळी नर्स कॉटच्या बाजूला नुसती बसूनबसूनच कंटाळून, थकून गेली.

मावशी आपल्या चादर गळ्यापर्यंत ओढून शांत निजलेल्याच; पण तो चेहरा आता काळवंडत चालला होता. त्या थकण्यामागचे क्लेश डोळ्यांभोवतीच्या सुरकुत्यांतून पसरत चालले होते. कृश शरीरातला जीव आतून संपत, विझत चालला होता. तरीही त्या विझत, झिजत चाललेल्या शरीराच्या सुकलेल्या हाडामांसाच्या आत कुठेतरी जगण्याची इच्छा... कोणती अंधुकशी आशा धुगधुगत राहिली होती की काय? काय बाकी राहिले होते बघायचे, भोगायचे? की सांगायचे?

किती रात्री अशाच गेल्या.

तळ्यात, मळ्यात.

तळ्यात, मळ्यात.

धुगधुगी अजून तशीच.

शेवटी अशाच एका कडकडीत तापलेल्या दुपारी अनूसमोरचा फोन वाजला होता.

''कोण अनुराधा का? मी साठे क्लिनिकमधून बोलतेय. मिसेस देशपांडे पास्ड अवे. ताबडतोब निघा असा निरोप...''

मिसेस देशपांडे? कोण मिसेस देशपांडे? आय डोन्ट नो एनीबडी बाय द नेम. काहीतरी चुकतेय तुमचे.. आणि लक्कन् वीज चमकल्यासारखा तिला धक्का बसत गेला. मावशी... मावशी गेल्या. ती तशीच उठली अन् धावतपळत हॉस्पिटलमध्ये निघाली. पोचता पोचता अचानक पश्चिमेकडच्या समुद्रावर ढगांचे लोट जमत गेले आणि आकाश भरून आले. शहरावर ढगांची गर्दी वाढत दाटत गेली. समुद्र कोंडल्यासारखा जागच्या जागी डचमळत राहिला. पाऊस झिमझिमायला सुरुवात झालीसुद्धा.

वेटिंगरूममध्ये दिलीप, निमा आणि इतर काही जवळची मंडळी.

पांढऱ्या साड्यादेखील.

इथे-तिथे.

अनूला बघताच निमाचा बांध फुटला, तिला मिठी मारून ती स्फुंदून स्फुंदून रडायला लागली. दिलीपने उठून तिला सावरले. तिच्या खांद्यावर हात टाकत तिला थोपटत तो तिला सावरत राहिला. ती जराशी शांत होत गेली, तसे अनू तिथून दूर होत मावशींच्या खोलीकडे वळली. गेल्या काही आठवड्यात तिने इथे जवळजवळ रोजच फेऱ्या मारल्या होत्या. दमलेल्या निमाला घरी पाठवून ती तिथे शुद्ध हरपलेल्या मावशींच्या सोबतीला राहिली होती. तिथल्या त्या लहानशा फिरत्या स्टुलावर पायांना मुंग्या येईपर्यंत बसून राहिली होती. तीच ती खोली होती. फिनाईलचा उग्र झोंबरा दर्प मारणारी. तोच तो ओळखीचा एक थंड सुन्नपणा जाणवायला लावणारी. पण आज इथे काहीतरी बदललेले होते. जाणवण्याइतपत बदलले होते.

काय ते?

समोरचा भल्यामोठ्या रंगीत फुलांचा पडदा आता एका बाजूला हटवण्यात आला होता. इतके दिवस तिथे दाटीवाटीत असणारा सलाईनचा स्टँड, ऑक्सिजन सिलेंडर आणि इतर मशीन्स तिथून गायब झाली होती.

तीच ती खोली होती.

इतके दिवस तिरपी असलेली कॉटची पाठ आज सरळ आडवी झाली होती आणि पांढरेधप्प पांघरूण गळ्यापर्यंत ओढलेल्या मावशी तशाच शांत झोपल्या होत्या.

''कोण अनू होय? ये, ये गं पोरी. आज बरी आठवण झाली?'' असे आता त्या म्हणणार नव्हत्या.

अनू त्यांच्याकडे बघत राहिली. मावशींना असे शांत झोपलेले तिने पूर्वी कधीच बघितले नव्हते. शेवटपर्यंत त्या अगदी चांगल्या खुटखुटीतपणे घरभर धावतपळत असायच्या. पण आत्ता...

आत्ता त्यांचा कृश चेहरा अतिशय शांत अन् तेजस्वी झाला होता. गोऱ्यापान मुद्रेवर कुठेही एखादा डाग नाही की, नेहमीसारख्या सुरकुत्या नाहीत. डोक्यावरून गुंडाळून घेतलेल्या पदराखालच्या फिक्कट कपाळावरचे नक्षीदार गोंदण स्पष्ट उठून दिसत होते. समाधान अन् तृप्तीचा भाव ल्यायलेल्या चेहऱ्यावरचे हसरे पातळ नाजूक ओठ... शांत शरीर... जणू दुपारी जेवणाचे टेबल आवरून झाकपाक करून झाल्यावर नेहमीसारखी जराशी डुलकी काढायला म्हणून त्या आडव्या झाल्या होत्या.

आणि मशीनमधून अखंड धावणारी बीप्... बीप्... ची निळी लकेर थंडावून गेली होती.

अनूला ते सहन होईना.

मावशी... मावशी... अशा झोपून राहू नका. उठा, लहानपणी मला अन् निमाला दूधचहा करून द्यायच्या तुम्ही... तुमच्या हातच्या सांजाच्या पोळ्या शाळेच्या डब्यात... निमाचं डोहाळेजेवण... बाळंतपण... सगळं तुम्ही एकटीनंच निभवलंत... तुम्ही अशा झोपलात कशा? कमीत कमी श्वास तरी घ्या... हनुवटी वरखाली होईल... फुर्रफुर्र... करत ओठाच्या कोपऱ्यात थुंकीचा फेस गोळा होईल... मग ती काळी मल्याळी नर्स पुढे होत तो नॅपकिनने पुसून काढत म्हणेल,

"मॅडम, मू खोलो, दवाई पी लो"

तळ्यात, मळ्यात.

तळ्यात, मळ्यात.

बाहेर शहराच्या रस्त्यावर पाऊस धो धो... करून राक्षसासारखा बरसायलाच लागला.

ॲम्ब्युलन्स येऊन थांबली. दार उघडले गेले आणि खाडकन् बंदही झाले.

"आली बरं का गाडी"

कुणीतरी वाकून बघत इशारा दिला. बाहेर वेटिंगरूममध्ये बसलेल्यांची अस्वस्थ चाळवाचाळव सुरू झाली. पायांच्या हालचाली... उठाउठी... कुणीतरी आत आला आणि मावशींच्या अंगावर एक मरतुकडासा हार वाहून एक हुंदका देत बाजूला झाला. मग दुसरा तसाच... तिसरा... आणि एक हार... नमस्कार... हुंदका... असे चालूच राहिले.

भगभगीत अन् बटबटीत.

हॉस्पिटलमधल्या नर्सेस, वॉर्डबॉय... तेही पाया पडून निघून गेले. मग आली

निमा. काहीच समजत नसल्यासारखी, स्तंभित, थिजलेली. मावशींकडे बघून तिने त्यांच्या पायांवर कोसळून घेत मोठ्याने हंबरडा फोडला.

“आई, आई गं... आता कुणाला आई म्हणू गं...”

तेवढ्यात स्ट्रेचर तोलत वॉर्डबॉय आत येत गेले. माणसांची पांगापांग झाली. दोघीतिघींनी उगीउगी करत थोपटून, समजावत निमाला बाजूला हटवले. दिलीप तसाच तिथे अवघडून उभा राहिला. बॉईजनी मावशींचे मुटकुळे सराईतपणे उचलले आणि स्ट्रेचरवर झटकन् नीट झोपवले.

अरे हळू हळू, थकल्यात त्या... अनू कळवळली.

“डेथ सर्टिफिकेट.... अरे दिलीप, डेथ सर्टिफिकेट कुठाय?” एका कुणीतरीने वाक्य टाकले. “डॉक्टर कुठे गेले? उगीच प्रॉब्लेम नको नंतर...”

गर्दीतून एक हात हलला... मग कुठूनसा दुसरा पुढे आला... तिसरा... धुक्यातून तरंगत यावे तसे एक बिनरंगी, चुरमडलेले पाकीट हाताहातातून प्रवास करत आले आणि दिलीपच्या हातात ठेवले गेले. वॉर्डबॉय स्ट्रेचर उचलत घाईघाईने हलले. पाठीमागे दिलीप, कुणीतरी आणि अशीच इतर मंडळी निघाली. सगळे पांढरे झब्बेलेंगे चपला ओढत, रखडत निघाले. हुंदक्यांची मंद लाट पुन्हा उसळली.

“आई, आई गं...”

वॉर्डबॉय जिन्यावरून खाली निघाले.

“संभाल यार... ए संभाल, बोडीको धक्का मत लगाव खालीपिली...” बहुतेक कुणीतरीच ओरडला.

झोपलेल्या मावशींना घेऊन ते सगळे निघून गेले. त्यांना पोटात घेऊन ॲम्ब्युलन्स निघून गेली. थोडीशी मुसमुस हुंदके देत शांत होत संपूनच गेली. पाऊस रिपरिपत तसाच कोसळत राहिला.

आता आपण काय करायचे?

त्या दोघी एकमेकींकडे बघत राहिल्या... मध्ये रिकामी कॉट...

आता निमाचा जिना चढताना त्या सगळ्या आठवणी एकदमच मनात साठून आल्या आणि अनूला गरगरून आले. तसे इथे यायचे म्हणजे नकोनकोसे होते तिला नेहमी. मन मागे खेचत राहते. मग इथे येऊच नये हे साधे सोपे आणि सरळ. पण तेही जमत नाही. निदान आज मावशींना जाऊन महिना झालाय हे कारण तरी आहे... पण एरवी...

अचानक तिचे लक्ष समोरच्या जाळीतून दिसणाऱ्या इमारतीकडे गेले. नाही बघायचे तिकडे असे मनाशी घट्ट ठरवूनही लक्ष गेलेच. जिन्याबाजूच्या गॅरेजमध्ये

मिट्ट अंधार दाटून गारठला होता. आजपासून दिवाळी सुरू असल्याची कोणतीच खूण का नसावी या कॉलनीत? दाटीवाटीने उंच वाढत गेलेल्या वेड्यावाकड्या गर्द झाडीमुळे इथल्या रस्त्यावरच्या दिव्यांचा उजेड मलूल होऊन जातोय. पलीकडे अंधारात कुठेतरी एक-दोन आकाशकंदील नुसतेच आपले नावाला जागत तरंगतायत; पण इथे कुठल्याच बाल्कनीत उघडझाप करत वेगाने धावणाऱ्या, रंगीबेरंगी, चमकदार दिव्यांच्या माळांची आरास नाही. रस्त्यावर कुठे एकही शाळकरी मुलगा दिसत नाही. ड्ठो... करत बॉम्ब फोडणारी मुले... बाटलीतला बाण आकाशात सूं... करत उंच चढत जाताना बघायला धावत सुटणारा एखादा तरी मुलगा... अनार, चक्रांच्या आतिशबाजीतली विजेरी फुले उसळताना बघून टाळ्या पिटत उसळणारा... मग तो नाही म्हणून हातात फुलबाज्यांची पेटी घेऊन त्याला बॉम्ब फोडायला शिकवणारा त्याचा बाबा नाही आणि वरच्या कठड्यावरून वाकून त्या बापलेकांकडे कौतुकाने बघणारी आईही नाही.

"अहो, सांभाळा बरं पिंट्याला, एवढ्या लहानपणी बॉम्ब फोडायला शिकवलंत नं लेकाला..."

कॉलनीतल्या रस्त्याच्या दोन्ही बाजूला पसरत गेलेल्या घरांच्या ओळी इतक्या ओक्याबोक्या, अंधारलेल्या अन् सुनसान.

दिवाळी आजच आहे ना? की मीच चुकीच्या वेळी चुकीच्या ठिकाणी आलेय?

ती थकून जात तशीच पायरीवर थबकली.

काय झाले?

तिचे लक्ष पुन्हा त्या अंधारलेल्या अवकाशाकडे ओढले गेले.

ते लूत भरलेले कुत्रे अंधाऱ्या गॅरेजमधून बाहेर हेलपाटत, धावत आलेले तिने पहिल्यांदा तिथेच बघितले होते. ओंगळ पुवाने थबथबून सुजलेल्या असंख्य गळवांनी त्याची सोलून निघालेली लालभडक कातडी... त्याचे ते भेसूर रूप बघून बरोबरची रूपा घाबरून किंचाळत तशीच जिन्यावरून वर धावत सुटली होती. पण अनू... ती मात्र तशीच अनिमिष होत तिथेच खिळून राहिली होती.

"अनू, अनूमावशी, पळ... पळ."

भेदरलेल्या रूपाचा आक्रोश तिच्या कानांपर्यंत येत होता.

ते हिंस्र जनावर हळूहळू दबकत पुढे सरकत होते. त्याच्या फाकलेल्या जबड्यातले तीक्ष्ण सुळे चमकत होते, बाहेर लटकलेल्या लालजर्द जिभेवरून गिळगिळीत लाळेची धार फरफरत ओघळत खाली येत होती. त्याच्या डोळ्यांत एक वेडाविद्रा खुनशी भाव लखलखत होता. लसलसत्या वासनेने विस्तवासारखे तापलेले ते डोळे... पुढेपुढे येत चालले.

अनू, अनू, धाव... पळ... ते धूड कधीही तुझ्यावर कोसळेल. मग सगळेच

संपेल... विनाश होईल सारा... पळ... सांभाळ... जीव वाचव आपला... रन् रन् रन्...

पण ती पळूच शकत नव्हती. जणू जड लोखंडी साखळदंडांनी तिला कुणी बांधून ठेवले होते. चेटूक झाल्यासारखी ती तिथेच मृत्यूच्या विरूपाकडे बघत... न हलता... न थरथरता... डोळे विस्फारलेली, एकटक.

ते जनावर उग्र फूत्कारे सोडत, आक्रमक पवित्रा घेत पुढेपुढे अगदी समोर येत गेले. पण ती तशीच खिळून राहिली होती. ती जरादेखील हलत नाही, पळत नाही हे बघताच ते धूड चकित होत गेले. तिने जरा जरी हालचाल केली असती, तर त्याने विजेसारखी झेप घेतली असती. धारदार सुळ्यांनी तिच्या मानेचा घोट घेत मणक्यांची हाडे कडाकड मोडून टाकली असती. पण तसे काहीच झाले नाही. तिच्याकडे बघत बघत त्याने पवित्रा बदलला, तसे त्याचे ताणलेले अंग सैल पडले, पाय वाकले गेले, कुर्‍यात वर फुलारलेले शेपूट खाली उतरत गेले आणि अचानक पीछा वळवत ते धूड पुन्हा दबकत दबकत गॅरेजकडे निघून गेले, तिथल्या अंधारात अदृश्य झाले.

त्यानंतर जेव्हा जेव्हा ती इथे येत गेली, तेव्हा तेव्हा संशयाने तिचे मन काळे-निळे होत जायचे. ते असेल तिथे अजून दबा धरून? त्याचा मागोवा घेत दृष्टी धावत जायची. पण त्या एका घटनेनंतर ते पिशाच्च तिला तिथे कधीच दिसले नव्हते. तरीही नजरबंदी झाल्यासारखी त्या गॅरेजकडे नजर आपसूक खेचली जायची.

काय झालं असेल त्याचं? म्युन्सिपाल्टीची धारदार गजांची काळी गाडी येऊन खरखरत थांबली असेल... त्यातून चेहऱ्यावर काळे मास्क चढवलेले मारेकरी उतरले असतील... संगिनी रोखल्या गेल्या असतील... अन् ठ्ठो... करत गोळी सुटली असेल... आणि त्याच्या त्या जळजळीत डोळ्यांमधली कवटी फोडत आतल्या मेंदूत शिरली असेल... रक्ताची पिचकारी फोडत ते धूड किंचाळत उन्मळून जमिनीवर कोसळलं असेल... विव्हळत, आचके देत, उठण्यासाठी पुन्हापुन्हा धडपडत, हात-पाय झाडत ते मरून गेलं असेल. नाहीतर स्वतःच उठून खुरडत खुरडत गटाराबाजूच्या सडक्या कचऱ्याने ओथंबलेल्या पेटीपाशी थिजत चाललेल्या डोळ्यांनी समोरून येणाऱ्या मृत्यूची वाट बघत राहिलेलं असेल आणि मग कधीतरी थंडावून गेलं असेल. त्याला उचलून आत फेकून देऊन काळ्या गजांची गाडी निघून गेली असेल.

ते तिथे नसणार हे माहीत असूनही त्याच्या असण्याची एक दाट शक्यता सापाच्या सळसळीसारखी प्रत्येक वेळी तिला जाणवत राहिली होती.

तशीच ती आजही.

ती मोठ्या कष्टाने वळली.

जिन्याच्या वरच्या पायरीपाशी निमा उभी होती. ती तशी नेहमीच तिथे उभी राहते.

अनू येते आणि जाते तेव्हाही...

अगदी न चुकता.

थकलीय निमा.

तिच्या पोश्चरमधूनच ती थकान जाणवतेय. तरीही चेहरा ताजातवाना वाटतोय.

की उगीचंच तसं जाणवतंय?

अनू पायऱ्या चढत गेली. वर घरात नेहमीसारखे वातावरण होते. दरवाजा समोर पॅसेजमधला चपलाबुटांचा स्टँड... वर दांडीवर सुकत घातलेले कपडे... टीव्हीसमोर पसरलेले रूपा आणि रोहित.

अनूला ''हाय मावशी...'' म्हणून ते पुन्हा सिरियलमध्ये रमून गेले.

दिलीप तिथेच ड्रिंक घेत, काही कागदपत्रे चाळत बसला होता.

''ए, मी आलोच हं एवढं करून.''

त्या दोघी आत जायला वळल्या.

या घराला तशी एकच बेडरूम. पण इतके दिवस मावशींची जुनी लोखंडी दणकट कॉट त्या खोलीला व्यापून राहिली होती. बाजूच्या ड्रेसिंग टेबलवर कितीतरी औषधांच्या बाटल्या, पाण्याचे तांब्या-भांडे... अशी गिचमिड गर्दी. कॉटखाली किडनी ट्रे, बेडपॅन. तिथेच बाजूला दिलीपचे स्टडी टेबल, जागेअभावी एकावर एक चढवलेल्या दोन सेटी, गोदरेज कपाट असे भिंतीच्या कडेकडेने लावलेले सामान... त्या कोंदट वास मारणाऱ्या खोलीत नकोनकोसे होऊन जाई. पण आज खोलीच्या दारात येताच ती थबकली. लोखंडी कॉट? तिने निमाकडे बघितले.

ती जराशी अवघडली का?

''अगं, ती कॉट ना, मी देऊन टाकली वॉचमनला, आता तशी गरजही उरली नव्हती.''

देऊन टाकली? का? गरज उरली नाही म्हणून? कुणी ठरवलं ते?

अनू तिच्याकडे बघत राहिली.

आणखीनही काहीतरी बदललंय इथे. दोन सेटी जोडून त्याचा तयार झालेला डबलबेड, नीट आवरलेलं ड्रेसिंग टेबल, खिडक्यांवरच्या स्वच्छ नव्या जाळ्या आणि त्यापुढच्या सुंदर पडद्यांच्या झुळझुळीत प्लीट्स.. लखख उजेडात चमकणारे सगळे मृदूमुलायम रंग... सगळा पसारा आवरला गेल्याने सुबक नीटनेटकी झालेली दिलीप-निमाची बेडरुम.

एका नव्या चित्राची सुरुवात.

मावशींचा कुठे एखादा फोटोदेखील दिसत नाही...

अनूच्या रित्या होत चाललेल्या मनात एक ओरखडा उमटलाच.

तेवढ्यात दारावरची बेल ठाण्णकन् वाजली. रमेश, सुजाता घरात शिरलेले बघताच मुले टीव्ही बंद करत उठली. दिलीपनेही त्याचा पसारा आवरला असावा. ते सगळेच आत आले.

''हाय अनू''

''हाय काका''

तिथले सगळे सोपस्कार संपवून अनू निघाली. ''अच्छा'' म्हणत तिने बाहेर पडायला दार उघडले, तेवढ्यात निमानेदेखील पायात शूज चढवले आणि तिच्याकडे रोखून बघत म्हणाली,

''चल, तुला टॅक्सीपर्यंत सोडून येते.''

हेदेखील हल्ली हल्ली अपरिहार्य.

आणि गरजेचेसुद्धा, तिला तसेच अनूला.

त्या जिना उतरत खाली गेल्या.

रात्र कधीच कॉलनीत उतरून स्थिरावली होती. कॉलनीतल्या रस्त्याच्या दोन्ही बाजूला पसरत गेलेल्या घरांच्या ओळी इतक्या ओक्याबोक्या, अंधारलेल्या अन् सुनसान. सगळीकडे शुकशुकाट... कानाकोपऱ्यातून काळोखाच्या छाया आता अधिक गडद झाल्या होत्या.

या मध्यमवर्गीय, मराठी वस्ती असणाऱ्या वसाहतीत दिवाळीच्या तेजाचा, आनंदाचा कोणताच हलकासा शिडकावा नाही.

निमाच्या घरात मावशींची कोणतीही खूण उरलेली नाही.

आपलं आपलं समजलेलं... रक्तामांसात मुरलेलं... एकदम नकोसं, नाहीसंच कसं होऊन जातं? का होतं?

त्या दोघी गेटकडे वळत होत्या. तेवढ्यात समोरच्या इमारतीच्या अर्धवट अंधारलेल्या पायऱ्यांवरून दोन पावले खाली तळमजल्याकडे उतरत येताना दिसली. पाय... ढेरपोटावर तट्ट बसलेला टी-शर्ट... छाती... आणि चेहरा... हळूहळू खाली उतरत येत नजरेच्या टप्प्यात येत गेला. तो चेहरा दिसण्यापूर्वीच अनू थबकली, तसे निमाने घाबरीघुबरी होत तिचे कोपर एकदम घाईघाईने घट्ट पकडले आणि वाटेवरून तिला जवळपास जबरदस्तीने कॉलनीच्या गेटकडे खेचत ती म्हणाली,

''अनू, अनू, चल लवकर... टॅक्सी... टॅक्सी आहेच उभी.''

तळमजल्यावर असलेल्या नावांच्या बोर्डवरल्या बल्बच्या भगभगीत उजेडाच्या वर्तुळातून ती आकृती एकदम पुढे येत गेली.

कोण?

हरी...

हरी?

अनू, अनूताई...

काय हरी कसा आहेस?

लांबलचक काळ्याकुट्ट अंधारातून कुणाचे शब्द सावल्या उमटवत आले? कोण बोलले?

निमाची तिच्या हातावरची पकड करकचून आवळत गेली.

निमा, निमा डोन्ट डू इट.

"ताई, आत्ताच बाबांनी आठवण काढली ना तुमची आणि मी किचनमधून बघतो तर काय समोर तुमी... बघा कशी बोलाफुलाला गाठ पडली..."

ती भेटल्याचा आनंद त्याच्या चेहऱ्यावर भरभरून दाटून आला होता.

"का रे?"

हे सुद्धा कोण बोलले? आणि का?

"ते तुमी आणलेलं चिनीमातीचं भांडं बगा. ते आज पाहुण्यांच्या हातून चुकून फुटलं ना, मग लय रागवले बाबा, म्हणले हे भांडं अनूबायनी आणलं होतं..."

"अस्सं?"

"होय तर..."

किती महिन्यांनी... की वर्षांनी भेटतोय हरी मला? तिची नजर रस्त्यावरच्या गडदमिट्ट अंधारातून दूरवर धावत गेली.

"ताई..."

"हं..."

त्याच्या पुढच्या वाक्याने ती भानावर आली.

"...बाबांचा ॲक्सिडेंट झालाय."

"कधी? कसा?"

तिने चमकून निमाकडे बघितले, तर तिचा चेहरा अवघडून पार वेडावाकडा होऊन गेला होता. अनूची नजर चुकवत ओठ चावत ती गोंधळून तिथेच उभी होती.

"ताई, देवानंच वाचवलं बगा, गाडीचा तर पार सत्यानाश झाला, कपाळ फुटून टाके पडलेत, डोळे बचावले ते नशीब..."

रवीचा ॲक्सिडेंट झाला? आणि मला ठाऊकसुद्धा नसावं? कसं कळणार? कोण कळवणार? त्यानं पाठ फिरवली ती कायमची. अगदी मी कुठं कधीच नसल्यासारखं... कॅनव्हासवर टेक्स्चर व्हाइट लावून नको तो भाग साफ पुसून टाकावा तसं मला, माझ्या विश्वासाला त्यानं कठोरपणं पुसून टाकलं आणि तो निघून गेला कुठेतरी लांबच्या प्रवासाला.

त्यानंतर फोन नाही, पत्र नाही... काहीच नाही, कधीच नाही, जणू मी त्याच्या लेखी कधी नव्हतेच. आणि आज खबर मिळाली ती ही अशी. जखमी झालाय तो?

"ताई, चला ना वर, बाबांना बघायला येता?"

"कोण आहे वर?"

"अरुण काका आन् विकीभाऊ हाईत."

हा काहीतरी सांगतोय, पण काहीतरी लपवतोयसुद्धा. तिला अस्पष्टसे जाणवत गेले.

"निमा, तू येतेस?"

"नाही. आणि... आणि तूही जाऊ नयेस."

तिने अनूचा हात अजूनही घट्ट पकडून ठेवला होता, तो आता ओढ लागून दुखायला लागला. अनूने निमाकडे बघितले. हीसुद्धा मला काहीतरी सांगतेय, पण काहीतरी लपवतेयसुद्धा. तिला समजत, स्पष्ट होत गेले.

निमे, त्या घरच्या दरवाजांनी माझी वाट बघणं कधीच सोडलंय गं. पण या क्षणी मला तिथे जायलाच हवं, ॲक्सिडेंट झालाय त्याचा. पूर्वी साध्या चार शिंका आल्या, तरी त्याला अनू हवी असायची... जराशी कणकण येत डोकं गरम झालं की, समोर अनू हवी... बाहेरगावाहून अगदी विमानाने आला, तरी घरी आल्यावर तिथे अनू हवी...

हरीचा ऑफिसमध्ये फोन यायचा, "ताई, बाबा संध्याकाळी येतायत. तुम्ही येता ना? काय काय आनून ठेवू?"

ऑफिस सुटल्याबरोबर अनू तिकडे धावत सुटायची. कॉलनीतल्या बायकांच्या टवाळक्या करत स्वयंपाक व्हायचा... बाबाला काय काय आवडते त्याची यादी करून ठरवलेला मेनू... ते करता करता घर आवरायचे... त्याच्या रायटिंग टेबलवर पसरलेले कागद लावून... वेगवेगळ्या पेन्सची खाली घरंगळत गेलेली टोपणे शोधून नीट लावून ठेवायची... हरीने लिहून ठेवलेल्या निरोपांच्या अगणित चिठ्ठ्याचपाट्या... ते आवरून ती जरा कुठे वाचत बसली की, तेवढ्यात दारावरची बेल खणखणत सुटायची.

"ताई, ताई... बाबा आले बरं का..."

हरीची गडबडून धांदल उडायची. त्याने दार उघडेतो अनूचा श्वास रोखला जायचा.

दारात रवी उभा असायचा. लांबसडक केसांवर रुबाबात टेकवलेले सनग्लासेस... चेहरा झुकवून रोखलेली टोकदार नजर... हसरा, फ्रेश चेहरा... अंगात साधा डेनिमचा शर्ट, जीन्स... खांद्याला बॅग... विकीचा मोठा भाऊ वाटावा इतका तरतरीत, स्मार्ट आणि ॲक्टिव्ह!

एवढा मोठा लेखक असूनही त्याला शोभेल असा आव आणत तो कधीच

प्रवास करत नाही. अगदी विकीसारखाच खांद्याला लावायच्या बॅगेत दोन-चार शर्ट आणि जीन्स भरून टाकल्या की, झाली याची तयारी आणि परतून आल्यावर पायातले शूज घसाघस काढून फेकून देत, "हे अनू... हाय विकीभाऊ..." आरडाओरडा करत; अनू, विकीच्या गळ्यात पडत त्याचे सुरू व्हायचे,

"हे इट्स गुड टु बी बॅक होम अगेन..."

जॉन डेनव्हरची त्याच्या दूर डोंगराआडच्या गावाची, घराची आठवण काढणारी व्याकूळ रफ् गाणी.

"कंट्री रोड टेक मी होम..."

कुठे गेल्या त्या संध्याकाळी? ती गाणी? काही दिवसांनी या आठवणीसुद्धा हरवून नाहीशा होतील नाही?

तिने निमाच्या हातातून आपला हात ओढून घेतला.

"निमा, मी त्याला बघून मग घरी जाते. हरी सोडेल मला नंतर टॅक्सीपर्यंत."

तिने एक मोठा सुस्कारा सोडलेला अनूच्या लक्षात आला. नापसंती अन् अगतिकतेचा भलामोठा नाखूष मूक उद्‌गार... लांबलचक सुस्कारा.

ती वळली.

तोच जिना, तेच घर... तोच उघडा दरवाजा पुन्हा एकदा समोर.

पुढे हरी, मागे अनू... तसेच पूर्वीसारखे.

दारासमोर काढलेली ठिपक्यांची रंगीत रांगोळी... आजूबाजूने तेवणाऱ्या मंद पणत्या... वर हलके हलके हेलकावणारे फुलांचे तोरण नजरेत भरत गेले... मग एकदम प्रकाशाने भरलेला पॅसेज... ती हॉलच्या दारात आली. आतल्या हॉलमध्ये तसा अंधारच होता, पण ठिकठिकाणी पणत्या पेटवून ठेवल्या होत्या. एसीने बर्फाळलेल्या हॉलमध्ये तेवढाच काय तो अंधुकसा प्रकाश इथेतिथे मिणमिणत होता. त्या प्रकाशाच्या पुंजक्यात दिवाणावर बसलेली काही मंडळी, उजवीकडच्या बैठकीवर काही जण टेकलेले दिसत होते आणि नव्हतेही. पण हॉलच्या दूर टोकाला भल्यामोठ्या खिडकीखाली आरामखुर्चीत रेलून बसलेला रवी... खिडकीतून झिरपत आत येणाऱ्या उजेडात त्या अंधारातही तिला स्पष्ट दिसत होता. फक्त रवीच... जखमी झालेला... रक्ताळलेल्या डोळ्यांनी टोकदार रोखून बघणारा...

फक्त तोच.

आणि अनू.

ओह्, इट् गुड टू बी बॅक होम अगेन, यस्टरडे...

डावीकडच्या अंधारात हालचाल जाणवली.

"हाय, अनू आंटी..."

विकीचा आवाज.

विकी हसतहसत पुढे आला. हातात बियरचा ग्लास. तसेच पुढे होत त्याने अनूला मिठी मारली. तो इतका मोठा झाला होता तरी त्याची पापी घ्यायला आवडायचे तिला आणि तोही वरवर लाजतलाजत तिला ती घेऊ द्यायला वाकायचा. आपल्याला मायाच करता यायची त्याच्यावर. लाड करून घेण्याच्या बाबतीत अगदी रवीच्याच वळणावर गेलाय विकी... पण बारीक झालाय नाही तो आता...?

"विकी, बारीक झालास रे."

"ऑ, आंटी, नॉट ॲट ऑल, आय ॲम द सेम..."

"...सेम ओल्ड विकी."

दोघांनीही एकदमच वाक्य पुरे केले.

आणि मोठ्याने हसले.

किती सहज.

पूर्वीसारखे.

आणि ते जाणवत एकदमच गप्प झाले. एकमेकांकडे बघत तसेच उभे राहिले. मग काय बोलावे, काय करावे, ते न सुचल्यासारखे होत, विकी बाजूला होत एकदम बाहेर निघूनच गेला.

तिला प्रथमच भिडली हॉलमधली शांतता. बरीच माणसे इथेतिथे, पण सर्वांचेच श्वास रोखलेले... सगळे जण तिच्याकडे टक लावून बघतायत. अगदी रवीसुद्धा.

पण मघा हरी म्हणाला होता की, वर फक्त काका आणि विकीच आहेत म्हणून. इथे तर पार्टी चाललेली दिसतेय्. प्रत्येकाच्या हातात फेसाळलेले ग्लास आहेत, मध्ये खाण्याच्या डिशेस विखरलेल्या आहेत... या डिशेसही मागे मीच आणलेल्या... तिला तेवढ्यातही आठवत गेले. पण आता यातली एक फुटली, मग कचरापेटीत फेकून दिली गेली... की एकच शिल्लक राहिली... काय म्हणाला होता हरी? सगळे अंधारातून अजूनही माझ्याकडे रोखून बघतायत, हा कसला विचित्र ताण आहे या वातावरणात? या घरात काय घडतंय?

"अनू..."

ती भानावर येत पुढे झाली.

"रवी, काय हे? कसं झालं?"

"अगं, मी मरतामरता वाचून परत आलोय, काहीही होऊ शकलं असतं."

पुढे येता येता तिच्या नजरेत तपशील येत गेले.

रवी? वेडावाकडा होऊन गेलेला हा अनोळखी चेहरा... कपाळाभोवती गुंडाळलेला, रक्ताळलेल्या बँडेजचा विळखा... लालजर्द डोळ्यांभोवती उमटलेली भयानक काळी वर्तुळं... दाढीचे पांढरे खुंट... ढिलं पडलेलं हे याचं मोडकंतोडकं शरीर...

तिला काही सुचेना. हा रवी आहे? नक्की हा रवीच? बाजूच्या बैठकीवर बसता बसता त्याने तिचा हात अगदी सहज ओढून हातात घेतला आणि तिच्याशी बोलताबोलता तो निरखू लागला.... कुडत्याच्या स्लीव्हजचे रंग... खांदा... गळा... कानातल्या कुड्या... बिंदी... ते सगळे छान आहे असे म्हणणारी ती नजर... ती ओळखीची नजर... पूर्वीची.... पूर्वीसारखीच...?

अचानक ती नजर झपकन् तिच्या खांद्यावरून पाठीमागच्या अंधाराकडे फेकली गेली आणि विचित्रपणे दचकल्यासारखी होत एकदम तिथे स्थिरावत गारठली. इतका वेळ हॉलमध्ये कुणीच हलले नव्हते, बोलले नव्हते पण नजरेच्या त्या बदलत्या झोताबरोबर अनू एकदम वळली. तिथे अगदी बरोबर समोरच्या खुर्चीवर एक स्त्री बसली होती. अंधाराची शाल पांघरून स्तब्ध बसलेल्या स्त्रीचे अस्तित्व अनूला इतका वेळ जाणवले नव्हते.

कोण आहे ही?

तिचा चेहरा अंधारात बुडाला होता. काहीसा जाणूनबुजूनच. पण एवढ्या अपुऱ्या प्रकाशातही तिच्या स्थूलशा शरीरावरचे सगळे दागिने मात्र झगमगत, चकमकीच्या लकेरी फेकत होते. त्यात तिची आकृती उजळून निघाली होती. ती आकृती अनूच्या परिचयाची नव्हती. मी... मी ओळखत नाही हिला. का नाही ओळखत? संदर्भ सापडेना... कोण? आणि हे सगळे जण इतके अवघडून का गेलेत? ती पुन्हा गोंधळत गेली.

''अनू, हा प्रवीण, त्याची बायको शुभा... तिथे पलीकडे तो पसरलाय ना तो अरुणकाका, तू ओळखतेसच... ही सुधा, विकीची आर्टस्कूलमधली क्लासमेट... हे आणखी कुणी...'' सगळ्यांच्या ओळखी करून देत देत शेवटी रवी तिच्याकडे बोट दाखवत एकदम तटकन धागा तुटावा तसे कसाबसा म्हणाला, ''आणि ही... ही सीमा...'' फुगा फुटल्यासारखे होत त्याचा श्वास सटपटून एकदम निसटलेला अनूला जाणवला.

कोण आहे ही? इथे का आहे? काय करतेय ती इथे?

प्रश्न उमटत गेले.

पाठोपाठ उत्तरेही.

हीच ती. रवीची नवी मैत्रीण. सखी की आणि कुणीतरी?

अत्यंत दुखावून जात अनूने त्याच्याकडे बघितले.

रवीच्या या नव्या मैत्रिणीबद्दल सगळीकडे चर्चा सुरू झाली होतीच. ते सगळे गॉसिप हस्तेपरहस्ते अनूपर्यंत आणून पोचवण्याची तसदी त्याच्याच मित्रमैत्रिणींनी घेतली होती. तशा रवीला अनेक मैत्रिणी नेहमीच होत्या. त्याच्या लिखाणावर लोभावणाऱ्या चुकार, चमकदार श्रीमंत बायका, डिझायनर्स, मॉडेल्स, पत्रकार...

अशा अनेक जणी त्याच्यावर नेहमी लुब्ध होत होत्या. त्यालाही ते आवडतच होते.

पण त्याच्या इतकं जवळ त्यानं फक्त मलाच येऊ दिलं होतं. त्याच्या घरात, मुलांत सामावून घेतलं होतं... आमच्याबद्दलही कुजबुज सुरू असणारच होती. पण तो त्याबद्दल नेहमीच बेफिकीर असायचा. त्याचं सगळं आयुष्य तो असा बिनधास्त ऊर्मीत जगत आला होता. आणि तिलाही त्याची मैत्रीणच व्हायचं होतं. तो लिहायला बसला की म्हणे, "अनू, तू बस इथे."

तिकडे विकी आपल्या खोलीत असाइनमेंट्स पुऱ्या करत बसलेला असे. खूप उशीर होत जाई रात्रीचा. तिथे दिवाणवर बसल्या बसल्या त्याच्याकडे बघतबघत पेंगून ती झोपून जाई. पहाटे जाग येई, तेव्हा तिच्या अंगावर मऊ रजई पांघरलेली असे. ती घरी परतायला निघे, तेव्हा बाप-लेक आपापल्या खोल्यांत गुरफटून झोपलेले असत.

त्याच्या टेबलवरच्या अनेक कथा... लेख अनूने अशा भल्या सकाळी उठून वाचून काढल्या होत्या. पेंगुळलेल्या, आनंदी पहाटवेळा असणारे दिवस...

ते टेबल... ते टेबल कुठे गेले? तिला आठवण आली.

तर ते पलीकडे अगदीच कोपऱ्यातल्या अंधारात लोटून टाकलेले होते.

उपेक्षित.

आणि संपूर्ण रिकामं.

मी त्याला एकदा हात लावू, रवी?

खोल अंधारातून कुणाचेतरी शब्द सावल्या उमटवत आले.

विधूने उठून तिला बसायला जागा दिली. बसताना तिला जाणवले तिथल्या सगळ्यांनीच तिला 'हॅलो' म्हटले होते, म्हटले नव्हते ते त्या एकट्या तिनेच.

का?

ती अजून तशीच अनूवर नजर रोखून एकटक बघत राहिली होती.

अनू गारठत गेली.

"ए विकी, अनूला ड्रिंक दे"

"नको रे विकी, माझं जेवणसुद्धा झालंय."

अजूनही ती स्त्री तशीच थंड नजरेने रोखून बघत राहिली होती. तेवढ्यात अचानक बाजूच्या पणतीची वात क्षणभर फडफडत उंचावली. त्या प्रकाशात तिचे डोळे लक्कन चमकून उठले. तेवढ्या उजेडातही ते बटबटीत डोळे... अनूला तिच्या उग्र डोळ्यांतली धग जाणवायला लागली. गरम गरम... उष्ण वाफा... कोण आहे ही? प्रयत्न करूनही अनूला तिचा चेहरा दिसत नव्हता. तिच्या अंगावरच्या साडीचा रंग... तोही ओळखू न येण्यासारखा ... पण ही धग... ती त्या साडीच्या रंगाची नक्कीच नव्हती. तो रंग ...काळपट... मळकट... निस्तेज... "मांजर ओकल्यासारखा..."

मावशी असत्या तर फटकन बोलून गेल्या असत्या. मावशी? पण मावशी आहेत कुठे? इथे तर हा रंग ओळखूच येत नव्हता.

पण ही बाई एवढी उंची, महागडी साडी नेसूनदेखील इतकी दरिद्री का वाटतेय? इतकी कळाहीन? त्या गबाळ्या, तोकड्याशा स्लीव्हलेस ब्लाऊजमुळे? विचित्रसा पर्म केल्याने चेहऱ्यावर अर्धवट लोंबकळत ठेवलेल्या केसांमुळे? गडद मेकअपमुळे? या झगमगीत दागिन्यांमुळे? की हिचे डोळेच ठिणग्या फेकतायत? नजर धडधडून पेटलीय? अनूला तो जाळ सहन होईना.

ती तिथून उठायला लागली, तेवढ्यात विधूने काहीतरी जोक मारल्याने कोपऱ्यातले सगळे जण अचानकच हसत सुटले. विकी खिदळत त्या कोपऱ्यातून बाहेर आला आणि तसाच आनंदाने उसळत अनूपाशी येऊन बसला.

"अनूआंटी..."

"......."

"आंटी, आय ॲम सो हॅपी टू सी यू... हे बघ ना, मी पण काही कविता लिहिल्यात गं, त्या लिहिल्या आणि एकदम तुझीच आठवण आली, आय स्वेअर..."

मग फोन का नाही केलास ? म्हणता म्हणता ती थांबली.

एवढा मोठा अपघात होऊनही कुणी कळवलं नव्हतं तिला. मग उगीच साधी कविता वाचून दाखवायला तो तिला फोन करणार होता थोडाच? खरोखर आठवण आली होती की, उगीचच हे सगळं?

विकी... तूसुद्धा... इतका बाबासारखा... आय हेट यू सन...

रवीच्या कथा, कविता... तो लिहित सुटला की, वेळकाळाचे सगळे गणित विसरून लिहीतच राहायचा. त्याच्या मनातल्या कल्पना ज्वालामुखीसारख्या उसळून उन्मळत वर येऊ लागल्या की, मग तो कुणाचा कोण राहात नसे. प्रकाशाच्या गतीने धावत येणाऱ्या त्या प्रतिमा... त्या गतीचा ताण त्याला सहन होत नसे... ती गती, तो ताण तेवढ्याच वेगाने कागदावर उमटले नाहीत, तर तो कासावीस होऊन, तडफडत, भिरभिरत, विस्कटत जाई... मग कागदाच्या फाडून चिंध्या करून वाऱ्यावर भिरकावून द्यायचा... आणि वेड्यासारखा खदाखदा हसत सुटायचा,

"अनू, अनू... का? असं का?"

म्हणत पोर होत पोटाशी बिलगायचा. हल्ली हे फार वाढत चालले होते. त्याला लिहिण्याची इच्छा होती, प्रचंड ऊर्मी होती, पण लिहून काहीच व्हायचे नाही. असे किती दिवस जायचे. पण मधूनच घरात एखादे चुकलेले इवलेसे पाखरू यावे, त्या अवकाशात क्षणभर भिरभिरून अलगद दृष्टिआड होऊन जावे, तशी एखादी कविता तरलपणे लिहून व्हायची. रात्री-बेरात्री अनूच्या फोनची बेल वाजली की, ती ओळखायची की, आज काहीतरी नवीन लिहिलेले वाचून दाखवायचा मूड आलाय.

मग ते तिला ऐकवताना तो आनंदाने बेहोष होऊन जायचा.

"रवी, परत एकदा वाच ना."

"आवडली अनू?"

"हं, वन्स अगेन फॉर मी."

अशा त्याच्या अनेक कविता मनात साठत गेलेल्या... त्या भिरभिऱ्या पाखराच्या आठवणींच्या पाऊलखुणा...

पण आता? आता त्या खुणांचे तरंगही अस्पष्ट होत चाललेत...

मला निघायलाच हवं...

अंधार वाढत का चाललाय इथे?

सगळेच जण शांत होऊन गप्प गप्प आपापल्या जागी बसलेले बघून इतका वेळ पलीकडे बैठकीवर आडवा पडलेला अरुण उठला आणि म्हणाला,

"अरे यार, कुछ गाना बजाना हो जाय ना, दिवाली है।"

ते ऐकताच सगळेच उसळले.

"पन गायेगा कौन?"

"कौन क्या, सीमा है ना, काय सीमा?"

सर्वांचे लक्ष झपकन तिथे वेधले गेले.

ती ठिणग्या फेकणाऱ्या डोळ्यांची बाई...

अंधारातल्या चेहऱ्यावरचे ओठ विलग होत अस्फुटसे विचित्र हसल्यासारखे झाले. त्याने ती जराशी हलली, तसे तिच्या अंगावरचे सगळे दागिने झगमगत, उजळत, विजेच्या लकेरी फेकत गेले. मोठ्या कष्टाने खुर्चीचा आधार घेत ती कशीतरी वेडीवाकडी बेडौलपणे उठून उभी राहिली आणि अगदी बेसूरशा खरखरीतपणे म्हणाली,

"छे, आज काही गाणंबिणं नाही हं."

तो बेसूर, खरखरीत आवाज अंधारावर भीतीचे शहारलेले चरे उमटवणारा...

थिजवून टाकणारा.

हा आवाज?

सध्या एका चालू रिमिक्स अल्बममध्ये गाजणारा... किळसवाणे नाचणाऱ्या एका बाजारू चेहऱ्यापाठून बेफाम होत आक्रमकपणे अंगावर येणारा... हा आवाज इथे? या वेळी?

"दिवाली आयी... आयी आयी रे भैय्या दिवाली... आ... यी... आ... यी..."

कोण गात आहे?

समजेना.

कुणीतरी धावत जाऊन आतून पेटी आणून कार्पेटवर ठेवली. सीमाला आग्रह

करणारा अरुण लडखडत, झोकांड्या देत तिथे येऊन बसला, तसे इतर जणही तिथे गोळा होत गेले.

तेवढ्यात हरीने एक मोठी सुंदरशी मेणबत्ती पेटवून आणून त्यांच्यामध्ये पेटीसमोर ठेवली, तसे ते वर्तुळ प्रकाशमान होत गेले. ते बघताच बाजूला बसलेला रवी आनंदाने उसळला,

"वाह, वाह हरीभैय्या, मजा आ गया... हं सीमादेवी, आ जाओ मैफिलमें!"

'नो... नो... नो...' करत सीमा तशीच पुढे येत गेली. ती प्रकाशात आली तशी तिची आकृती स्पष्ट होत गेली. ओशट चेहऱ्यावर विचित्रपणे लोंबणारे केस... छातीवरून खाली घरंगळलेल्या पदराचे वीतभर टोक... मांसल, थुलथुलित दंड... उघडे पोट... चुरमडलेल्या मातकट साडीची चमकणारी प्लास्टिकी बॉर्डर... आणि आता प्रकाशात अधिकच झगझगणारा तो खड्यांचा नेकलेस, बांगड्या... अनू ते बघतच राहिली.

या घराचं, या रवीचं काय नातं आहे या सगळ्याशी? कोण आहे ही?

ती अस्थिर पावले टाकत उजेडाच्या झोतात येत गेली.

खाली बसता बसता तिने वर बघितले. तिची धुंदावलेली नजर समोरच्या रवीवर खिळली, तशी तिच्या नाकातली लालभडक चमकी क्षणभर अंगारासारखी चमकली आणि त्या नजरेत एक वेडाविद्रा खुनशी भाव लखलखत उमटून आला... लसलसत्या वासनेच्या नशेने जडावत, विस्तवासारखे पेटलेले ते डोळे... पुढे पुढे येत चालले.

ते बघताच अनू भेदरून गेली.

अनू, अनू, धाव... पळ... ते कधीही तुझ्यावर कोसळेल, मग सगळेच संपेल... विनाश होईल सारा... पळ... सांभाळ... जीव वाचव आपला... रन् रन् रन्...

कोण इशारा देत होते?

पण ती पळूच शकत नव्हती. जणू लोखंडी साखळदंडांनी तिला कुणी बांधून ठेवले होते. चेटूक झाल्यासारखी ती तिथे न हलता... न थरथरता... डोळे विस्फारून त्या विरूपाकडे बघत तशीच खिळून राहिली होती. ती जरादेखील हलत नाही हे बघून ती नजर चकित होत गेली. मग लगेच खुदकन् हसत तिने पेटी पुढे ओढून घेतली आणि भात्याची क्लिप काढत गाणे गायला सुरुवात केली.

"दिवाली आयी...आयी आयी रे सैय्या, दिवाली... आ... यी... आ... यी...रे"

पण गाताना, लाडिक नखरेल अदा करताना तिची नजर बदलली नाही. ती तशीच खुनशी होत त्या दोघांवर खिळून राहिली... सगळेजण ते ऐकत राहिले. गाणे रंगात येत चालले, तसा सर्वांनीच टाळ्या देत त्या बरोबर ताल धरला. प्रवीण मध्येच उठला अन् लडबडत्या पावलांनी त्या वर्तुळात नाचू लागला. ते बघताच ती

अधिकच उत्तेजित होत गेली आणि त्या मस्तीत गाताना अदा करू लागली, सगळेच चेकाळत चालले तशी मैफिल जोशात येत गेली.

डोळे मिटून वेडेवाकडे नाचता नाचता त्या धुंदीतच अचानक प्रवीणने खिशातून नोटांची एक गड्डी बाहेर काढली आणि एक-एक करून तो त्या नोटा सीमाच्या अंगावर उधळू लागला. ते बघताच टाळ्या पिटत ताल धरणाऱ्या शुभाचे हात एकदम थांबले. तसेच इतरांचे. काय होतेय, ते लक्षात येताच सीमाचा चेहरा वेडावाकडा होत हिंस्र होत गेला. ती थांबली, पेटीचे सूर भेलकांडत गेले आणि ती मोठ्याने किंचाळली,

''रवी... ये क्या... ये क्या....''

आणि पेटीवर पालथी पडत गळा काढून मोठ्या भेसूरपणे रडायला लागली.

समोरच्या अंधारात पलीकडच्या निमाच्या फ्लॅटचे दिवे पटापट पेटत गेलेले एका अनूच्याच तेवढे लक्षात आले.

संतापलेली शुभा उठून बाजूला बाल्कनीत निघून गेली. तिच्या पाठोपाठ शरमलेला प्रवीण ''सॉरी सॉरी...'' असे काही पुटपुटत, बरळत अंधारात नाहीसा झाला. तसा अखेरीस रवीच जागेवरून हलला आणि सीमापाशी जाऊन, तिला समजावू लागला पण ती तशीच ओक्साबोक्शी रडत राहिली. अखेरीस त्याने समजवायला तिच्या खांद्यावर हात ठेवला, तशी ती त्याचा हात हिसडून टाकत चवताळून वेगाने उठली. त्या झपाट्याने तिचा पदर विस्कळीत होत गेला. पण विस्कटलेले केस, घरंगळलेल्या पदरामुळे उघडी पडलेली धपापणारी छाती... तिला कशाचेच भान उरले नव्हते. ती क्षणभर तशीच लडखडत, रडत, भेकत तिथे उभी राहिली आणि अचानक पवित्रा घेत अनूवर कर्कशपणे किंचाळली,

''क्यूँ, क्यूँ... क्यूँ आयी तुम यहाँ.... यू बिच्, डर्टी बिच्...''

आणि तशीच वेडीविद्री होत, धावत आतल्या बेडरूममध्ये निघून गेली.

रवीच्या बेडरूममध्ये.

तिच्या पाठोपाठ रवीही गेला आणि तो दरवाजा धडामकन् बंद झाला. सुन्न झालेल्या अंधारात तो आवाज कितीतरी क्षण तसाच घुमत राहिला.

तो पुन्हा बाहेर आलाच नाही.

''अनूताई...''

''नको हरी, जाईन मी एकटी.''

''ताई, आता हे असंच चालतं इथं. दारू पिऊन दंगा, शिव्यागाळी रोजचीच झालीया. बाबाबी थकलेत, पन काय करत्यात, सुटकाच न्हायी यातून त्यांची, तुमी हव्या आमाला...'' तो भडभडून बोलत होता, पण तिला आता काही समजत नव्हते.

ती निघाली.

ती जिना उतरून खाली रस्त्यावर आली.

रात्र आता अधिकच गहिरी, काळीमिट्ट होत रस्त्यावर उतरत आली होती. रस्त्याच्या दोन्ही बाजूला पसरत गेलेल्या घरांच्या ओळी इतक्या ओक्याबोक्या, अंधारलेल्या अन् सुनसान. सगळीकडे शुकशुकाट... घनदाट झाडांच्या कानाकोपऱ्यातून काळोखाच्या छाया आता अधिक गडद झाल्या होत्या.

या मध्यमवर्गीय, मराठी वस्ती असणाऱ्या वसाहतीत दिवाळीच्या तेजाचा, आनंदाचा कोणताच हलकासा शिडकावा नाही.

निमाच्या घरात तिच्या अगदी सख्ख्याच आईची कोणतीही खूण आज उरलेली नाही.

आणि अगदी आपल्याआपल्या वाटत असणाऱ्या रवीच्या घरात हे अभद्र, अमंगल काहीतरी वस्तीला आलं, कायमचं.

रक्तामांसात मुरलेलं असं काहीतरी एकदम नकोसं, नाहीसं कसं होऊन जातं?

का होतं?

तिच्या डोळ्यांसमोर अंधार सांडत गेला.

"अनू, अनूमावशी, पळ... पळ."

वरून भेदरलेल्या रूपाचा आक्रोश तिच्या कानांपर्यंत येत होता.

ती थबकली.

कोण?

ते हिंस्त्र जनावर हळूहळू दबकत, पुढे सरकत, चाल करत येत होते. त्याच्या फाकलेल्या जबड्यातले तीक्ष्ण सुळे चमकत होते. बाहेर लटकलेल्या लालजर्द जीभेवरून गिळगिळीत लाळेची धार फरफरत, ओघळत खाली येत होती. त्याच्या डोळ्यांत एक वेडाविद्रा खुनशी भाव लखलखत होता. लसलसत्या वासनेने विस्तवासारखे तापलेले ते डोळे... पुढे पुढे येत चालले.

"अनू, अनू, धाव... पळ... ते धूड कधीही तुझ्यावर कोसळेल, मग सगळंच संपेल... विनाश होईल सारा... पळ... सांभाळ... जीव वाचव आपला... रन् रन् रन्..."

दिलीप, निमाचा ओरडा तिच्या कानी येत होता.

पण ती पळूच शकत नव्हती. जणू जड लोखंडी साखळदंडांनी तिला कुणी बांधून ठेवले होते. चेटूक झाल्यासारखी ती तिथेच मृत्यूच्या विरूपाकडे बघत... न हलता... न थरथरता... डोळे विस्फारलेली, एकटक बघत खिळून राहिली होती...

ते जनावर उग्र फूत्कारे सोडत, आक्रमक पवित्रा घेत, पुढे पुढे अगदी तिच्यासमोर येत गेले.

ईशान... रवी... विकी... प्रवीण... दिलीप... कुणाला हाक मारायची? आहे कुणी तसं, विश्वासानं बोलवण्यासारखं? एका हाकेसरशी धावून येणारं? सगळे चेहरे एक-एक करून तिच्या नजरेसमोर येत गेले. ते एकमेकांत मिसळत, विरघळत चालले आणि मग त्या सर्वांतून उमटला एकच अनोळखी हिंस्र चेहरा... अंगावर कडकडून काटा फुटवणारा...

अनूताई...

अनूआंटी...

अनू, ए पोरी, ये गं... ये पोरी...

कितीतरी हाका येत गेल्या, फार फार दूरच्या डोंगरापल्याडच्या खोल डोहातून आल्यासारख्या.

ती त्या ऐकत राहिली.

आणि त्याने झेप घेतली.

◆

(कथाश्री, दिवाळी २००४)

"मियॉव्..."

रोज संध्याकाळी बिल्डिंगमध्ये शिरताना माझे लक्ष त्या समोरच्या झाडाकडे जाते तसे ते आजही गेलेच. झाडापाशी आत्ता कुणीच आलेले नव्हते.

वरच्या आभाळात मुंबईत नेहमी दाटून येते तशी संध्याकाळ नसलेली संध्याकाळ उतरली होती कुठल्याच रंगाचा स्पर्श नसलेले ते ढगाळ आभाळ बघताना माझ्या मनात अलीकडे रोजच जमा होत जाते तशी बिननावाची एक भावना थेंबथेंब करत टप्टप् करत जमा व्हायला लागली. म्हणजे नेमके काय होते ते नीटसे जाणवत नसते आणि तसे का होऊ लागले आहे ते देखील का कुणास ठाऊक समजत नाही. पूर्वी कधीकधी ऑफिसमधल्या कामाच्या विवंचना नको असतानासुद्धा बरोबर पाठपुरावा करत घरापर्यंत येत राहायच्या, तर कधी एखाद्या अप्रिय घटनेचा मन ओरखडून काढणारा फटका अजून ताजा असायचा. मग तो ओरखडा जखम बनून टपटपायला लागायचा. म्हणजे नेमके काय होतेय् ते बिनचूकपणे समजायचे अन् तसे समजल्यामुळे त्यावर अक्सीर इलाजही आपला आपल्यालाच शोधून काढता यायचा. पण हल्ली तसे काहीच नाही. तशी गरजच उरलेली नाही. हे एका अर्थी बरे आहे का? म्हणजे मुंबईत असे इतरांसारखे इतर होऊन मुर्दाडपणे जगायला आपले आपण शिकून घेता आले म्हणून आनंद मानून घ्यायचा की तसे अगदी सुरळीतपणे होऊ लागले म्हणून दुःखी व्हायचे... अन् होतच राहायचे.

इतके कसे समजेनासे झाले सगळे? आणि का?

या झाडाचे आपले बरे आहे. या भागात वस्ती व्हायला सुरुवात होण्यापूर्वीपासून इथल्या जमिनीत त्याने आपली मुळे गाडून घेतली, दिसामाजी ती पाण्याचे स्रोत शोधत दूरवर धावत गेली. झाड आपले सूर्याकडे बघताबघता वरवर वाढत घट्टमुट्ट होत चालले आणि त्याची मुळे भूमीतल्या खोलखोल गडदमिट्ट अंधारात जात झाडाला जीवनरस पुरवीत राहिली. झाड मोठे होत गेले, स्वतःच्या बदलत्या रूपाकडे बघत विस्मयचकित होत राहिले. मी या सोसायटीत राहायला आले तेव्हा पहिल्याच दिवशी खिडकीतून त्याच्याकडे बघताना मनाशीच म्हटले होते. 'कुणास ठाऊक कशाचे झाड आहे, दिसतेय तर आंब्यासारखे!' आणि खरोखरच जादू व्हावी तसा त्या वर्षीच्या उन्हाळ्यात झाडाला

मोहर फुटला. एका संध्याकाळी घरी परतताना बघते तर काय, झाडावर इवल्याइवल्याशा मोहराच्या मंजिऱ्या फुटल्या होत्या. किती मजा वाटली होती तेव्हा! त्यानंतर इतके ऋतू धावत निघून गेले. आता ते झाड प्रौढ झाले आहे. प्रचंड घेरदार उंच झाले आहे; पण आता ते पूर्वीसारखे एकटे उरलेले नाही. कारण जशी समोरची वस्ती वाढत गेली तशा झाडाच्या आजूबाजूने आधी एक मग दुसरी करत करत झोपड्या उभ्या राहायला सुरुवात झालीच. चारी बाजूंनी सरकत पुढे येणाऱ्या झोपड्यांच्या करवतदार छपरी पत्र्यांना बघत झाड जागच्याजागी भेदरून गेले; पण त्याला धावता येईना की पळता येईना. शिवाय पाठी गेलेल्या इतक्या ऋतूंमध्ये किती कोकिळा अन् कसले कसले सुंदर परदेशी पक्षी त्याच्या अंगाखांद्यावर राहायला येऊ लागले होते. त्यांची जबाबदारी आता त्याच्यावरच नव्हती? त्याला पळून जाऊन कसे चालले असते? ते बिचारे त्या वेड्यावाकड्या अणकुचीदार झोपड्यांचे आक्रमण सहन करत अंग चोरून तिथेच जखडून राहिले. मग त्याच्या पायाखाली घाण वास मारणारे उकिरडे माजले. कुत्र्या-डुकरांची पिलावळ त्यातून बिनधास्तपणे बागडू लागली आणि वस्तीतल्या बातिसअंकलने देखील ड्रमपाईप आणून नवसागराच्या पहिल्या धारेची तिथेच काढायला सुरुवात केली. रोज संध्याकाळी चिमणीच्या भगभगत्या उजेडात बातिसची पोरगी रोजी नारंगीमोसंबीच्या बाटल्या विकायला झाडाखाली बसू लागली आणि वस्तीतल्या सगळ्या चालू पोरांना उल्लू व्हायला कारण सापडले. झाडाच्या भोवती संध्याकाळी जरा उतरली की सुरू...

"क्यों रे डमरू, चल बे साले, रोजी आयीच होगी..."

मग सुरू...

"जुम्मा चुम्मा द्दे द्दे..."

डमरूच्या आयशीने देररातीच्या अंधारात येऊन रोजीची आयमाय उद्धरेपर्यंत तो अन् बाबल् पिऊन ढास होऊन पडलेले... रोकडीने जड झालेली पर्स रोजीच्या स्कर्टच्या खोळीत. बाबल्याची आवय ते बघून बोटं मोडायची.

"हरामी, रांड... इसने सारी बसतीकू बिगाडा."

रोजी दात काढून हसत राहायची.

झाड बिचारे सगळे मुकाट सहन करत राहाते. आता त्यावर पूर्वीसारखा आनंदाने दरवळणारा मोहर फुटत नाही. त्याच्या एका फांदीने गेल्या संक्रांतीला आभाळातून जबरदस्तीने कैद करून, करकचून बांधून ठेवलेल्या पतंगाच्या फाटत चाललेल्या बुढ्ढ्या सांगाड्याशिवाय तिथे कुणाची हालचाल चुकूनसुद्धा होताना दिसत नाही.

हल्ली त्यालादेखील काही समजेनासे झाले आहे.

तेवढ्यात माझी शेजारीण बाजूने हळूच सटकताना दिसली. नेहमीसारख्या

खचाखच भरलेल्या भाजी, मटन आणि तसलेच शंभर जिन्नस असणाऱ्या पिशव्या घेऊन ती धापा टाकत लिफ्टपाशी उभी होती. हिचा नवरा साऱ्या सोसायटीत नालायक म्हणून प्रसिद्ध आहे. सोसायटीच्या दाराशी भेटणाऱ्या प्रत्येक बाईला हा त्याच्या गाडीतून लिफ्ट हवी का, म्हणून विचारतोच विचारतो आणि तिने ती घेवो की न घेवो तेवढ्यात दृष्टिसुख ओरबाडून घेतोच. ही बाई दिवस-रात्र त्याच्यासाठी राबराब राबत असते. आत्ताही तिच्या त्या घामटलेल्या चेहऱ्यावर एक ओशट प्रश्न उमटलेला मला स्पष्ट दिसतोय. आज त्याला पसंत पडेल असं काय रांधायचं... सिंधी करी की साईभाजी? साईभाजी की पनीरमटर?... ही सुद्धा त्या समोरच्या झाडाच्या मुळांसारखी आहे. स्वत:ला उकिरड्याखालच्या अंधारात गाडून घेणारी अन् त्याला जीवनरस पुरवून कृतकृत्य होणारी! तिच्यासमोर त्या अंधारलेल्या पॅसेजमध्ये उभे राहताराहता मला अगदी मळमळून आले... की भूक लागली? तेवढ्यात वरच्या फ्लॅटच्या दरवाजा धडामकन् उघडला गेला. दोन-तीन पोरं फाटफाट उड्या टाकत खाली येऊ लागली... त्या उघड्या दारातून कुणीतरी भसाडे गाऊ लागले...

"थुही म्येरे मंदिर थुहि म्येरी पूउउउज्या, थुहि द्येवता व्हो... थुहि द्येएएएवता व्हो... थुहि म्येरी आँकोंको द्येके थो समज्ये के थुम म्ये-ये क्या व्हो...."

मला गरगरून आले. तिकडे जुम्मा...चुम्मा द्येद्ये... इकडे थुहि द्येवता... काय खरे आहे? की जुम्माच द्येवता झालीये? या सिंधिणीची, तिच्या त्या वासू नवऱ्याची, की वरून उड्या टाकत खाली येणाऱ्या पोरांची?

सिंधीण माझ्याकडे चमत्कारिक नजरेने बघतबघत निघून गेली तरी मी तिथेच उभी होते. पोटात भुकेच्या कळा आता लाटा बनून खवळून धडकायला लागल्या.

मला काहीतरी खायला हवंय्. चपाती...भाजी...बरोबर मुरांब्याची रसरशीत फोड...फोडणीचा भात...काहीतरी चटकदार, चमचमीत... स्सस्सस्स... करून जिभेला पाझर फोडणारे, भूक भागवणारे...

पण वर घरात कोण आहे?

कोण आहे तिथे वरती?

आहे कुणी?

आपणच वर जायचे, पर्समधल्या किल्लीनं लॅच उघडून आपल्या घरात शिरायचे... आहे का तिथे कोणी एक पाण्याचा ग्लास तरी आणून देणारे? असेल की... समजा दार उघडून आत गेले आणि आत जुम्मा असली तर...? आ... हा... जुम्मा चुम्मा... लालभडक सॅटिनचा सुळसुळीत फ्रॉक घालून झूमझूम चक्कर येईपर्यंत नाचणारी सबकी देवता... ती खायला देईल? का नाही देणार? भजी, कबाब... भेजाफ्राय... कलेजी... जुम्मा प्रसन्न झाली की काय बघायलाच नको... जो मांगोगे सब मिलेगाइच.

पण आत्ता या क्षणी, अब्बी क्या करनेका?
पोटात भूक तर जबर भडकलीय नं, बाबौ!

लिफ्ट खाली यायला उशीर होतोय् हे बघून मी जिन्याकडे वळले.

"म्याव..."

बघितले तर जिन्याखालून एक डोके बाहेर आले होते. लॉबीमधल्या धुरकट उजेडात तिचे हिरवेगार डोळे पाचूसारखे चमकत होते. त्या प्रकाशात तिची आकृती गूढ होत अंधुकशी उजळून निघाली होती. आता ही आणि कसली नसती कटकट नको त्या वेळी? म्हणत मी जिना चढायला पाय उचलले तर मागे पावले वाजली.

वळून बघितले तर ती मांजर माझ्या पाठोपाठ येत पहिल्या पायरीवर येऊन थबकली होती. जिन्यावरच्या लख्ख प्रकाशात तिचे हडकलेले शरीर नजरेला टोचत होते. तिचा मूळचा सुंदर सोनेरी रंग आता पार फिकुटला होता, केसांची विस्कटून रया गेली होती. त्यांच्यावर एकेकाळी असणाऱ्या तांबूस रंगाच्या गतिमान छटा संथावत जात आता अगदी विटून गेल्या होत्या.

तिचा उजवा पंजा वरच्या पायरीवर स्थिरावला होता. आपला दीनवाणा चेहरा वर करून, ती माझ्याकडे एकटक नजर रोखून जणू माझा अंदाज घेत होती. मी तिच्याकडे बघत थांबलेय् खरी पण कुठल्याही क्षणी मी वर जायला वळेन हे लक्षात येत ती एकदम चमकून सतर्क झाली. तसे तिचे अंग जागीच थरारले आणि तिने स्वत:च्या अंगातले सगळे त्राण एकत्र करून, झोकून दिल्यासारखी झापकन् वर झेप घेतली. तिचे हडकुळे शरीर क्षणभर कमानदार होत उंचावत गेले खरे पण अचानक दुसऱ्याच क्षणी ते हिंदकाळत, तोल हरवून एका बाजूवर कलंडत खाली कोसळत गेले. लोळागोळा झालेला तो देह खालच्या पायरीवर सण्णकन् आदळला अन् श्वास हरवून धपापत तिथेच पडून राहिला. तो प्रसंग इतका अनपेक्षित होता की काय करावे ते न सुचून मी तशीच थबकून राहिले.

रिकामी लिफ्ट सूं... करत वर गेली.

तेवढ्यात तिथे खाली पुन्हा हालचाल झाली. पाहिले तर ती मोठ्या कष्टाने लटपटत्या पावलांनी उठून उभी राहिली होती. थरथर कापत असलेले पाय शर्थीने स्थिर करत, मान झटकून तिने तिची भोवळणारी नजर पुन्हा टोकदार करत माझ्याकडे वळवली तशी तिच्या दुखऱ्या अंगात सणसणणाऱ्या वेदनेची लहर मला अंतर्बाह्य जाणवत गेली. तिच्या चेहऱ्यावरचा केविलवाणा भाव आता अधिकच दाट रडवेला झाला.

"मियॉव्... मॉव... माव्..."

काय?

पाव?

पाव हवाय् हिला?

नक्की भूकच लागलीय हिला. कित्येक दिवसांत त्या खपाटीला गेलेल्या टीचभर पोटात अन्नाचा घास उतरलेला नाही हे तर स्पष्ट दिसतंय्, म्हणून मघापासून पाठलाग चाललाय् माझा, त्यासाठी हे नाटक चाललंय्. एका पावासाठी हा सगळा खटाटोप आहे. पण मी काही मुंबईतल्या सगळ्या बेवारशी प्राण्यांना खाऊ घालण्याचा ठेका घेतलेला नाही आणि मुंबईत खाण्याला काय कमी? गल्लोगल्ली हॉटेलं आहेत, दुकानं आहेत. तिथे नाहीच जमलं, हवंय् झालं तर जुम्मीकडे जा की. म्हण तिला "तूही देवता..." झाली प्रसन्न तर काय मागशील ते मिळेल... वडापाव, बैदापाव... काय वाट्टेल ते मिळेल. नाहीतर सिंधीण आहेच, रोज भरभरून हंड्या पकवणारी. तिच्या दारासमोर ठिय्या दे. ते सर्वांत बेस्ट. भूक लागल्यावर नुसतं म्याव केलं रे केलं की बशीभर जेवण समोर हजर होईल. ते रेमटवलं की पुन्हा कलटी मारून आपल्या जागी झोपायला आपण मोकळे! माझ्या पाठी कशाला लागते आहेस? इथे कायपण मिळणार नै. नो. सो गेट लॉस्ट फ्रॉम हियर!

"हुश... हुश..."

पण ती तिथून जरासुद्धा हलली नाही.

नाही म्हणजे नाही.

आता हे अतीच होतंय् म्हणत मी घाईने वळले. भुकेने डोक्यात घण पडायला लागले होते. वर गेल्याबरोबर समोरच्या वाण्याला फोन केला पाहिजे... भय्या, एक ब्रेड और अमूल बटरका पॅकेट भेजो जल्दी. अमूल खतम हो गया? तो विजया भेजो, लेकिन जल्दी भेजो हां. क्या? लडका भार गया हय्, आनेकू टैम लगेगा? क्या भय्या, तुम बी ना दुकान कायकु चलाते साला बेकारमे?

इथे भुकेने जीव चाल्लाय माझा.

फ्लॅटचे दार उघडत मी शिरते न शिरते तेवढ्यात पाठीमागे खसबस झालीच. पायांशी काही घुटमळतेसे वाटले म्हणून बघितले तर मला सफाईदारपणे बगल देत मांजर घरात घुसलीसुद्धा! आधीच भुकेने डोके चढले होते, त्यात ही कटकट पाठोपाठ घरात घुसली होती. वॉचमनला बोलवून हाकलूनच बाहेर काढली पाहिजे हिला, म्हणत मी स्विच् दाबत दिवा पेटवला. कारण तेवढ्या धांदलीतही लक्षात आलं. मांजराला अंधारात दिसतं, माणसाला नाही!

"ए हुश... हुश... बाहेर नीघ... चलो बाहर निकलो.."

तिला मराठी समजले नाही तर काय घ्या! पण मुंबईतली मांजर असल्यामुळे हिंदी नक्कीच समजेल तिला. है ना? तेव्हा हिंदीच बोलावे हे बरे! ती घरात कुठेच दिसत नव्हती. घर कसे स्तब्ध, शांत... नेहमीसारखे! तेवढ्यात आतल्या खोलीच्या

पडद्यापाशी हलकीशी हालचाल झाली आणि जाळीदार लेसमधून तिचे डोके हळूच बाहेर आले. मान वाकडी करत तिने माझा अंदाज घेतला. मी जशी हलले तशी ती तिथून धूमकन् परत आतमध्ये पळाली. क्षणार्धातच ती पुन्हा सणसणत धावत बाहेर आली पण आता काहीतरी बदलले होते. तिच्या चेहऱ्यावरचा तो दीनवाणा भाव आता अधिकच भुकेकंगाल झाला होता आणि त्या थरथरणाऱ्या दुबळ्या शरीरात रडू भरून आले होते. मला पाहताच तिला अगदी आतून दाटून आले. ती झपाट्याने वळली तसा तिचा तोकडा झालेला पुढचा डावा पाय एकदम माझ्या नजरेत भरला. ती पुन्हा धावत आत गेली. बाहेर आली अन् घरभर तशीच भिरीभिरी करून लंगडत लंगडत धावतपळत राहिली. बाहेरची सेटी, जेवायचे टेबल, बेसिनखालची जागा.... घरातल्या सगळ्या कानाकोपऱ्यांत ती वेड लागल्यासारखी घुसत होती. इथे-तिथे नजर फिरवत शोध घेत होती. मधूनच थबकून हुंगत ओळखीचे काही शोधत होती... ते मिळाले नाही की वेगाने दुसऱ्या कोपऱ्यात झेपावत होती. ती एखादी खूण शोधत होती. एखादा बॉल, लोकरीचा गुंडा... काहीतरी सापडावे. कुणीतरी पूर्वीचे दिसावे. निदान एखाद्या परिचित वासाची सांदीकोपऱ्यात रेंगाळणारी लहर तरी... कितीतरी वेळ तिचा तो लंगडा तडफडाट असा चालूच राहिला. शेवटी धावून-धावून ती थकून गेली. आपले हरलेले शरीर कसेबसे तोलत, अधू पायांवर खुरडत खुरडत ती बाहेर आली आणि जिवातले त्राण संपून गेल्यासारखी कोलमडत, जमिनीवर वेडीवाकडी कोसळत मोठ्याने विव्हळली.

"कुठं गेली गं सगळी? मला अशी एकटीला अनाथ, बेघर करून कुठं गेली? मला टाकून का गेली...का....का गेली? आता कुठंकुठं शोधू मी त्यांना? कुठे गेलात रे मला सोडून लेकरांनो?"

मी सुन्न होत तो आक्रोश ऐकत राहिले.

आभाळातल्या ढगाळ सावल्या आता जड होत आंब्याच्या पानापानावर पाझरायला लागल्या होत्या.

वाण्याच्या पोऱ्याला पैसे देऊन मी वळले.

आणि तशीच थबकले.

ती अजून तशीच डोळे मिटून हॉलमधल्या मॅटिंगवर पडलेली होती; पण मघाशी तिच्या अवघ्या शरीरात दाटून आलेला दुःखाचा आवेग आता ओसरत आल्यासारखा भासत होता. हळूहळू श्वास घेत धपापणारे तिचे हडकुळे शरीर आता सैलावून लांबलचक होत खालच्या मॅटशी एकजीव झाले होते. गवताने विणलेल्या मॅटच्या पिवळसर सोनसळीपणाशी तिच्या रंगाचा उजाळा एकदम इतका एकरूप झाला होता की, जणू पुढे कधीतरी तिने येऊन तिथे पसरण्यासाठीच ती चटई मी

घरात आणून पसरली होती. मी ते चित्र बघत राहिले.

कमाल आहे सगळी!

मला खरोखरच समजेनासे झाले होते. सोसायटीतली इतर घरे सोडून ही मांजरी नेमकी माझ्या पाठोपाठ याच घरात आली होती. पूर्वीची ओळख असल्यासारखी इथे वावरत जुन्या आठवणींचा शोध घेत राहिली... कुणाकुणाच्या आठवणींचा मागोवा घेत विव्हळ होत गेली... हे सगळे काय होतेय? या घरात माझ्यापूर्वी कुणीच राहात नव्हते, आणि मी या घरात राहायला आल्यानंतर सोबतीला म्हणून कुत्रामांजर तर सोडाच अजिबात आवाज न करता काचेच्या टाकीत बिनतक्रार पोहत, पॅ पॅ...करत दिवसभर निर्बुद्धपणे पाणी पीत राहणारा, एखादा शोभेचा निरुपद्रवी रंगीत मासादेखील कधी इथे पाळला नव्हता. आज माझ्या घरात हे काय चालले आहे? आणि का? व्हाय मी? मी स्वयंपाकघराकडे वळले ते बघताच तिने आपली थकलेली मान वर केली आणि हाक दिली.

''म्याव.''

हातातली कॅरीबॅग बाजूला ठेवत मी खाली तिच्यापाशी बसले. इतक्या जवळून बघताना लक्षात येत गेले बरेच काही. तिच्या मूळच्या सुदृढ पण आता लोळागोळा झालेल्या अंगावर असलेले जखमांचे नवेजुने वण, लुळ्या पडलेल्या कातडीवर दुष्टपणे ओरबाडलेल्या ठिकाणी उमटलेल्या खपल्या, अशाच एखाद्या मारामारीत जीव बचावताना तुटून थोटा झालेला पाय...ती सगळी दुःखाची, अवहेलनेची कहाणी तिच्या सर्व अंगावर स्पष्ट उमटलेली दिसत होती. मला जवळ येताना बघताच तिचा चेहरा पुन्हा रडवेला होत गेला. मी दबकत दबकत बोट पुढे केले तशी ती एकदम धास्तावून मागे सरकली. चौकस नजरेने बघू लागली. हात जरा पुढे करताच ती घाबरीघुबरी होत अंग मागे ओढून घेत टुणकन् उठली. कावरीबावरी होत नाक फुलवून अंदाज घेऊ लागली. तो पवित्रा बघताच मी थबकले.

म्हणजे असे आहे तर! फार जवळ जाण्यात अर्थ नाही. लक्षात आले.

''बरं बाई, नाही हात लावत तुला!''

म्हणत मी आत जायला वळले.

पोटातली भूक संपून गेली तरी डोके दुखत होतेच. काहीतरी इलाज करायलाच हवा होता. पण बाहेर बसलेल्या मावशीला आधी खायला घालणे भाग होते. मी फ्रीज उघडून आतले दुधाचे पातेले बाहेर काढले. वाटी भरून खाली ठेवत चुचकारत तिला हाक देण्यापूर्वीच ती घाईघाईने धावत आत आली. वाटीतले दूध बघताच तिचा चेहरा आनंदाने गदगदून येत गेला आणि ती मोठ्या खुशीने चित्कारली,

''म्याव...''

वाव्!

कितीतरी दिवसांनी आज तिची भूक भागणार होती.

इकडेतिकडे अजिबात न बघता ती लपकन् वाटीकडे झेपावली. हावरेपणाने वाटीवर तुटून पडली. पण वाटीला जिभेचा स्पर्श होताच तिचे तोंड वेडेवाकडे होत गेले. ते बघताच ओट्यापाशी ब्रेडवर बटर लावता लावता मी थबकले. आता आणि काय झालं? तेवढ्यात माझ्याकडे मोहरा फिरवत ती मोठ्ठ्या रागाने कर्कशपणे किंचाळली,

"ए बया, कसलं गारढोण दूध हे? एवढी साधी गोष्ट समजत नाही का तुला? कशाला एवढी मोठी झाली, आं, कशी मोठी झाली? येडचाप कुठली!"

मी थक्क होऊन तिचा तो बदललेला आविर्भाव बघतच राहिले. मग ते दूध गरम होईपर्यंत ती हट्टी बाई तिथे तशीच लांब तंगड्या पसरून बसून राहिली.

तिचे दूध पिऊन होत आलेले बघताच मी माझी बशी उचलली आणि हॉलमध्ये येत टीव्ही सुरू केला. तेवढ्यात आतमध्ये पावले धावली. आतून ती उसळतच बाहेर आली ते थेट माझ्या खुर्चीच्या पायाशी! दूध पोटात गेल्यामुळे तिच्या डोळ्यांमधला दीनवाणा भुकेला भाव आता पार पुसला गेला होता. पोट टमटमीत झाले तसे नाकाचे चिमुकले बोंडुल तरतरीत होत फुरफुरत वर आले होते आणि सध्या ते अत्यंत अधाशीपणे माझ्या बशीकडे रोखले गेले होते.हे आता अतीच होत चालले. नाही का? आता स्वत:चं झालंय हादडून. मला खाऊ दे की, कधीची भूक लागलीय, म्हणत मी तिला तिथून हाकलले.

"हुश...हुश..."

पण ती तिथून जरासुद्धा हलली नाही. तिचा सगळा चेहरा उत्कंठेने अगदी भरून आला होता. बशीतला लुसलुशीत स्लाईस, त्यावर हलकासा पसरलेला गुळगुळीत लोण्याचा थर, चीजचे पातळ तुकडे, तो सगळा वास तिच्या नाकाशी रुंजी घालत तिला जणू गुदगुल्या करीत होता. तिच्याकडे दुर्लक्ष करत मी बशीतला स्लाईस उचलून तोंडाशी नेईपर्यंत तिची रोखलेली नजर हावरेपणाने त्याचा पाठपुरावा करत राहिली. मी पहिला घास घेतला, मग मात्र तिला राहवेना. ती हावरेपणाने जागच्या जागीच चेंडूसारखी अक्षरश: उसळली. बशीवर हल्ला मारण्यासाठी पुढचे दोन्ही पाय ताठ करत, पंजे पुढे काढत तिने वेगाने झडप घातली आणि तेवढ्याच वेगाने खाली येतायेता ढुंगणावर साटकन् आपटली. तिची फजिती झालेली बघताच मला खाताखाता एकदम हसू फुटले. दाणकन् जमिनीवर पडल्यामुळे ती क्षणभर भांबावली. पण लगेच चपळाईने लोळण घेत ती स्वत:च्या दुखऱ्या पायाला जराही इजा न होऊ देता पटकन वळली. मी हसतेय ते बघताच तिच्या रागाचा पारा ढॅणढॅण करत तिच्या डोक्यात चढत गेला आणि ती केस पिंजारत, दात विचकत

मोठ्याने ओरडत सुटली,

"ए, हसतेस कॅय दॅत कॅढून? हा एवढा मोठा आख्खा पाव तू हादडणार की कॅय? लाज नाही वाटत? हावरट बया कुठली! शेमलेस क्रीचर..यू...यू...यू...ब्लडी ॲनिमल...यू ग्रीडी डॉग...."

बटरच्या वासाने पार वेडीपिशी झाली होती ती.

त्या सगळ्या प्रकारामुळे मला एकीकडे हसू आवरत नव्हते अन् दुसरीकडे या अरेरावीबद्दल रागही येत होता. पण आता या बयेला खायला घातल्याशिवाय मला शांतपणे खायला मिळणारच नव्हते. ब्रेडचे दोन लुसलुशीत तुकडे बटर लावून ताटलीत घालत, तिच्यासमोर आदळत मी म्हटले,

"हं घ्या. गिळा आता एकदाचं."

आणि चपापून एकदम थांबले.

पुन्हा तेच प्रश्न पुढे टपटप करीत उभे राहत गेले.

हे सगळे काय होऊ लागले आहे?

आगापिछा नसलेली ही मांजर बरोबर शोध घेत आल्यासारखी नेमकी या घरात कशी काय आली?

हे घर तिच्या पूर्वीच्या ओळखीचे आहे? का आहे?

ही माझ्याशी चक्क माणसासारखी बोलतेय ते मला अगदी नेमकेपणाने कसे काय समजतेय?

या सगळ्याचा अर्थ काय?

म्हणजे मुळात हे सगळे प्रश्न वेगवेगळे वाटले तरी ते वेगळे आहेत का? की सगळ्यांची गोळाबेरीज होणारा एकच प्रश्न उरेल शेवटी?

इटस् सो ऑबव्हियस्, इजन्ट इट माय डियर?

म्याव....

मी रोजच्यासारखी टीव्ही बघत बसले होते खरी पण लक्ष मात्र पार हरवून गेले होते. मांजर आता माझ्या पायाजवळ मॅटिंगवर पसरली होती. पोट भरलेले होते. निवाऱ्याची सोय तात्पुरती का होईना झालेली होती म्हणून की काय न कळे ती सुरक्षितपणे पाय लांब करत, डोळे मिटून निवांत होऊन पहुडली होती. खरंच कुठून आली असेल ही? चांगल्या घरातली असेल का? की मुंबईतल्या लाखो हजारो भटक्या, उकिरडे फुंकत फिरणाऱ्या रोगट मांजरांपैकी एक? पण हिला तर चांगलंचुंगलं खायची, तेही व्यवस्थित खायची सवय दिसते. त्याअर्थी ती गल्लीबोळातून मवालीपणा करत मोकाट फिरणाऱ्या बेवारस जमातीपैकी नक्कीच नसावी. मग काय झाले असेल? आणि असे मी किती वेळ ठेवून घ्यायचे हिला?

तेवढ्यात अगदी अनपेक्षितपणे समोरच्या वाडीत कुणीतरी लाउडस्पीकर सुरू केला. रोजीच्या धंद्याला बरकत यावी म्हणून बातिसअंकलने हल्लीच हा नवा गोंधळ सुरू करून ठेवला होता. तो आवाज ढणढणत घरात शिरला तशी ती एकदम थबकली, घाबरली आणि घाईघाईने माझ्या बाजूला सरकली. माझा अंदाज घेत घेत, धीर करून ती हळूहळू पुढे येत गेली. मान वाकडी करत अंदाज घेत तिने आपल्या धडक्या पायाचा पंजा अलगद पुढे केला आणि माझ्या पावलावर अगदी मऊपणे टेकवला. डोळ्याच्या कोपऱ्यातून माझ्याकडे बघतबघत ती पुन्हा निश्चिंत होत विसावली. बाहेर सुरूच...''जुम्मा चुम्मा दे दे...जुम्मा चुम्मा दे दे चुम्मा...''

इथे आमची जुम्मी माझ्या पावलावर हात ठेवून मस्त लोळतेय्.

आणि मी ते चालवून घेतेय् ते का?

बघितले तर ती शांतपणे झोपी गेली होती. तिच्या चेहऱ्यावर तृप्तीचा एक गोडसा भाव दाट सायीसारखा पसरला होता. तुडुंब भरलेले पोट टमटमून वर आले होते. थोटका पाय पुढे गालापाशी टेकवला होता. पण आता ती शांत असल्यामुळे अंगावरच्या जखमांच्या खुणा अधिकच स्पष्ट झाल्या होत्या.

आणि त्या सगळ्या जखमा अजिबात जुन्या नव्हत्या.

तेवढ्यात ती झोपेतच जराशी कळवळली. किंचितशी जागी झाली. डोळे अर्धवट किलकिले करून उघडत तिने माझा अंदाज घेतला आणि हळूच पुढे सरकली. आपल्या हाताची माझ्या पावलावरची पकड घट्ट ठेवत, मलाच दोनतीनदा थोपटल्यासारखे करीत फुस्स...करून श्वास सोडून पुन्हा झोपी गेली.

सकाळी उठून पेपर घ्यायला मी दरवाजा उघडते न उघडते तेवढ्यात पायाशी हालचाल जाणवली आणि बंदुकीतून गोळी सुटावी तशी ती जिन्यावरून सुसाट खाली पळत सुटली. बरं झालं कटकट गेली, म्हणून सुटकेचा निःश्वास सोडत मी आत वळले.

कंपाउंडच्या आत आलेली रिक्षा इतर कुणी पकडण्यापूर्वी पकडायला मी भराभर बाहेर पडत होते. तेवढ्यात...

''म्यॅव...''

मी दुर्लक्ष करत रिक्षात बसले. रिक्षा सुरू होतच होती, तेवढ्यात गेटजवळचा वॉचमन धांदरटासारखा धावतपळत रिक्षासमोर येत गेला.

''टीचरजी, टीचरजी...''

''क्या हुआ?''

''टीचरजी, बिल्ली...''

''क्या बिल्ली?''

"वो देखिये."

ती अगदी रिक्षाला अंग टेकून उभी होती. वर केलेल्या पट्टेदार चेहऱ्यावरती पुन्हा कालच्यासारखा रड्याचा उमाळा दाटून आला होता. उन्हाच्या झोतात चमकणारे घारे डोळे परत अगदी केविलवाणे होऊन गेले होते. नाकाच्या बोंडुलावर हलकासा वाफेचा तरंग जाणवत होता. मिशांची टोके झुकून खाली पडली होती.

कालपासून इतकी सेवा झाली ती पुरे नाही झाली? मी वैतागले.

"देखो कैसी है, रातको मेरे घरमें इतने आरामसे रही, खायापिया सबकुछ और सुबह होतेही भाग गयी. अब नाटक तो देखो. हटाव इसको भय्या."

उशीर होत होता तरी मी माझा वैताग बाहेर काढला.

"मेमसाबजी वह तो जातकी बिल्ली हे ना, सुबह उठतेही कुल्ला करनेको भागेगीही जरूर, वह घरमे रहनेवाली थोडी है, कुत्तेमाफीक. वह तो शेरकी माँ है ना जी?"

शेरकी माँ...

इथे बघितले तर या वाघाच्या आईला अगदीच रडे आवरेनासे होऊ घातले होते. मोठी अजिजी करत ती रिक्षाच्या पायावर अंग घासत हटवादीपणे तिथेच उभी होती. काय करावे ते मला समजेना. न राहवून मी पर्स उघडली, पैसे काढून वॉचमनला देत म्हटले,

"भय्या, इसे सामनेके डेअरीसे दूध लेके पिला दो."

"हाँजी, भोत अच्छा टीचरजी."

रिक्षा सुरू होत गेटमधून बाहेर पडली. न राहवून मी मागे वळून बघितले. कडकडीत ऊन्हात तळपणाऱ्या त्या टोलेजंग टॉवरसमोरच्या सताड उघड्या गेटसमोर ती एवढीशी मरतुकडी मांजर लटपटत उभी होती. तिचा तोकडा पाय वाकडा होत भिकाऱ्याच्या हातासारखा समोर अधांतरी लटकला होता. दूर चाललेल्या रिक्षाकडे बघत चेहरा उंचावून ती तिथेच खिळून उभी राहिली होती. रिक्षाने वेग पकडला तशी ती दीनवाणी आकृती लहान लहान होत गेली अन शेवटी गेटच्या सळ्यांपाठी जात लपून हरवून गेली.

नाही म्हटले तरी आत कुठेतरी कळवळलेच.

"बिल्ली तो चली गयी टीचरजी."

संध्याकाळी आल्याआल्या वॉचमनने बातमी दिली.

"हां, ठीक."

नाही तरी मी तिला कुठे सांभाळू शकत होते? इथे स्वतःचा ठावठिकाणा नाही. साला या मुंबईत उद्याची शाश्वती नाही. त्यातून हा मांजरासारखा प्राणी...कशाला हवीय कटकट? विचार करत करत मी लिफ्टमधून बाहेर पडतच होते. तेवढ्यात

काही तरी जाणवून थबकले.

दारासमोरच्या मॅटवर ती लांबलचक हातपाय सोडून अगदी आरामात बसली होती. माझी चाहूल जाणवताच तिचे अंग सरसरून ताठ होत गेले. मान उंचावली गेली अन् हिरवेगार डोळे आनंदाने लखकन् चमकले. मी चकित होऊन ते दृष्य बघतच राहिले. म्हणजे सकाळी दूध प्यायल्यानंतर ही नक्कीच गायब झाली असणार. मग दिवसभर इथेतिथे उंडारून झाल्यावर नेमके घर शोधत पुन्हा आपली हजर. चाल्लंय काय एकंदरीत?

मग हा रोजचाच प्रकार होत गेला.

रात्रीच्या मुक्कामाला ती न चुकता घरी येत राहिली. मला स्वतःसाठी नाही तरी तिच्यासाठी खाणे आणण्याची सवय होत गेली. तिची एक गोष्ट मात्र कधी बदलली नाही. ती म्हणजे घरात घुसताक्षणी तिचे घरभर तसेच भिरीभिरी करून लंगडत लंगडत धावतपळत राहणे. बाहेरची सेटी, जेवायचे टेबल, बेसिनखालची जागा...घरातल्या सगळ्या कानाकोपऱ्यांत ती वेड लागल्यासारखी घुसत राही. इथेतिथे नजर फिरवत शोध घेत राही. ती एखादी खूण शोधीत होती. एखादा बॉल, लोकरीचा गुंडा...काहीतरी सापडावे, कुणीतरी पूर्वीचे दिसावे, निदान एखाद्या परिचित वासाची सांदीकोपऱ्यात रेंगाळणारी लहर तरी...कितीतरी वेळ तिचा तो लंगडा तडफडाट असा चालूच राही. शेवटी धावून धावून ती थकून जाई. आपले हरलेले शरीर कसेबसे तोलत, अधू पायांवर खुरडत खुरडत ती बाहेर येई आणि जिवातले त्राण संपून गेल्यासारखी मॅटवर कोसळून विव्हळत रडत राही. मी काम संपवून वाचत बसले की ती माझे लक्ष नाही असा अंदाज घेत हळूहळू दबकत सरकत पुढे येई आणि माझ्या पायावर हलकेच पंजा ठेवून अंगाची मुटकुळी करून निर्धास्तपणे झोपून जाई. मग जरा कुठे पहाट उगवते ना उगवते तेवढ्यात घाईघाईने खाली पळून जाणे....मी निघाले की कंपाऊंडमध्ये जिथे कुठे असेल तिथून टणाटण पळत येऊन गेटपर्यंत पाठलाग करत येणे...संध्याकाळी दारासमोरच्या मॅटवर वाट बघत बसून राहणे... हेही सगळे सवयीचे होत गेले.

''अगं, काय सुंदर मांजर आहे गं!''

राजू तिला बघूनच खूष झाला होता. राजू म्हणजे हाडाचा प्राणीमित्र. मी त्याला लहानपणापासून ओळखते तेव्हापासून त्याच्या आर्मीतल्या वडिलांनी हौसेने पाळलेल्या हाऊंडस्पासून हरणे, ससे असे अनेक प्राणी घरात बागडत असायचे ते असायचेच; त्याशिवाय राजूच्या नादिष्टपणापोटी घरापाठच्या गॅरेजमध्ये काचेच्या पेट्यांतून अनेक रंगीत साप, बागेतल्या कारंजात पाठीवर पिवळे त्रिकोणाचे डिझाईन असणारी

कासवे, तारेच्या पिंजऱ्यात मलबारी मुंगूस, माकडे ही वस्तीला असायचीच. शिवाय आजूबाजूच्या परिसरातली सगळी भुकेली मोकाट कुत्रीमांजरे वेळीअवेळी घरापाठी पायऱ्यांवर ठिय्या देऊन बसलेली असायची. राजूचे एरवी घरातल्या माणसांशीदेखील बरे जमायचे नाही पण त्याला येताना बघून ही सगळी भुकेली जनता शेपट्या हलवत त्याच्या पाठी लागायची. तोदेखील त्यांना खायला घालत, त्यांच्याशी काय गुजगोष्टी करत राही ते त्यांचे त्यांनाच ठाऊक.

"येस शी इज ब्युटिफुल. इजन्ट शी? पण मी कसं संभाळू रे हिला?"

राजू हसला.

"अगं, तो प्रश्न आहेच कुठे आता? मांजरासारखा स्वच्छ प्राणी नाही जगात. शी विल कम अँड स्टे विथ यू व्हेन शी वॉन्टस् टू. लुक्स लाईक, यू हॅव नो चॉईस लेफ्ट रेखा. शी हॅज ऑलरेडी अ‍ॅडॉप्टेड यू माय डियर..."

खरोखरच ते दृष्य तसे होते. राजूने आल्याआल्या नेहमीच्या घाईघाईने फटाफट करत घरातले सगळे दिवे पेटवले, ढाणढाण पंखा सुरू केला आणि इथे बूट, तिथे बॅग भिरकावत सगळे घर खळबळून टाकले. मांजर पुढेपाठी पाय पसरून मॅटवर आळसावून सुस्त पडली होती. राजूच्या अचानक घरात येण्याने ती क्षणभर कावरीबावरी झाली तरी ती तशीच शांत बसून राहिली होती, पण आता त्याच्या प्रत्येक हालचालीचा पाठपुरावा करणाऱ्या तिच्या घाऱ्या डोळ्यांत एक सावध चमक उतरली होती. कानांची मऊ मुलायम टोके ताठ होत फुरफुरत होती आणि शेपटीचे टोक मॅटवर अस्वस्थ चाळवाचाळव करत होते. उजळलेल्या दिव्यांखाली मॅटवरची तब्येत सुधारलेली मांजर मोठी देखणी दिसत होती. राजूने दोन पावले तिच्या दिशेने टाकली मात्र, ती एकदम गुरगुरत पवित्रा घेत मागे सरकली. राजू तिच्यासमोर बसला आणि त्याने हलकीशी शीळ घालायला सुरुवात केली. तशी ती एकदम चपापून जात स्तब्ध झाली. तो तसाच हात पुढे करत हळुवार स्वरात तिच्याशी बोलू लागला,

"हे बेबी, हाय शोनू. मिनू...मिनी...मिनी..."

मिनू...

मिनी...?

ते मऊ शब्द ऐकताऐकता तिचा तिला ताणलेला सावध चेहरा बदलत चालला होता. क्षणभर त्या पाणीदार घाऱ्या नजरेत आश्चर्य दाटून येत गेले. मग उत्कंठा...आश्चर्य...आनंद...अन् रडेदेखील...राजूवर रोखलेली टोकदार नजर हळूहळू मऊ होत गेली तसे ते कमानदार पवित्रा घेतलेले शरीर सैलावत गेले. नेहमीसारखे शांत होत गेले. इकडेतिकडे सावधपणे बघत ती हळूच लंगडत एक पाऊल पुढे सरकली. मग दुसरे...तिसरे..असे करत राजूच्या पुढे केलेल्या हातापाशी येत गेली.

तिच्या ओलसर नाकाचा त्याच्या बोटांना स्पर्श होताच ती एकदम शहारली; पण तसेच नाक पुढे करून तिने त्याचा वास घेतला. मग मान वाकडीतिकडी करत सगळ्या बाजूंनी ती तो स्पर्श हुंगत राहिली आणि मग चेहरा वर करून मोठ्या आनंदाने चित्कारली,

''म्याव...''

त्याने हात तसाच वर नेला आणि तिच्या कपाळावरून, मानेवरून हळूहळू फिरवायला सुरुवात केली तशी ती आनंदाने भरून येत गेली.

''मिनी... मिनी... शाणी माझी शोनी ती...''

ती दबकत दबकत राजूपाशी येत गेली. त्याच्या पायांवरून मांडीवर चढली अन् पुढचे दोन पाय त्याच्यावर टेकवून उंच होत गेली. मग तिने आपला दुखावलेला तोकडा पाय उचलला आणि त्याच्यासमोर आणला.

''काय झालं राणी तुला? लागलं?''

त्याने पायाला स्पर्श करताच ती कळवळून विव्हळली.

''दुखतं तुला? हो... दुखतं?''

''म्याव''

''राणी, उगी उगी... हं!''

''म्याव''

तो अतिशय प्रेमाने तिला कुरवाळत राहिला. ती तशीच मान वर करून विव्हळत त्याला आपली कैफियत सांगत राहिली. तो ती ऐकत राहिला. ऐकताऐकता तो पुढे झुकत गेला तसा त्याचा चेहरा तिच्या चेह‍र्‍याजवळ येत गेला. राजूचे लाडिक बोलणे, कुरवाळणे तिला मनापासून आवडत होते. तिच्या पाठीवरून फिरणारा त्याचा हात पोटाकडे गेला तरी ती नाराज झाली नाही. उलट ती त्याच्याशी बोलता बोलता हळूहळू त्याला बिलगतच गेली, डोळे मिटून घेत तो मायेचा स्पर्श अनुभवत तृप्त होत राहिली. शेवटी तर तिचे विव्हळणेही पार थांबले अन् ती फक्त घशातल्या घशात गुरगुरत सुखाचे, आनंदाचे हुंकार भरत तृप्तीत डुंबत राहिली.

आणि राजू? तोही भारावल्यासारखा होत तिला छातीशी गुरगटून घेत तिच्या अंगावर गाल टेकवून, डोळे मिटून तिला कुरवाळण्यात, तिच्या हुंकारण्यात तल्लीन होऊन गेला होता. जणू त्या दोघांसाठी तो तृप्तीचा क्षणच तेवढा खरा होता. त्यांच्या लेखी सगळे जग त्या क्षणात एकवटत विरघळून गेले होते. त्याशिवाय इतर काहीच अस्तित्वात नव्हते, काहीच खरे नव्हते.

मी स्तिमित होऊन बघत राहिले.

काही क्षणांनी राजूने डोळे उघडले. डबडबलेल्या जड नजरेने माझा शोध घेत तो म्हणाला.

"पाणी..."

"शी इज अ गुड् सोल रेखा. यू मस्ट लुक आफ्टर हर"

"मी?"

"हो, शी इज अ मॅच्युअर्ड लेडी यू सी ॲण्ड अ मॉम टू"

"खरंच?"

"हो तर, दोन-तीन वेळा पिल्लं झालीत तिला. तुला फक्त तिला टॉयलेट ट्रेन करावं लागेल मग सकाळी सकाळी तो खाली पळण्याचा प्रोग्रॅम होणार नाही."

"ओह गॉड राजू, यू हॅव होप्स..."

"अरे, अगदी सोपं आहे सगळं. एका प्लास्टिकच्या ट्रेमध्ये वाळू भरायची आणि त्यातच कुत्र्याच्या पिलासारखं तिला शी-सू करायला ...."

"ओह, नो राजू"

माझ्या अंगावर काटा उभा राहिला. तेवढ्यात आमचे बोलणे ऐकत राजूच्या मांडीवर आळसावून पडलेली मांजर हळूच खाली उतरली आणि सुळ्ळकन् आतमध्ये पळाली. बराच वेळा ती बाहेर आली नाही. शेवटी राजू जायला निघाला तेव्हा ती कुठेच दिसेना. बेडरूममध्ये कॉटखाली, रद्दीच्या बास्केटमध्ये... जिथे जिथे म्हणून ठिय्या द्यायला तिला आवडे तिथे तिथे शोध घेतला पण ती कुठेच दिसेना.

"राजू, अरे राजू... बघ ना मांजर कुठेय, खाली उडीबिडी मारली की काय?"

राजू हसतहसत पुढे झाला अन् त्याने पुन्हा शीळ घालत शोध घ्यायला सुरुवात केली.

"हे मीनू... मीनू..."

"म्यॉव..."

लगेच उत्तर आले. वैतागून जात मी बाथरूमचा दरवाजा ढकलला. बघितले तर ती आत जाऊन बसली होती. तेही अगदी जाळीच्या तोंडावर... मी डोकावण्याची ती जणू वाटच बघत होती. कारण मला बघताच मान वर करून मिशा फेंदारत तिने पुन्हा पुकारा केला,

"म्यॉव"

आणि सरळ त्या स्वच्छ, चकचकीत जाळीवर भली मोठी शू करून टाकली.

माझ्या पाठून वाकून बघणारा राजू खो खो हसत सुटला...

आणि तीसुद्धा.

मांजर घरात चांगलीच रुळत गेली. रोज रात्रीचा तिचा मुक्काम बाथ मॅटवर किंवा कॉटसमोरच्या दरीवर असे. स्वयंपाकघरातल्या थंड फरशीवर किंवा बाल्कनीत

उघड्यावर ती कधीच बसली नाही. घरात कुणी उपरे आले, की आपल्याला खायला काय मिळतेय ते बघण्यापुरती फेरी मारून ती पुन्हा आपली शहाण्यासारखी जागेवर गुरफटून कलटी मारून पडून राही. जगात आमचा आवडता कोण, तर तो एकमेव राजूच. त्या दोघांची चांगली गट्टी जमून गेली होती. तो आला की मग काय, दोघांचा आनंदीआनंद अगदी बघायलाच नको.

तरी कधीतरी रात्रीच्या अंधारात अस्वस्थशी खुसपुस सुरू होई तशी ती आजही झाली म्हणून मी कानोसा घेते न घेते तेवढ्यात कॉटखालून पावले धावत गेली. तिचा मागोवा घेत मी उठले. ती बाल्कनीतल्या ग्रिलवर नाक टेकवून उभी होती पण तिचे सगळे अंग ताठरून गेले होते, पंजे मुठी वळल्यासारखे होत, फरशीत घट्ट रुतले होते, शेपूटदेखील ताणली जात पाठीवर धनुष्यासारखी खेचली गेली होती. तिचे काहीतरी पार बिनसले होते. मला बघताच ती पुन्हा पूर्वीसारखी दीनवाणी होत कळवळली,

''म्यॉव...''

आणि परत ग्रिलकडे वळली. समोरच्या आंब्याच्या झाडाभोवती आता घट्ट अंधार दाटून आला होता. रोजीच्या धंद्याची वेळ संपून गेली होती म्हणून बातिसअंकल कधीच सगळा गल्ला गोळा करून, तिला बरोबर घेऊन घरी निघून गेला होता. डमरू, बाबल्या गँगदेखील तिथून फुटून पाईपलाईनीपलिकडच्या आपापल्या खोपटातून डाराडूर आडवी झाली होती. झाडाखाली साचलेल्या काळोखात आता झोपडपट्टीतल्या कुणाचीच हलकीशीदेखील चाहूल रेंगाळत नव्हती. झाड आपले घेरदार अंग सावरून स्तब्ध अंधारात बुडून गेले होते पण हिचे सगळे लक्ष तिथे एकाग्र झाले होते. तेवढ्यात झाडाच्या अंधारलेल्या फांदीवर काहीसे खसबसत अस्पष्टशी हाचलाल झालेली जाणवली, तसे तिचे अंग आणखीन ताठरून गेले. सगळा जीव नजरेत एकवटून ती त्या हालचालीचा मागोवा घेत राहिली.

झाडावर पुन्हा हालचाल झाली. एका फांदीवरून दुसऱ्या... दुसऱ्यावरून तिसऱ्या... कुणीतरी एकांडा पक्षी तिथे असेल का? झाडावर आता तशी पक्ष्यांची वस्ती नव्हती, सगळ्या फांद्या ओसाड झाल्या होत्या. कदाचित म्हणूनच एखादा वाट चुकून थव्यापासून दुरावलेला परदेशी पक्षी या अनोळखी शहरावरच्या टॉवर्सची काचेरी निमुळती धारदार टोके पोटात रुतलेल्या आभाळातून प्रवास करताकरता दम हरवून जात या झाडावर उतरला होता. एखादी खोप... एखादे घरटे कुठे मिळाले असते तर त्याला सोबत झाली असती, रात्रीच्या निवाऱ्याची सोय भागली असती.

तो घर शोधत होता.

घर.

घरटे.

नर, मादी अन् इवल्याइवल्याशा कोवळ्या पिल्लांना काऊचिऊचा घास देणारे घरटे.

तो अंधारात धडपडत एकीकडून दुसरीकडे उड्या मारत शोध घेत राहिला.

आणि इथे ही कासावीस होऊन त्याला न समजणाऱ्या व्याकूळ हाका देतच राहिली.

शेवटी तो बहुधा थकून-गळून त्राण संपून जात कुठल्यातरी फांदीवर मरगळून विसावला असावा. ती खसबस शांत झाली. काही क्षण ती कान टवकारून तशीच त्या शांततेची स्तब्धता समजून घेत राहिली पण ते तिला सहन होईना मग माझ्याकडे वळत ती मोठ्ठ्याने आक्रोशली,

"असं असतं, पाहिलंस? असं असतं एकटेपण. त्याची जोडीदारीण असती तर दोघं कुठंही कशीही राहिली असती गं..." मग सगळी रात्र ती ग्रिलवर डोके टेकवून ओक्साबोक्शी ऊर फुटल्यासारखी रडतच राहिली.

झाड सगळे सहन करत राहिले.

दुसरा पर्यायच कुठे होता?

त्या रात्रीपासून तिचा नूर बदलून गेला. अंधार पडायला लागला ती बेचैन होत जाई. घरात अस्वस्थ येरझारा घालत स्वत:शीच हळवी होत जाई. घशातल्या घशात उमटणाऱ्या रड्याच्या लाटांचे तडाखे सहन करत राही.

आज मात्र संध्याकाळ उलटून रात्र होत गेली तरी तिचा पत्ता नव्हता. मी ग्रिलमधून डोकावून पाहिले तर कंपाऊंडमध्ये ती कुठेच दिसत नव्हती. पलिकडे आंब्याखालीही रोजीच्या गिऱ्हाइकांची नेहमीची चहलपहल नव्हती. सगळीकडेच शांतता दाटून येत चालली. शेवटी घरातली कामे तशीच टाकून मी सोसायटीच्या आवारात शोध घेऊन आले पण तिची चाहूल कुठेच जाणवत नव्हती.

मला चुकल्याचुकल्यासारखे होत गेले. मी परतत होते तेवढ्यात नेहमीप्रमाणे समोरून शेजारीण येताना दिसली. मला बघून ती ओशटसे हसत म्हणाली,

"क्यूं, क्यूं आपकी बिल्ली को ढूंढ रहे हो क्या?"

एरवी तिच्या चोंबडेपणाचा मला राग आला असता; पण आज मात्र बुडत्याला क्षणभर का होईना काडीचा आधार मिळावा तसे काहीसे झाले.

"हां, देख रही हूँ, आज लौटके आई नहीं"

"अरे, आप क्यूँ फिकर करती है? ऐसी बिल्लियाँ कभी एक घरमें रहती है? और वो आपकी बिल्ली... वो तो बडी उछलकूद करनेवाली... दिनभर इधरउधर भागतीही रहती थी, गाडियाँभी आती-जाती रहती है और हमारी बिल्डिंगके बच्चे, बाप रे... गाडी चलाते वक्त होशमे थोडेही रहते है..."

मी भराभर पावले उचलली.

कधीपासून मला हे सुनवण्यासाठी तिने वाट बघितली होती.

रात्री दोन मांजरांच्या भांडण्याच्या आवाजांनी मी एकदम धसकून जागी झाले. खालच्या कंपाऊंडमध्ये दोघांची जबरदस्त लढाई जुंपलेली ऐकू येत होती. मी चांगलीच घाबरले. मिनी तर नसेल? एखाद्या भटक्या बोक्याने हल्ला तर केला नसेल? पुन्हा पूर्वीच्या हालांची पुनरावृत्ती व्हायची. मी पायांत चपला सरकवत खाली धावत सुटले.

मी खाली उतरेपर्यंत कंपाऊंडमध्ये शांतता झाली होती. मुंबईवरचे आकाश ढगाळून जड झाले होते. बागेतल्या ट्यूबच्या अंधुक कोंदट प्रकाशात तिथे पार्क केलेल्या गाड्यांशिवाय काहीच दिसत नव्हते. डोक्यावर चादरीची खोळ ओढून घेतलेला वॉचमन त्याच्या केबिनमध्ये पेंगत बसला होता.

''मिनी... ए मिनी...'' मी चुचकारत, शीळ घालत शोध घ्यायला सुरुवात केली, पण बराच वेळ शोधूनही ती कुठेच दिसेना. तेवढ्यात धापकन् झेप घेत एक मांजर सुसाटत एका गाडीखालून वेगाने बाहेर येत गेली आणि दुसऱ्या गाडीखाली जाऊन लपून बसली. ते बघताच मी तिथे धावले.

''मिनी... मिनी...'' म्हणत मी गाडीखाली बघायला वाकले मात्र...

''व्यॉव...''

ती मिनी नव्हती. तो एक गलेलठ्ठ बोका होता. गुबगुबीत शरीरावर हिरवीकाळी दाट लव असणारा... बटबटीत रागाने पेटलेल्या डोळ्यांनी रोखून बघणारा माजोरडा मस्तवाल नर... त्या तेवढ्याशा अंधुक प्रकाशातही ती जळजळीत नजर त्याच्या गर्विष्ठपणाची स्पष्ट साक्ष देत होती. मला बघताच ती नजर अधिकच हिंस्त्र होत गेली. तो गुरगुरत क्षणभर मागे सरकला आणि रागावलेले धष्टपुष्ट अंग फुलवून आपले शत्रुत्व सिद्ध करत जबडा वासून मोठ्या कर्कशपणे ओरडला,

''व्यॉ..व..''

त्याचे तोंड आक्रोशत उघडले तसे सणसणीत टोकदार पांढरेशुभ्र सुळे झपकन् लकाकले. कुठल्याही क्षणी नखे परजून त्याने माझ्या दिशेने उडी घेतली असती. ही हेटेड मी. ही हेटेड द वर्ल्ड! मला काय करावे ते समजेना तेवढ्यात पलीकडच्या गाडीखालून हालचाल जाणवली. त्या टायरच्या पाठून मिनीचे डोके हळूच अलगद दबकत बाहेर आले. मला बघताच ती आनंदाने बारीकशी चित्कारली पण ते बघताच त्या बोक्याचा राग पिसाळल्यागत वाढत गेला आणि तो आक्रमक पवित्रा घेत अंग घुसळून पुन्हा किंचाळला.

''व्यॉ... व...''

माझ्या रोखाने पाऊन उचललेली मिनी तिथल्या तिथे थबकली. ती क्षणभर गोंधळून जात विचारात पडली.

"मिनी... ए मिनी... ये राणी..."

माझी हाक ऐकताच तो पुन्हा पिसाळून उसळला. मिनी क्षणभर थांबली पण लगेच स्वत:ला सावरत ती एकएक पाऊल करत त्याच्या दिशेने चालू लागली. ते बघताच बोक्याचा चढलेला पारा हळूहळू उतरू लागला. त्याची नजर निवळत गेली. मिशांची टोके खाली उतरायला लागली. त्याच्याजवळ पोचताच तिने मान पुढे करत त्याच्या अंगाचा मन भरून वास घेतला. मग त्याच्या चारी बाजूंनी फिरत, त्याला वरखाली निरखत, हुंगत राहिली. बोकाही ते बघत खूष होत गेला तसा तोही वळला. क्षणभर ते दोघेही समोरासमोर आले. गुरगुरत एकमेकाला हुंगत, चेहऱ्याला चेहरे भिडवून अंगाला अंग घासत बिलगत राहिले.

एकमेकांत हरवून गेले.

मी हाक मारली.

"ए मिनी.. घरी नाही यायचं?"

तसे त्यांची तंद्री भंगून जात ते दोघेही सण्णकन् उसळत वळले आणि मोठ्याने एकदम गुरगुरत एकाच कर्कश्श तारस्वरात केकाटले,

"येडी, ए, येडी कुठली..."

त्यांचे केकाटणे ऐकून खडबडून जागा झालेला वॉचमन धावत तिथे आला.

"क्या, क्या हुआ टीचरजी मेमसाब?"

"कुछ नही भय्या."

मी जिन्याकडे वळले. जिना चढता चढता मला आठवत गेले.

परवा राजूच्या सांगण्यावरून मी जवळच्या पेट क्लिनिकमधल्या डॉक्टरकडे मिनीला न्यायचे ठरवले होते. डॉक्टरांच्या सांगण्यानुसार वर एक बंद असणारी बास्केटदेखील ऑफिसमधून येतायेता खरेदी करून आणली होती. संध्याकाळी मिनी आल्याबरोबर तिला बास्केटमध्ये बंदिस्त करून क्लिनिकमध्ये नेऊन सगळ्या तपासण्या व्यवस्थित करून आणायच्या होत्या. त्याप्रमाणे ती दाराशी येताच मी तिला नेहमीप्रमाणे हळूच उचलले तशी ती एकदम लाडात येत मान पुढे करत ओरडली.

तेवढ्यात तिचे लक्ष बाजूच्या टेबलवर 'आ' वासून पडलेल्या बास्केटकडे गेले आणि ती माझ्या हातातल्या हातात नखशिखांत हादरली. तिचे पाय ताठरले, अंगावरचे केस पिंजारून उभे राहिले आणि तिचा हसरा चेहरा एकदम ताणावत रडवेला होत गेला. तिची विस्फारलेली नजर भेदरून जात त्या बास्केटवर खिळली होती. ती भीतीची लहर तिच्या सर्वांगातून दौडत गेली तसे तिचे शेपूट अस्वस्थ होत सट्टकन् वळवळले आणि तिने उडी घेण्यासाठी पवित्रा घेतला. ते लक्षात येताच मी

तिला चटकन् बास्केटमध्ये टाकत वरून बंद लावून टाकले. ती आत घुसमटत, धडपडत मोठ्ठ्याने ओरडली, "म्यॉव..." आणि तशीच आतून उसळत, चिडत, ओरडत आक्रोश करत राहिली. मी ती बास्केट उचलून धावत खाली आले आणि कशीबशी तिला संभाळत तशीच रिक्षात बसले. रिक्षा सुरू झाली मात्र, तिने एकदम मोठा आकांत करत सगळ्या शरीराला हिसडा देत आतून इतकी जबरदस्त उसळी मारली की बास्केटचा एक बंद ताटकन् तुटत उडाला आणि त्या खुललेल्या फटीतून तिचे डोके उसळत बाहेर आहे. भांबावलेपणी इथेतिथे बघत तिने छाती भरून श्वास घेतला आणि जिवाच्या कराराने विजेसारखी लपकत बास्केटबाहेर उडी घेतली, तशी ती सीटवरून खालच्या पत्र्यावर आदळली आणि धाडधाड करत वेड्यावाकड्या कोलांट्या घेत सुरू झालेल्या रिक्षाबाहेर फेकली गेली. घाबरलेल्या रिक्षावाल्याने करकचून ब्रेक मारला तसे रिक्षा गचका घेत एकदम अनपेक्षितपणे पाठीमागे सरकत गर्रकन उडाली ती सरळ मिनीच्या रोखाने... पुढचा प्रकार लक्षात येताच मी आणि मिनी एकदमच किंचाळलो,

"ऐ, रुको रुको..."

मला भीतीने गरगरून आले होते तरी मी वाकून बघितले. ती आपले थरथर कापणारे शरीर लंगड्या पायांवर कसेबसे स्थिरावण्याचा प्रयत्न करत होती. रिक्षाची हालचाल जवळ आलेली जाणवताच ती तशा अवस्थेतही झपकन् वळली आणि लांबलचक कमानदार उडी सफाईने घेत गेटजवळच्या पाईपवर चढली. तिथे चढल्यावर मात्र पुन्हा माझ्याकडे मोहरा वळवत ती मोठ्या करुणपणे रडतभेकत आक्रोशली.

"अगं, तू सुद्धा... तू सुद्धा त्यांच्यातलीच? का...का?"

पलिकडे आंब्याच्या झाडापाठी सूर्य बुडायला लागला होता. पानांच्या फटीतून प्रकाशाच्या तिरिपी लहान होत चालल्या होत्या. काही क्षणांतच त्या अस्पष्ट होत संपून जाणार होत्या.

क्लिनिकमधले डॉक्टर... तिथे वाट बघत होते.

ती अजून पाईपवर थरथरत उभी, उदास रडक्या नजरेने माझ्याकडे रोखून बघत होती.

मी तिला बोलवायला हात पुढे केला पण तिने माझ्याकडे पाठ फिरवून पाईपवरून खाली उडी मारली आणि तशीच कापणारे शरीर सावरत लंगडत पलिकडच्या साकळत चाललेल्या अंधारात नाहीशी झाली.

त्यानंतर आजचा हा प्रसंग!

म्हटले तर सुसंगतच की सगळे... ती पूर्वीचे लागेबांधे शोधत आल्यासारखी अचानक आली हे कितीही खरे असले, वाटले तरी अशी ती किती दिवस माझ्याकडे राहिली असती? आणि का? आज तिच्या जीवनक्रमाशी सुसंगत असा जोडीदार

तिने निवडला हे अगदी योग्यच झाले ना?

नाही तरी नाती कायमची अशी थोडीच मिळत असतात? एखादे सापडले, सापडले असे नुसते साधे जाणवे-जाणवेपर्यंत बोटांच्या फटीतून निसटून पार संपूनच जाते आणि जे चुकूनमाकून कधी जवळ शिल्लक राहते, ते का राहिलेय हा विचार मनात उमटे न उमटेतो ते शिळे होत कुजून जाते. मग तेही टाकून द्यावेच लागते. त्यांच्या नसण्याची मग कधी सवय करून घ्यावी लागते किंवा क्वचित ती आपसूकच होऊन जाते. आयुष्यभर हे असेच होत राहते हेच खरे आहे ना? अगदी खरे...? अपरिहार्य...?

मग ठीकच आहे की सारे...

ठीक.

पण मग मिनी आणि 'त्या'च्या नात्याचे काय? माणसामाणसांमधली नाती जर इतकी फुटकळ तर त्यांचे काय? की दोन्हीमधली अपरिहार्यता सारखीच आहे?

मिनी आणि गब्राचा मुक्काम काही दिवस खालच्या बागेतच राहिला. मला रोज येताजाता बघून तिच्या चेहऱ्यावर क्षणभर ओळखीचे हसू उमटे पण लगेच पाठी उगवलेल्या गब्राची चाहूल जाणवून ती तिथून पळ काढे. मग घरी येणे, हट्टीपणा करत लाड करून घेणे... ते सगळे बंदच होऊन गेले. आता रात्रभर बागेत एकमेकांशी भांडततंडत, किंचाळत, चित्कारत, धुमाकूळ घालणे... त्याने ओचकारून बदडून काढले की मोठमोठ्याने रडतभेकत विव्हळत सगळ्या जगाला गाऱ्हाणी सांगत राहणे... आणि सकाळी पुन्हा अंगावरच्या ओल्या रक्ताळलेल्या जखमा जिभेने पुसून साफ करत तरतरीतपणे एकमेकांचा पाठलाग करत राहणे... ते सुरू झाले.

कितीतरी दिवस असेच जात राहिले.

रोज संध्याकाळी बिल्डिंगमध्ये शिरताना माझे लक्ष त्या समोरच्या झाडाकडे जाते, तसे ते आजही गेलेच. झाडापाशी आत्ता कुणीच आलेले नव्हते. या झाडाचे आपले बरे आहे. इथल्या भुईमध्ये ते इतके खोलवर रुजून गेले आहे की एकदा डोळे मिटून घेतले की मग आजूबाजूला काय चालले आहे त्याचे काही सोयरसुतक त्याच्या लेखी उरत नाही. पण इथे नाही म्हटले तरी घराच्या कानाकोपऱ्यात मिनीच्या आठवणी रेंगाळत आहेत. कॉटखालून धावणाऱ्या मिनीच्या अलगद पावलांचे अस्पष्टसे नाद... देरराती बाबल्याची आवय रोजीला शिव्या घालत हमरीतुमरीवर येत झिंज्या उपटते तेव्हा तिचे दचकून बावरत माझ्या पायांशी बिलगणे... रात्रीच्या काळोखात रस्ता हरवलेल्या त्या अनोळखी पक्ष्यासाठी ग्रिलवर नाक टेकवून विव्हळणे... ते सगळे इथे रेंगाळत उरलेले आहेच. अजूनही.

त्या दिवशी मात्र फ्रीजमधून दुधाचे पातले काढताना मला एकदम तिची आठवण तीव्रतेने येत गलबलल्यासारखे होत गेले आणि पातेले हातातून जवळपास सटकलेच. बाहेर टीव्हीसमोर आळसावून पसरलेल्या राजूच्या ते लक्षात आले असावे. तो तिथून वाकून बघत म्हणाला,

"रेखा..."

"काही नाही रे, पातेलं गार आहे"

आता राजूच तो. मला इतकी वर्षे इतके ओळखणारा. तो उठून आत येत होता तेवढ्यात अचानक तिथेच वाटेत थबकला आणि कानोसा घेऊ लागला.

"हे, समवन ऍट द डोअर?"

कुणी बेल वाजवली नव्हती की बाहेरून हाक दिली नव्हती. कुणीच येत नसते या वेळी.

मी कॉफी करायला सुरुवात केली.

त्याने तसाच कानोसा घेत दरवाजा उघडला असावा आणि...

"रेखा... रेखा... पळ लवकर..."

त्याच्या आवाजात अचानक उचंबळलेली खुशी... त्यातली उत्कंठा माझ्यावर एकदमच आदळली तशी मी धावत बाहेर आले.

"व्हॉट..."

दाराबाहेरच्या लॉबीतले दिवे अजून लावले नव्हते, तिथे अजूनही अंधार साकळलेला होता; पण समोरच्या झाडावर नव्याने लावलेल्या ट्यूबचा भगभगीत प्रकाश जिन्यावरच्या जाळीतून तिथे कसाबसा झिरपून आला होता. समोरच्या फ्लॅटचा दरवाजा नेहमीप्रमाणे बंदच होता. पण त्या धुरकटलेल्या स्तब्ध उजेडाच्या चौकोनी जाळीदार सावलीत... काहीतरी चमकले... लखकन् चमकून हललेले.. जाणवले. माझ्या अंगावर हलकासा शहारा उमटत गेला. मी थबकले. राजू पाठीमागून जवळ येत गेला.

"राजू..."

"शू..."

मानेनेच इशारा करत तोही स्तब्ध होत गेला. दोघांच्या नजरा उंबऱ्याजवळच्या मॅटवर खिळल्या होत्या. त्या अंधारातून एक डोके हळूच पुढे येत गेले. लॉबीमधल्या धुरकट उजेडात तिचे हिरवेगार डोळे पाचूसारखे चमकत होते. त्या प्रकाशात तिची आकृती गूढ होत अंधुकशी उजळून निघाली होती. ती दबकत पुढे प्रकाशाच्या झोतात आली आणि क्षणभर तिथेच थबकली. तिचे डोके वर येत गेले तसे तिच्या चेहऱ्यावरचे आनंदाने लखलखणारे डोळे... नाकाचे टोक.. आणि तोंडात घट्ट धरलेले लोकरीच्या गुबगुबीत गोळ्यासारखे पिल्लू... आमच्या नजरेत भरले.

"राजू..."

ते शब्द ऐकताच तिच्या चेहऱ्यावर अवखळसे हसू उमटत गेले. तोंडातले पिल्लू अलगद समोरच्या मॅटवर सोडून देत ती मोठ्या अभिमानाने फुलून येत ताठ होत गेली. खोलवर श्वास ओढून घेत ती क्षणभर तशीच आरामात त्याच्याकडे एकटक बघत मिशा फेंदारत उभी राहिली मग काहीतरी आठवल्यासारखे होत एकदम चपापून जात स्वत:शीच बारीकसे हसू हसली. आणि पटकन् वळत, लॉबीमधून धावत, टणाटण उड्या टाकत जिन्याच्या वळणावरून खाली जात एकदम नाहीशी झाली.

पिल्लू आपले इथेच.

इवलेसे... कोवळे... मिनीच्याच सोनसळी रंगाचे.

त्याने अजून डोळेसुद्धा नीट उघडले नव्हते. आपल्या नाजुकशा छोट्याछोट्या पायांनी त्याने अडखळत चाचपडत काही पावले तशीच आंधळेपणाने टाकली. मग काय करावे ते न कळून तो तसाच थबकला. आम्ही दोघे श्वास रोखून ते बघत राहिलो. मग राजू पुढे झाला. हळुवार हाक घालत तो खाली बसला.

"हे बाबू..."

बाबू तिथेच थबकला, मान वाकडी करून अंदाज घेत उभा राहिला.

"बाबूशा..."

त्या हाकेसरशी त्याने डोके उचलून आपले मऊमऊ कान टवकारत टक्कन् डोळे उघडले. त्याच्या पापण्या उघडताच ते लकाकणारे हिरवेगार डोळे बघून आम्ही दोघे आनंदून गेलो. घरातल्या उजेडात त्याचे डोळे क्षणभर दिपले आणि पापण्यांची मिचमिच उघडझाप करत ते आमच्याकडे बघत राहिले आणि तसे बघताबघता त्याला अगदी आतून फुसफुसून येत हसू फुटत गेले. त्या आनंदाने फुशारून जात त्याने अगदी मिनीसारखीच जागच्याजागीच टुणूकदिशी उडी मारली आणि तिच्यासारखेच फुदुककन् ढुंगणावर आदळत तो मॅटवरुन गोलगोल कोलांटी उडी घेत गेला. मग त्यातून स्थिर-सरळ होतहोत त्याला मोठ्याने हसूचा ठसका फुटला आणि तो मोठ्याने ओरडला,

"ए, हशतै कै... मी पल्लोय की... लहान पोलं पलतातच.."

तेवढ्यात जिन्याच्या कोपऱ्यावर अस्पष्टशी हालचाल जाणवली आणि माझे लक्ष तिथे खेचले गेले. तिथून मिनी वर येत होती. ती अंधारातून एकदम धावत उघड्या दारातून घरात येत गेली आणि..

"राजू... तिचा पाय एकदम बरा झालाय..."

माझे वाक्य पूर्ण झालेच नाही. मिनी धावत आत आली आणि आपल्या तोंडात पकडून आणलेले दुसरे पिल्लू तिने मॅटवर टापकन् सोडून दिले. गुबगुबीत शरीरावर

हिरवीकाळी दाट पट्टेदार लव असणारे... मोठ्या वाटोळ्या रागीट डोळ्यांनी बघणारे... तेच ते चिटुकले पण जळजळीत भांडकुदळ डोळे... आम्हाला बघून तो गुरगुरत क्षणभर मागे सरकला आणि आपले रागावलेले धष्टपुष्ट अंग फुलवून तो आमच्याशी त्याचे शत्रुत्व सिद्ध करत आपला येवढुस्सा जबडा वासून मोठ्या कर्कशपणे ओरडला.

"व्यॉ...व्..."

आणि आम्हाला हसू फुटलेले बघताच तो आणखीच रागावून फुगत गेला. आपले छोटेछोटे पंजे परजत त्याने एकदम पवित्राच घेतला. ओह्, ही हेटेड द वर्ल्ड.. जस्ट लाइक हिज डियर फादर.. बाबा रे!

तेवढ्यात,

"म्यॅव..."

त्याचे लक्ष बाबूकडे गेले. तसा तो एकदम विरघळून हळुवार होत गेला. त्याचे पवित्रा घेत ताणलेले शरीर सैलावत गेले. तो एकदम खऱ्याखुऱ्या लहानशा पिल्लासारखा होत गेला. बाबू दुडके चालत त्याच्यापाशी आला तसा तो आणखीच छोटुकला होऊन गेला. बाबूने मान पुढे करत त्याच्या अंगाचा वास घेतला आणि स्वत:शीच खूष होत गुरगुरत त्याचे अंग चाटू लागला. मिनीही पुढे आली आणि त्या दोघांवर माया करत त्यांना इकडूनतिकडून नाकाने ढुसण्या देत खेळवत राहिली. सोनेरी मॅटवर ते तिघेजण एकमेकांशी खेळण्यात काही क्षण अगदी खुशीत रमून गेले.

मिनी, बाबू आणि...

गब्बू...?

मग तसेच खेळताखेळता तिने बाबूला अल्लाद वळवले आणि हळूच ढकलत आतल्या खोलीकडे नेले. त्या दोघांपाठोपाठ गब्ब्याही आज्ञाधारक मुलासारखा दुडकत गेला... कॉटखालची दरी... बाथरूमसमोरची तिची बसायची मॅट... रद्दीची टोकरी... घरात फिरत तिच्या सगळ्या जागांचा ती शोध घेत गेली. आपल्या मुलांना त्या दाखवत राहिली आणि तिची मुलं तिच्या पाठीपाठी फिरत ते बघत राहिली.

मी आणि राजू चकित होऊन ते दृश्य पाहात राहिलो.

शेवटी ती ग्रिलपाशी आली तसे तिचे लक्ष समोरच्या आंब्याकडे गेले. तशी ती क्षणभर सुस्कारा सोडत तशीच तिथे उभी राहिली. झाडावर अंधार उतरू लागला होता पण नेहमी यावेळी तिथे हमखास येणारी रोजी आणि गँग मात्र अजूनही आलेली नव्हती म्हणून आत्ता तिथे सगळी सामसूमच होती. तिला थबकलेली बघून ते दोघेही गोंधळून जात तिथेच अडखळत धडपडले. ती काही क्षण तशीच कावरीबावरी होत तिथे ग्रिलवर नाक टेकवून उभी राहिली. तेवढ्यात खालून जबरदस्त पुकारा झाला.

"म्यॉ..व.."

ते ऐकताच ती चटकन् भानावर येत सटकन् हलली. पोरांनी तर जागच्याजागी टणाटण उड्याच घेतल्या.

मी वरून वाकून खाली बघितले, अंदाज बरोबरच होता. आंब्याखाली बोका उभा होता. तोच तो... गुबगुबीत शरीरावर हिरवीकाळी दाट लव असणारा... बाबूगब्ब्याचा बापूस... त्याची ती रागीट टोकदार नजर नेमकी वरच्या ग्रिलवरती खिळली होती. मला तिथे बघताच तो पुन्हा रागाने मिशीतल्या मिशीत धमकावत तारवटून फिस्कारला.

"व्यॉ...व..."

मिनी चपळाईने गर्रकन् वळली.

"चला चला बरं पोरांनो... नै तर काही खरं नै बरं..."

म्हणत तिने पहिल्याने धाकट्याला उचलले आणि बाबूला क्षणभर थोपटून समजावत ती जिन्यावरून खाली धूम पळत सुटली. तिला तसे धावत अचानक नाहीशी झालेली बघताच बाबूने घाबरून जात, ओठ पुढे काढत हुंदका दिला न दिला तेवढ्यात खालून पुन्हा बोक्याचा रागीट गडगडाट झाला तसे त्याचे बाहेर फुटत येणारे रडे एकदम ओसरून थांबत गेले. तो क्षणभर विचार करत थबकला, मग वळत ताठ होत, ग्रिलमधून त्याचा यवढुस्सा चेहरा बाहेर काढत, शेपूट ताठ करत तो अंगातले सगळे अवसान एकत्र करून मोठ्याने कर्कश्श गरजला,

"ए बाप, येतेय् ती खाली. समजत नै? कसा एवढा मोठा झाला रे तू? ऑ, कैसे इत्ता बडा हो गया... बिल्ला है की कुत्ता?"

तेवढ्यात मिनी धापा टाकत घरात शिरली. बापाला अजूनही ग्रिलमधून दम देणाऱ्या बाबूचा आव बघून तीही क्षणभर चकरावली पण त्याला तिने तसेच पाठीमागून पटाकदिशी उचलले आणि जराही उसंत न घेता ती तशीच धूम पळत परत खाली निघाली.

मी आणि राजू ते बघत राहिलो.

पळतपळत जिन्याच्या टोकावर पोचताच मात्र ती क्षणभर थबकली आणि वळली. बाबूला नीट जपून खाली फरशीवर ठेवत ती परत दुडकत घरात आली. माझ्याजवळ येत तिने मान वर करत हाक दिली,

"मॅव..."

मी खाली बसले तशी ती पुढे झाली, तिने आपला पंजा पुढे करत माझ्या पावलावर ठेवला आणि मला हळुवारपणे थोपटत ती तशीच शांत उभी राहिली. माझी जुम्मा... चुम्मा... काही क्षणांनंतर तिने नजर वर केली, त्या हिरव्यागार नजरेत ढग ओथंबून आले होते. तशाच भरलेल्या नजरेने बघत तिने राजूला हाक दिली. तो तिला कुरवाळायला पुढे सरकतच होता तेवढ्यात समोरच्या घराचा दरवाजा धाडकन्

उघडला गेला आणि भेदरलेला बाबू मोठ्याने ओरडला,

"म्यॅव...माय.. ए.. मा.."

मा...

ते ऐकताच ती सतर्क होत ताठ झाली. एक दीर्घ श्वास घेत क्षणभर उदास होत कळवळत तशीच हसतहसत म्हणाली,

"जायला हवं गं... जायलाच हवं नां"

आणि गर्रकन वळत बाब्याला उचलत जिन्यावरून वेगाने खाली पळत नाहीशी झाली.

मी ग्रिलमधून वाकून पाहिले.

बातिसअंकलने झाडाच्या आजूबाजूचे दिवे पेटवून तिथे चांगला भगभगीत उजेड केला होता. कधीचीच तिथे आलेली, लाल फुलाफुलांचा स्कर्ट घातलेली रोजी तिथे लाकडी बाकड्यावर भगव्यालाल बाटल्या हारीने लावत होती. अंडी विकणारा कादर त्याचा पत्र्याचा थाळा नीट करत होता. कादरने फर्रदिशी काडी ओढत मेणबत्ती पेटवून रोजीच्या बाकड्याच्यावर आडव्या बांबूवर अधांतरी लटकणाऱ्या क्रॉससमोर नीट खोचून लावली आणि रोजीकडे बघत तो म्हणाला,

"चल बे रोजी, कर बिस्मिल्ला"

तिने छातीवर क्रॉस करत हातातली रोजरी कपाळाला टेकवली.

बिल्डिंगमधून धावत बाहेर पडलेली मिनी तशीच टणाटण उसळत आंब्याखाली पोचली. धाकटे आणि बाप तिथे तिची वाट बघत उभे होते. तिला येताना बघून दोघेही आनंदाने उचंबळून येत जोरात ओरडले.

"व्यॉव..."

दमलेल्या मिनीने बाबूला तिथे खाली जमिनीवर ठेवले अन् क्षणभर दम खात ती तशीच बोक्यासमोर उभी राहिली. तेवढ्यात बोक्याने दबकत पुढे होत अंदाज घेत तिचे माथे हुंगले आणि बाब्याकडे बघत फुशारून जात तो म्हणाला, "च्यायला, काय इब्लिस बच्चा है, बापको दम देता है क्या रे?"

तेवढ्यात बातिसअंकलने खट्कन बटण दाबून टेप चालू केला आणि ढणाढण सुरुच झाले.

"जुम्माचुम्मा द्येद्ये... जुम्माचुम्मा द्येद्ये... जुम्मा..."

बापाने बाबूला उचललेले बघताच मिनी चटकन् हलली आणि धाकट्याला उचलून त्याच्या पाठोपाठ भरभर पावले उचलत आंब्याच्या खोडापाठी नाहीशी होत गेली.

त्यानंतर ती कधीच तिथे आली नाही. कुणालाही परत कधी आसपास दिसली नाही, जणू ती कधी नव्हतीच.

या घराने मात्र तिच्या आठवणी खूप संभाळून ठेवल्या.

बाथरूमच्या मॅटवर...
रद्दीच्या बास्केटमध्ये...
ग्रिलच्या सळ्यांवर...
राजू येतो तेव्हा आणि तो नसतो तेव्हाही.

काही नाती अशी कायमची मिळून जात असतात. एखादे सापडले असे नुसते साधे जाणवे-जाणवेपर्यंत बोटांच्या फटीतून निसटून पार विरूनच जाते आणि जे चुकूनमाकून कधी जवळ शिल्लक राहते, ते का राहिलेय् हा विचार मनात उमटे न उमटेतो तेही शिळे होत नासून जाते. मग ते टाकून द्यावेच लागते. त्यांच्या नसण्याची मग कधी सवय करून घ्यावी लागते किंवा क्वचित ती आपसूकच होऊन जाते. आयुष्यभर हे असेच होत राहते. हे खरेच आहे. पण काही नाती अशीही मिळून जातात की ती आयुष्यभर आपल्या माथ्यावर मायेची सावली बनून तर कधी संभाळून उरापोटाशी कवटाळून घेत अखेरपर्यंत बरोबर वाटचाल करत राहतात.

मग तेच असतात जगण्याचे संदर्भ.

हेही खरे आहे.

नव्हे हेच खरे आहे.

का ते सांगा बघू.

समोरच्या आंब्याच्या झाडालादेखील या वर्षी मोहराच्या अगणित मंजिऱ्या फुटल्यायत्.

आनंदाने गदगदून दरवळणाऱ्या.

बघा ना खिडकीतून बाहेर...

◆

(चतुरंग अन्वय, दिवाळी २००४)

थर्ड पर्सन

मी आत्ता बसस्टॉपवर उभी आहे.

रस्त्यापलीकडचा फेसाळणारा समुद्र आता अंधारात बुडत चालला आहे. हिऱ्यांनी लगडलेला क्वीन्स नेकलेस झगमगू लागलाय... क्लिक्, क्लिक्, क्लिक् करत लखलखणारे लक्षावधी बिंदू... ते गळ्यात ल्यायलेल्या रस्त्यावरून शेकडो गाड्या झूऽम झूऽम... करत वेगात धावत सुटल्या आहेत. प्रत्येकालाच घाई आहे, कुठेतरी पोचण्याची, कुणाकडे तरी पोचण्याची! प्रत्येकाचे घर... निवारा... सुरक्षितता... प्रत्येकाचेच कुणीतरी आहे कुठेतरी, लख्ख उजळलेल्या चौकटीच्या आत कुणीतरी रस्त्याकडे डोळे लावून वाट बघणारे...

मी अजून इथेच उभी आहे.

बसस्टॉपवरच्या लॅम्पच्या क्षीण प्रकाशवर्तुळात एक आकृती नुसतीच स्तब्ध उभी आहे.

अधूनमधून एखादी चुकार बस येते, धुराचा फवारा सोडत, गचका देत क्षणभर थांबते. स्टॉपवर इतर कुणीच नाही. मग ती पुन्हा गचका खात सुरू होते आणि पुढच्या अंधारात नाहीशी होते.

व्हेअर द हेल इज माय बस?

हॅव आय मिस्ड माय बस?

रस्त्यापलीकडच्या फेसाळणाऱ्या लाटांवरून कुणीतरी हाक देतंय...

ऑफिस संपल्यानंतरची पांगापांग होऊनदेखील बराच वेळ होऊन गेला होता. रिकाम्या होऊन गेलेल्या ऑफिसमध्ये नेहमीपेक्षा जास्त थंडी वाजू लागते, तशी ती आता काही क्षणातच बोचू लागेल. राघव बाहेरच्या पॅसेजमधल्या केबिन्स बंद करतकरत, दिवे विझवत पार सगळ्यांत शेवटी माझ्या केबिनपाशी येतो. टाइल्सवरून दबकत, ओढत येणाऱ्या त्याच्या पावलांचा संथ नाद मला ऐकू येत नाही, पण जाणवतो. एक-एक करून दिवे बंद होत येतात, तशा अंधाराच्या शेडस् रिकाम्या ऑफिसमध्ये उतरत माझ्या दारापर्यंत येत जातात. काही क्षणांतच दाराच्या फ्रॉस्टेड

काचेवर टकटक होणार असते.

"मॅडम..."

"येस् राघव, निघू या हं."

हे रोजचेच रुटीन आहे.

आजही समोरचा कॉम्प्युटर बंद करत मी उठले, दरवाजाकडे वळले; पण दणकट फ्रॉस्टेड ग्लासपलीकडे आज राघवची हालचाल कशी जाणवत नाही? कुणीच नाही? राघव कधी असला नसला, तरी ऑफिसमध्ये उशिरापर्यंत एकटीने काम करायची सवय आहे मला. तसे कुणाशिवाय काही अडत नाही माझे. पण रोज तो इथे असतो. बरोबर त्याच्या पायांचा दबका दमदार आवाज, लॉकमध्ये फिरवलेल्या चावीचा खट्ट, दिव्याचा स्विच् ऑफ केल्याची टिक्, काचेबाहेर क्षणभर थबकून आतला अंदाज घेत ओढून घेतलेला दीर्घ श्वास, मग टक्टक्... हे सगळे ठरलेल्या अनुक्रमाने रोज होत असते.

नाही म्हटले तरी तीही एक सुरक्षितता असते.

तशी फारशी खरी नसणारी.

तरीही वाटणारी.

पण आज मात्र तसे नाही. काही तरी चुकते आहे की काय?

समथिंग इज मिसिंग हियर, इजन्ट इट्?

तेवढ्यात बाहेरचा प्रकाश चाळवला गेला. दारावर टक्टक् झाली, पण ही टकटक रोजची नाही, ही पण चाळवलेली आहे... अस्थिर... नको असताना जबरदस्तीने करावी लागावी तशी. मी हातातल्या चाव्या पुन्हा टेबलवर ठेवल्या.

दार झप्प करून उघडले गेले.

"मॅडम"

तो खरोखरच गोंधळून गेला होता.

"मॅडम, सुधीरसाहेब आहेत ...आन् ...संगती रेणूबाईबी..."

मी थबकले.

सुधीर? आत्ता या वेळी? भेटावे की भेटू नये?

इतके कठीण का होऊन जाते सगळे?

तेवढ्यात त्याला बगल देत सुधीर आत शिरलाच, त्याच्या पाठोपाठ अंग चोरून रेणूही आत आली.

रेणूच्या अंगावरची बनारसी साडी, हातातला चुडा, गळ्यातले मंगळसूत्र... मी ते बघतच राहिले. हा धक्का अपेक्षित होता, तरीही मला क्षणभर अंधारून आलेच.

रेणूचे आणि माझे नेमके नाते कोणते, हे मलाच न सुटलेले कोडे होते. वाडीहून मुंबईला नशीब काढायला येणाऱ्या अनेक मुला-मुलींना माझी आई बिनदिक्कतपणे

माझ्याकडे पाठवून द्यायची. तशी एके दिवशी रेणू भल्या पहाटेची अचानक माझ्याकडे येऊन टपकली होती. पाठोपाठ आईचा फोन आला होता.

''अगं, तशी आपल्याही लांबच्या नात्यातलीच आहे ती, इतर कुणीच नाहीये तिचं...''

''आई...''

''बरी नाटकाफिटकात कामं करायची आवड आहे तिला...''

''अग आई...''

''मग जोशांच्या घरात कशी चालतील ही थेरं, म्हणून जवळजवळ पळालीच त्यांच्या घरातून...''

''...''

''घे बरं सांभाळून थोडे दिवस...''

वैतागत आईचा फोन खाली ठेवून मी वळले.

बघते तर समोरच रेणूचे बूट वेडेवाकडे पडलेले होते, ते बघून माझा आधीच चढलेला पारा मस्तकात सणसणून चढत गेला. मघाशी घरात शिरतानाच तिचा तो अंगाला घट्ट रुतून बसलेला कुर्ता, कितीतरी दिवसांत न धुतलेल्या कळकट जीन्स बघून मी नाखूश झालेले होते आणि तिच्या बेफिकीर चेहऱ्यावरची ती गढुळलेली नजर... ती तर पारच डिस्टर्ब करून टाकणारी.

आता बघितले, तर ती सरळ बाल्कनीत जाऊन पोचली होती. दोन्ही कोपरे रेलिंगवर टेकवून, पाठच्या भिंतीला पाय टेकवून आधार घेत ती ओठंगून उभी होती. मघा तिच्या चेहऱ्यावर मुंबईत प्रथमच आलेल्या माणसाचे नवखे हरवलेपण जाणवले होते खरे; पण तेव्हा गढुळलेली, बावळट वाटणारी तिची नजर आता कुणास ठाऊक कशी टोकदार होत सिटिंगरूमकडे वळली होती. एखाद्या भुकेलेल्या माणसाने जणू हपापून जात अन्नाने भरलेल्या ताटाकडे डोळे भरभरून बघत राहावे, तसे अधाशी होत, ती नजर तिथल्या प्रत्येक वस्तूवरून तडफडत चालली होती... सोफा... त्या पाठची पेंटिंग्ज... समोरचा नव्याने घेतलेला टीव्ही अन् त्यावरचा डीव्हीडी प्लेयर... तिथली कुठलीच वस्तू त्या नजरेच्या स्पर्शाच्या फराट्यातून सुटत नव्हती. त्यांची मांडणी, रंगसंगती, टेक्स्चर्समधले बारकावे... खालचे गालिचावरचे रेषांचे नाजूक, मऊ, रेशमी जाळे ...ते सगळे हावरेपणाने बकाबका करत आत ओढून शोषून घेत ती नजर सगळ्यावरून सरपटत चालली होती.

मी चपापून ते दृश्य बघत तिथेच उभी राहिले.

तेवढ्यात ती नजर वर वळत गेली...

माझ्याकडे.

तिचा ओशट चेहरा आता पार बदलून अनोळखी होऊन गेला होता. त्यावर एक

वेगळीच दुष्ट सावली पसरली होती. डोळ्यांच्या आंधळ्या खोबण्यांभोवती विवरासारखी काळी-जांभळी वर्तुळे स्पष्ट उमटली होती. तिचे ओठ जबरदस्तीने घट्ट मिटले जात, लालजर्द रक्तरेषेसारखे चेहऱ्याला छेद देत होते. ती काळीकुळकुळीत टोकदार नजर जहरी होत माझ्यावर स्थिरावली, तशा त्या लालभडक ओठांच्या पाकळ्या अलग होत गेल्या, तिथे हसू प्रकट होत गेले आणि त्यातून उमटलेला उष्ण, जहरी श्वासाचा चटका माझ्या दिशेने झेपावताना मला इतक्या दुरूनही जाणवला.

ती आग जाणवताच मी स्तब्ध होत गेले.

मी थबकलेले आहे हे तिच्या लक्षात आले, तसा क्षणात तो चेहरा बदलत, निवळत गेला. तो पुन्हा पूर्वीसारखा बावळा अन् बेफिकीर होत गेला, तशी ती नजरदेखील पहिल्यासारखीच गढुळलेली होत गेली. मोठ्या कष्टाने चेहऱ्यावर मोकळे हसू उमटवत ती कशीबशी म्हणाली,

"किती छान आहे घर तुमचं दीदी, जशा तुम्ही तसं तुमचं घर!"

समथिंग वॉज रॉंग, टेरिबली रॉंग हियर...

त्या दिवशी मी तिला एकटीला घरात सोडून कशीतरी ऑफिसला निघून गेले खरी, पण दिवसभर ती जाणीव मला सतत सोबत करत, अस्वस्थ करत राहिली.

पुढे रेणू पेईंग-गेस्ट म्हणून माझ्या जवळपासच राहू लागली. तशी ती अधूनमधून घरी येत-जात राहिली. 'दीदी-दीदी' करत पाठी लागत राहिली. पण तिचे येणे कधी आगाऊ कळवून, फोन करून होत नसे. ती कधीही, कशीही, वेळी-अवेळी येऊन टपके. तिची वास्तपुस्त करणारे मुंबईत दुसरे कुणीच नव्हते. नाटक-सीरियल्समध्ये कामे मिळवायला ती धडपडत होती, पण तेही सोपे मुळीच नव्हते. ती जेव्हा येई, तेव्हा अतिशय थकलेली असे. पर्सदेखील अगदी रिकामीच आहे हे मला जाणवण्याइतपत ती थकून गेलेली असे. मला तिचा, तिच्या त्या आगंतुकपणे येऊन माझ्या शांत, आश्वस्त घरात एकदम धडकण्याचा त्रास होई, पण त्याबद्दल वेळोवेळी समज देऊनही तिच्यावर काही परिणाम झाला नाही, तेव्हा तो नाद मी सोडून दिला. आणि अशा पूर्वीचे कोणतेही ऋणानुबंध नसणाऱ्या अनेक प्राण्यांना माझी आई वर्षानुवर्षे न कंटाळता सांभाळत आलेली आहे तसेच काहीसे हेही, अशी मी मनाशी समजूत करून घेतली.

हळूहळू लक्षात येत गेले...

न परवडणाऱ्या, आवाक्याबाहेर असणाऱ्या सर्वच गोष्टींचे तिला विलक्षण आकर्षण होते. एरवी खादीचे गचाळ कपडे घालून बस-रिक्षाने रखडत प्रोड्यूसर्सचे उंबरठे दहा वेळा झिजवणारी ही रेणू एकदा बोलत सुटली की, इतक्या थापा

मारायची, कुणालाही वाटावे की, तिच्या त्या पिढीजात श्रीमंत अन् खानदानी घरातल्या आलिशान शिसवी कपाटात हजारो उंची साड्या, ड्रेसेस, दागदागिने अन् परफ्यूम्सच्या बाटल्या नुसत्या धूळ खात पडल्या आहेत. एकदा पोर्टफोलिओमधले तिचे अतिशय सवंग फोटो बघून मी तिच्यावर उखडले, तेव्हा सिनेसृष्टीत नावाजलेल्या एका प्रथितयश फोटोग्राफरचे नाव माझ्या तोंडावर फेकून तिने मला गारद केले होते. बघावे तेव्हा ती कुठल्या ना कुठल्या मीडिया किंगला, सुपरस्टार किंवा शोमॅनला नुकतीच भेटून आलेली असायची आणि तिच्यावर पार फिदा होऊन त्याने तिला फाईव्ह स्टारमध्ये डिनरला, नव्याने उघडलेल्या डिस्कोत पार्टीला किंवा किमानपक्षी कुठल्याशा नव्या पिक्चरच्या मुहूर्ताला तरी बोलवलेलेच असायचे. अशा थापा ठोकण्यात आणि तसली न मिळणारी आमंत्रणे मिळवण्यासाठी आटापिटा करण्यात तिची अर्धी शक्ती संपून जात होती. कधीतरी तशा चुकूनमाकून कुणाच्या ना कुणाच्या वशिल्याने आमंत्रण मिळालेल्या पार्टीला जायला तिच्याकडे ना पैसे असायचे, ना कपडे. मग येऊनजाऊन माझ्याचकडे चाचपडून बघितले जायचे. शिवाय लहानलहान दर्जेदार भूमिका करत पुढे जाण्यात तिला रस नव्हता. तिला पहिल्या पावलातच टॉप स्टार व्हायचे होते. मग ती पैसे मिळवण्यापुरती एखादी तात्पुरती नोकरी बघायची, कधी नाटकाची बॅकस्टेजची कामे करायची, कारण त्यातून आर्ट फिल्मवाल्यांशी ओळखी व्हायचे चान्स असायचे. पण तशी ती कुठेच टिकायची नाही. पेईंग-गेस्टच्या ठिकाणीदेखील तिचे भलभलते वांधे व्हायचे. मग ती ते घर सरळ सोडून द्यायची. हातात बॅगा घेऊन नवे ठिकाण शोधत भटकायची. तिचे वय वाढत चालले होते. ती दिसायला सुंदर, आकर्षक मुळातच नव्हती पण आपण विलक्षण फोटोजेनिक आहोत, असा प्रचंड आत्मविश्वास तिच्या ठायी होता. मग अशा अहंकाराला खत-पाणी घालणारा, तिच्या सर्व गरजा पुरवू शकणारा एखादा मित्र तिला वावगा नव्हता. हल्लीहल्ली तर ती असल्या मित्रांच्या शोधातच असायची.

मग मी हे का चालवून घेत होते?

त्याला कारणे होतीच.

तिच्या रूपाने मानवी स्वभावाचा एक अनोळखी नमुना मला इतक्या जवळून बघायला मिळत होता.

तिचे व्यक्तिगत आयुष्य हे तिच्यापुरते सीमित होते. त्याचा कोणताही स्पर्श ती माझ्या आयुष्याला होऊ देत नव्हती. चुकून कधी तो होतोय असे वाटलेच, तर मी तो कटाक्षाने टाळत असे.

आणि मला असे वाटते की, माणूस स्वत: जे करू शकत नाही, जसे जगू शकत नाही, नेमके तसेच जगू पाहणाऱ्यांबद्दल त्याला एक वेगळीच उत्सुकता असते. कदाचित तशीदेखील मला तिच्याबद्दल वाटत असावी.

अन् कधी किंचित काळजीदेखील.

मध्यंतरी एकदा ती अशीच रात्री उशिरा येऊन दारात उभी राहिली होती. फ्रेश होऊन, कपडे बदलून ती माझ्या पाठोपाठ स्टडीत येऊन समोर बसली. नेहमीप्रमाणेच प्रचंड थकव्याचा ठसा तिच्या ओढलेल्या, ओशटलेल्या चेहऱ्यावर उमटला होता.

"दीदी..."

"हं..."

माझे लक्ष पुढ्यातल्या कॉम्प्युटरवरच्या ई-मेलवर होते.

"अराइव्हिंग टुमॉरो, सुधीर."

तेवढ्यात,

"जयादी..."

"हं बोल..."

"मला यूटेरसचा कॅन्सर झालाय."

"व्हॉट?"

मी गर्रकन वळले.

ती पार कोलमडून गेली होती.

"रेणू?"

"होय दीदी."

"पण... पण... हे झालं कसं?"

खरे तर माझे वाक्यच चुकीचे होते. ज्या आजाराचे नाव उच्चारताना प्रत्येकाचे मन आतून कातरले जाते, तो घातक आजार कुणावर, कधी, कशी झडप घालेल, हे सांगता येत होते थोडेच? रेणूचे पुढचे शब्द अधिकच धक्कादायक होते.

"गेले काही महिने वेळ चुकली होती दीदी, म्हणून चेकअप करून घेतला, तेव्हा गायनॅकॉलॉजिस्टला शंका आली. मग पुढच्या टेस्ट केल्या, तर त्यात हे निघालं."

मॉनिटरच्या हिरवट प्रकाशात तिचा चेहरा आणखीनच विचित्र होत चालला होता.

काहीसा विचित्र, काहीसा खोटा, मुखवट्यासारखा...

तिचे डोळे निर्विकार, दगडी झाले होते.

मला ती बाल्कनीतली रेणू आठवत गेली. तीच काळी कुळकुळीत नजर घराकडे बघणारी.

काहीतरी चुकत असल्याची जाणीव पुन्हा मनात जागी होत चालली.

एक बेचैनशी लहर वेडेवाकडी होत भोवताली तरंगू लागली.

"दीदी"

मी भानावर आले.

''रेणू...'' मी घसा साफ केला, ''तसंच नसेल काही. कुठेत तुझे टेस्टचे रिझल्ट्स दाखव बघू. अशा बाबतीत स्पेशालिस्टकडून पुन्हा तपासणी करून घ्यायला हवी. नुसतंच गायनॅकवर विसंबून कसं चालेल? आणि... आणि सपोजिंग यू आर रिअली ओन्ली प्रेग्नंट? देन वॉट आर यू गोइंग टू डू?''

कळत असूनही मी त्यात गुंतत चालले होते.

मुळात एवढी मोठ्या वयाची ही मुलगी. स्वत:चे बरे-वाईट समजणारी. हिला माझ्या मदतीची गरज कुठे होती? कुणी ना कुणी मित्र आला असता धावून तिच्या मदतीला. एरवी हिच्या आजूबाजूला सारखे गोंडा घोळत असतातच की, मी स्वत:वरच रागावले. रेणू हल्ली सारखी विजय मिश्राबरोबर भटकत असायची. मिश्रा होता कुठल्याशा टुकार न्यू-वेव्ह आर्ट फिल्मचा डिरेक्टर. त्याची ती फिल्म थिएटरला काही कधी लागली नव्हती पण वशिलेबाजी करून ती एक-दोन परदेशी फिल्म फेस्टिव्हल्समध्ये पाठवण्यात तो कामयाब झाला होता. तिथे थर्ड वर्ल्ड कंट्रीवाल्यांच्या सिनेमांचे वारेमाप कौतुक केले जाते, तसे त्याच्या फिल्मचेही झाले होते, म्हणून सध्या सगळा मीडिया दीवाना होऊन त्याच्यामागे धावत सुटला होता. झिंज्यांवर हॅटबीट चढवून गबाळ्या कपड्यातला मिश्रा स्वत:च्या इंटलेक्चुअलिझमची जास्तीत जास्त शोगिरी करत इंटरव्ह्यूवर इंटरव्ह्यू देत सुटला होता. त्याचा इंटरव्ह्यू असला की, रेणू हमखास घरी येई. अगदी डोळ्यांत प्राण आणून त्याचा शब्द न् शब्द टिपत राही. इंटरव्ह्यू संपल्यासंपल्या त्याला फोन करे.

''मिश्राजी, बहुत बढिया हुआ जी...''

रात्री उशिराउशिरापर्यंत बऱ्याच वेळा त्यांच्या गुलुगुलू गप्पा चालू राहात. समजा, या मुलाचा बाप मिश्राच असला तर? मला एकदम धस्स झाले.

असले मित्र कोण अन् कसले? त्यांना काय मजा करायला, खेळवायला अशा एकट्यादुकट्या, स्वत:ला फार शहाण्या, टॅलन्टेड समजणाऱ्या मुलींची गरज असतेच. पण एकदा का त्या मुलीचा पद्धतशीर वापर करून घेतला की, हात झटकून हे पुढची शिकार शोधायला निघालेले असतात. मुली सुरुवाती-सुरुवातीला दुखावल्या जातात खऱ्या, पण नंतर त्यादेखील या खेळात निर्ढावून जातात. स्वत:च्या लहान-मोठ्या गरजा भागवण्यासाठी असे पुरुष त्यांना फार उपयोगी पडतात. जसजसे वय वाढत जाते, तसा हा खेळ वाढत जातो, जास्त चिवटपणे खेळला जातो, पण एके क्षणी त्यातले थ्रिल हरवून जाते. मग त्यातल्याच एखाद्या भिडूला निवडून लग्न करायचे, सो कॉल्ड सेटल् व्हायचे आणि एका नव्या, वेगळ्या खेळाला सुरुवात करायची. हे सगळीकडेच होत होते. मला या सगळ्यांशी कोणताही संपर्क नको होता. तरीही धस्स झालेच.

''रेणू, मिश्राबरोबर सारखी फिरतीयेस, कदाचित... कदाचित...'' मी तिला

पूर्वीही यावरून टोकले होते, पण याक्षणी मात्र मी साफ अडखळले.

"कदाचित काय, त्याचं मूल असेल? छे, तसं मुळीच नाही."

"मग?"

"दीदी, मी प्रेग्नंट नाही, झाले तर हवंच आहे मला. कारण गर्भ राहिला, तर त्या हार्मोन्समुळे माझ्या युटेरसवरची गाठ कमी होऊन नाहीशी होईल."

मला ती धक्क्यावर धक्के देत चालली होती.

"मग, मग... मिश्रा... तो 'लग्न करू या' म्हणत होता ना?"

"अहो दीदीबाई, गरज पडली तर तेही करेन, अगदी मिश्राबरोबरसुद्धा करेन. पण सध्या तरी आमचं लग्नाविना बरं चाललंय. तो म्हणतोय, 'माझ्याशी लग्न कर आणि घरबार सांभाळ. मी पोसेन तुला.' तो पोसणार म्हणे मला आणि मी पोसून घेणार होय?"

रेणूच्या बेशरमपणाच्या या अचानक नव्याने सामोऱ्या आलेल्या पवित्र्याने मला पार उडवून खलास करून टाकले होते. स्त्री-पुरुष संबंधांबाबतीत स्वत:ला मॉडर्न, समजूतदार समजणाऱ्या आपण खरोखरच पुराणमतवादी आहोत की काय, असे वाटायला लागून मी आणखीनच हादरत चालले होते.

कॅन्सर...यूटेरस... मिश्रा... लग्न... ट्यूमर... गर्भ... ट्यूमर...

सगळे लालजर्द शब्द माझ्या भोवतालच्या अंधारात भीषणपणे दणादण नाचू लागले.

लग्न करणार नाही, तर मग ही काय करेल? कोणता पर्याय निवडेल? मला गरगरून येत गेले, समजेनासे होत गेले.

त्यातून सावरायला काही क्षण गेले असावेत बहुधा.

तेवढ्यात बाई दारातून आत डोकावल्या.

"ताई, मी निघते. उद्याचा काय बेत?"

"अं..."

लक्षात यायला काही वेळ लागला. उद्या सुधीरसाठी त्यांना काहीतरी खास मेनू सांगून ठेवायला हवा होता. पण आत्ता या क्षणी ही बया इथे बसलेली असताना मला तो विषयदेखील नकोसा वाटत होता. मी टाळाटाळ केली.

"बघू सकाळी."

बाईंच्या लक्षात आले असावे. त्या निघून गेल्या, तसे घर शांत होऊन गेले. आम्ही दोघी तशाच गप्पगप्प किती वेळ बसून राहिलो कुणास ठाऊक.

सुधीर नेहमी यायचा, तसा मी ऑफिसमध्ये गेल्यावरच आला, म्हणून त्याची माझी भेट झाली ती एकदम रात्रीच. मी लॅच उघडून घरात शिरते, तर हा आपला

फोनवर मोठमोठ्याने नेहमीसारखा एक्साईट होऊन बोलत होता.

"इट वॉज नाइस टू हॅव मेट यू. नो नो, आय रियली मीन इट. आय होप टु सी यू सून, यू टेक केअर, ओके?"

मी हसतहसत वॉश घ्यायला वळले. मी फ्रेश होऊन येईपर्यंत तो बाईंशी गप्पा मारत डायनिंग टेबलपाशी बसला होता.

मला बघताच तो पुन्हा उसळला.

"हाय बडी"

खरे तर सुधीर माझ्या अगदी शाळेपासूनच्या मैत्रिणीचा पद्माचा धाकटा भाऊ.

माझ्या ग्रुपमधल्या मुलींपैकी एकट्या पद्मीलाच काय तो एकुलता, धाकटा भाऊ होता. म्हणून आम्ही सगळ्याजणी राखी बांधायचो ती सुधीरला. पद्मीच्या दोन खोल्यांच्या घरात आजी-आजोबा, आई-वडील असा बराच मोठा खटला होता. त्या धबडग्यात, "या पोराचा अभ्यास काही नीट व्हायचा नाही" म्हणून आईनेच नेहमीप्रमाणे उदार होत त्याला माझ्या तेव्हाच्या स्टडीत अभ्यास करायची परवानगी परस्पर देऊन टाकली होती. मी कॉलेजमधून परत येईपर्यंत सूर्य तलावामागे हळूहळू नाहीसा होत चाललेला असायचा. रस्त्यावर रेंगाळणाऱ्या अर्धवट प्रकाशात बस रवळनाथाच्या देवळाला वळसा घालत तिठ्यावर येऊन ठेपायची. वडाच्या पारापाशी माझ्याशिवाय कुणीच उतरायचे नाही. आता इथून पुढे पायवाटेवरच्या आजूबाजूला वाढलेल्या गच्च गवतातून बांध पार करत घर गाठायचे असायचे. या काळात पद्मीने मात्र अभ्यासाला सुटी देत साधे डीएड्‌ करून मास्तरीण व्हायचे ठरवले होते, ती तिच्या लेसनबिसनच्या गडबडीतच असायची. तेव्हा सुधीर आपला अभ्यास भरभर संपवून बसस्टॉपवर टॉर्च घेऊन मला न्यायला यायचा. पाराखाली साकळत चाललेल्या अंधारात तो ठिपक्यासारखा दिवा मला दिसायला लागला की, कसे कुणास ठाऊक, हायसे वाटायचे. त्या दिवसांत आमची जी घट्ट मैत्री जमली ती आजतागायत. पुढे त्यांच्या घरी मोठ्यांपैकी कुणी उरले नाही आणि पद्मी लग्न झाल्यावर दुबईत सेटल्‌ झाली. तेव्हापासून तर सुधीरची फ्रेंड, फिलॉसॉफर अँड गार्डियन म्हणजे वाडीला आई आणि मुंबईत मी. अशी मैत्री करण्याइतका चांगलाच होता तो.

जेवायला वाढून घेता घेता माझे लक्ष समोर गेले.

"ओह सुधीर, सच लव्हली फ्लावर्स..."

पण माझे वाक्य पुरे होण्यापूर्वीच तो उसळला.

"नो नो माय डिअर, मला थँक्स म्हणू नकोस, तुझ्या त्या गोड मैत्रिणीनं आणली आहेत ती तुझ्यासाठी"

"अं, कोण रे?"

"अगं, ती नाही का, वाडीच्या जोशांची रेणुका. काय आदर आहे गं तिला

तुझ्याबद्दल, मानलं बाबा तुला.''

"म्हणजे?''

"ताई...''

माझ्या ताटात गरम पोळी वाढता वाढता बाई थांबल्या. अगदी मला समजावे इतक्या सहेतुक नेमकेपणाने थांबल्या.

"ताई, सुधीरभाऊ आले तेव्हा रेणूताई इथंच होत्या.''

आता थबकायची पाळी माझी होती. अगदी राग येऊन मी थबकले. म्हणजे नेहमी जशी सकाळी उठून दातबीत न घासता, चहा ढोसून, ओशट अवतारात बाहेर पडते तशी आज गेली नव्हती ती?

"अच्छा, मग गेली केव्हा ती?''

बाईंच्या चेहऱ्यावर हसू उमटले.

किंचित अन् वेडेवाकडे.

वाकुल्या दाखवत टुकटुक करणारे.

मी बघतच राहिले. बाई तशा एरव्ही आपले काम बरे की, आपण बरे, या पठडीतल्या म्हणून तर माझे चांगले जमते त्यांच्याशी.

मग आज असे का?

माझा प्रश्नार्थक झालेला चेहरा बघून सुधीर घाईघाईने म्हणाला, "अगं, ती जाते कसली, चांगलाच ताप भरला होता तिला, म्हणून आज रिहर्सललापण जाऊ शकली नाही ती...''

रिहर्सल? पण ती कुठे नाटकात काम करत होती? माझ्या माहितीत तरी... तसे काहीच नव्हते सध्या. म्हणजे?

"शेवटी मी संध्याकाळी बाहेर पडलो आणि तिला होस्टेलपर्यंत सोडून आलो, तेव्हाच तर ही फुलं तिनं खास तुझ्यासाठी घेतली. व्हॉट अ कॉम्बिनेशन ऑफ क्रिसेंथीमम्स अँड लिलिज... वंडरफुल चॉईस...''

इतक्यांदा रेणू इथे राहिली, पण येताना नेहमी रिकाम्याच हाती येई. सकाळी घाईघाईने जातानासुद्धा ती बाईंकडून पोळीभाजीचा टिफिन भरून न्यायला कधी चुकूनदेखील विसरत नसे... शिवाय तिच्याकडच्या साबण, पेस्ट अशा अनेक गोष्टी नेहमी अचानकच संपत. त्यांच्याबरोबर घरातला एखादा नॅपकिनही ती सहज बोलताबोलता स्वत:च्या झोळीत सरकवून देई. बाई वैतागून मला ऐकू येईल न येईलसे स्वत:शीच कुरकुरत,

"मेली फुकटी कुठली!''

मग आज हे काय?

मी अजून बाईंकडेच टक लावून बघत राहिले होते. काहीतरी वेगळेच घडत

होते नाही आज?

बाई...

बा... ई.

त्या पुढे होत माझ्या अन् सुधीरच्यामध्ये येत गेल्या.

''हे तर काहीच नाही ताई, तुमच्या आवडीच्या फुलांबरोबर एक स्ट्रॉबेरींचा डबापण पाठवलाय रेणूताईंनी. फ्रीजमध्ये ठेवलाय. जेवल्यावर आणू ना?''

मी अजूनही गप्प आहे हे बघून सुधीरही क्षणभर चकरावला असावा.

''ए, काय झालंय ग, समथिंग रॉंग?''

''अं, नो, आय ॲम फाइन, चल जेवूया हं, भूक लागलीय मला.''

घास घेताना माझे लक्ष पुन्हा समोर गेले.

एकमेकांशी कुठलेच नाते नसणाऱ्या भडक, बटबटीत रंगांच्या फुलांचा तो गुच्छ माझ्या नजरेत घुसत गेला.

या फुलांना इतके दुष्टपणे करकचून का बांधून ठेवलेय?

कुणी?

आणि का?

मुख्य म्हणजे ही फुले माझ्या घरात का आहेत?

बाल्कनीतल्या काळोखात कठड्याला पाठ लावून कोण उभी आहे?

समुद्राच्या काळोखलेल्या लाटांवरून येणाऱ्या वादळासारखी हिंदकळत कोण ती वेड्यासारखी हसतेय?

सुधीर दुसऱ्या दिवशी त्याच्या कंपनीच्या फ्लॅटवर राहायला जाणार होता, तसा तो गेला. एरवी त्याच्याबरोबर जाणे, त्याचे सामान लावून देणे ही मी माझी जबाबदारी मानली असती, पण या वेळी तसे वाटूनही मी विषय काढला नाही. रेणूचे फोन अधूनमधून येत राहिले. मी बरीच आहे अगदी, सध्या काय मी अमकी फॅंटॅस्टिक ॲड फिल्म करतेय, मग चॅनेलवाले पाठीच लागलेत म्हणून ती तमकी मेगासीरीयल करतेय... असे चालू राहिले. तिच्या आजारपणाविषयी विचारावेसे वाटले पुष्कळदा, पण ते झाले मात्र नाही. रोज रात्रीच्या अंधारात ती बाल्कनीतली मुलगी वेड्यासारखी हसतच राहिली.

जणू आता ती कायमचीच या घरात राहायला आली होती.

परवा रविवारी रेणू अवचित दुपारचीच अवतरली.

''अगं, तू आत्ता इथं कशी? आणि नेहमीच कशी गं न कळवता येतेस? आज मी घरात नसते तर?''

"ओह्, जयादीदी मेरी जान, आज सुधीरकडे पार्टी आहे. त्यानं तुला खास आमंत्रण द्यायला सांगितलंय..." ती भरभर बोलून गेली अन् धपकन् थांबली.

सुधीर? आधणात चहा टाकता टाकता मी एकदम थबकले. क्षणभर काहीच कळेना. माझ्या हातातल्या चहाचा चमचा तेवढ्यात निसटला आणि खालच्या फरशीवर ठण्णकन् आदळत टणटणत गेला. गॅसवरचे पाणी तसेच खळखळ उसळ्या मारत राहिले. माझे ते गोंधळून जात रोखून बघणे तिलाही टोचत गेले पण ती तशीच निगरगट्टपणे ओट्याला टेकून उभी होती. माझी नजर तिच्यावर स्थिरावली. रेणूचा बदललेला रंग पहिल्यांदाच माझ्या लक्षात येत गेला. तिच्या चेहऱ्यावर, सगळ्या अंगावरच एक मधाळ रंग उमटलेला जाणवत होता. तो खरा की भास? ते मात्र कळेनासे झाले.

सुधीर आणि रेणू?

कसे शक्य होते, आठेक दिवसांपूर्वीच तर त्यांची घरात ओळख झाली होती. तेवढ्यातच एवढ्या पुढे गेल्या गोष्टी? सुधीर एवढा गुंतला? की हिने गुंतवला त्याला? विचार करता करता माझे लक्ष पुन्हा रेणूकडे गेले. ती तशीच नखे कुरतडत उभी होती. तेवढ्यात माझी नजर तिच्या अंगातल्या शर्टकडे गेली. काहीतरी चरचरत आत शिरत गेले. हा शर्ट माझ्या ओळखीचा... हो, नक्की तो शर्ट माझ्या ओळखीचा... गहिरा जांभळा रंग, त्यावरच्या फिकटलेल्या, चुरगळलेल्या रेषा... तो तिचा नाही हे कळण्याइतपत अंगाशी टाईट रुतून बसलेला शर्ट... अन् रेणू... ती दाताखाली नखे रुतवत, चावत, जांभळ्या स्लीव्हला घाम पुसणारी ओशट चेहऱ्याची मुलगी... एकीकडे काही समजत गेले, कळत गेले, आत आत रुतत गेले.

पण उमजले मात्र काहीच नाही.

रात्रभर डोक्यात सुधीर अन् रेणूच फक्त...

हे काय होऊन बसले? काय म्हणून हे दोघे असे वागत असतील? रेणूचा तर सगळाच खुला मामला होता. तिच्या पूर्वायुष्याबद्दल ती अगदी बिनधास्त खुलेपणाने बोलायची. कदाचित एक विचित्रसा सुप्त आनंदच तिला त्यातून मिळत राहायचा; पण म्हणून तिने इतकी मजल मारावी? सुधीरचे त्यात काय जातेय? त्याला इतर मैत्रिणी होत्या. पण... हीच त्याच्या गळ्यात पडली असेल, तो काय करेल? तो चार दिवस मजा करेल, नंतर आपल्या वाटेने निघून जाईल. तेव्हा हिने काय करायचे? पुन्हा नवा पुरुष शोधायचा? की काहीच न झाल्यासारखे बिनदिक्कत विजय मिश्राकडे परतायचे? पुन्हा त्याच्या गळ्यात पडायचे?

आणि मी? मी काय करायचे? काहीच नाही? की हे सगळे व्हायला मीच कारण झाले, म्हणून अपराधी होत राहायचे? छे, दोघांनाही समजवायला हवे होते.

कदाचित मीच ते करू शकले असते.
मी बेचैन होत गेले.

सुधीरला फोन करताना मी पुन्हा थांबले. मी करतेय ते बरोबर की चूक? सुधीरच्या आयुष्यातल्या अनेक बाबींमध्ये माझी दखल असायचीच. ॲडमिशन आयआयटीला की, पिलानीला घ्यायची, पुढे एमबीएची तयारी की, इंजिनिअरिंगमध्येच स्पेशलायझेन करायचे इथपासूनचे सगळे निर्णय घेताना माझा सल्ला घेतल्याशिवाय तो पुढे जात नसे. त्याचे माझ्यावर अवलंबून असणे इत:पर मी गृहीत धरले होते. पण आता? ही त्याची इतकी पर्सनल गोष्ट, त्यातून एवढी नाजूक, सोडून द्यावी का? पण मला तशी ती ती सोडूनही चालणार नाही. अशा द्विधा मनस्थितीतच टेबलवरच्या फोनची बटणे दाबली गेली.

"हॅलो."

नेहमीचाच नंबर अन् नेहमीचाच आवाज.

पण त्याला फोन करताना आज नेहमीसारखे हायसे का वाटत नाही? अचानक छातीतली धडधड स्वत:ची स्वत:ला ऐकू येईपर्यंत वाढलेली आहे, हे जाणवत गेले आणि मी थबकले. क्षणभर दीर्घ श्वास आत ओढून घेत स्थिरावण्याचा प्रयत्न केला. मी धडपडत राहिले. ते जमता जमेचना. समोरच्या ओपेक काचेवर धुक्याचे ओले ढग जमायला लागले, तसे फोन खाली ठेवत मी इंटरकॉमचे बटन दाबले.

स्पीकरमधून अंजलीचा परिचित आवाज आला,

"मॅम..."

"..."

"मॅम... आर यू देअर? शॅल आय कम इन्? डू यू नीड मी?"

आर यू देअर?

शॅल आय कम इन्?

डू यू नीड मी?

व्हू द हेल इज सेइंग ऑल धिस्?

तेवढ्यात समोरच्या फोनची रिंग वाजली.

"जया..."

"हं बोल सुधीर."

"जया..."

तो बोलताना गडबडत होता.

"सुधीर, एक विचारते, खरं सांग, रेणूमध्ये गुंतलायस?"

"नाही..." तो चाचरला, "म्हणजे हो..."

"म्हणजे काय सुधीर?"

"जयू, मला काही समजेनासं झालंय. गोंधळ उडालाय. आय नीड युअर हेल्प" तो कसाबसा बोलून गेला.

"सुधीर, मला वाटतं तू सज्ञान आहेस, सुशिक्षित आहेस. जे काही चाललंय ते ठीकच आहे असं वाटण्याइतके तुम्ही बावळट नक्कीच नाही. तिच्या अस्थिरतेचा तू फायदा घेतोयस की, ती त्याचं भांडवल करतेय मला ठाऊक नाही. पण तुम्हा दोघांकडून ही अपेक्षा नव्हती. सुधीर तिच्याशी खेळू नकोस असा, हे थांबवायलाच हवंय ताबडतोब..."

का बोलत होते मी हे सगळं?

पलिकडची अंजली ऐकत असेल. मुळात मलाच थांबायला हवंय हे जाणूनही मी का थांबू शकत नव्हते?

"...तिनं आयुष्यात काय कमी धक्के खाल्लेत? तू तिला आणखी गर्तेत का ढकलतोयस? उद्या तू तिच्या आयुष्यातून निघून गेल्यानंतर तिनं काय करायचं? कुणाचा आधार शोधायचा? की पुन्हा आणखी एक सुधीर शोधायचा?"

माझा आवाज चढत चालला, तसे हातपाय गरम होत चालल्याचे जाणवून मी थबकले.

"सुधीर..."

त्याने घसा साफ केला.

"जयू, तुला वाटतं तसं नसेल कदाचित. ती यामुळं सावरेल, स्थिरावेल असं वाटलं मला. असंही वाटलं की, जेव्हा माझी तिच्या आयुष्यातून जायची वेळ येईल, तेव्हा ती तिच्या करिअरमध्ये इतकी पुढे निघून गेलेली असेल की, तिला मागे वळून बघायला वेळच नसेल."

त्याचे हे जस्टिफिकेशन ऐकून माझा संताप वाढतच चालला होता.

"सुधीर, मूर्खा तुला खरंच असं वाटतंय?"

"मग मी काय करू, तू सांग."

"निर्णय तूच घ्यायचायस सुधीर. मी रेणूलाही सांगेन. कदाचित ती ऐकेल, कदाचित नाही. कुणास ठाऊक, बघू."

"जया..."

मी धडपडत उठले. माझा श्वास कोंडून मला घुसमटून टाकत होता, कधी एकदा बाहेर पडेन इथून...

घरी येईपर्यंत पर्समधला मोबाईल सतत चमकत, वाजत राहिला आणि मी हट्टाने त्याच्याकडे दुर्लक्ष करत राहिले.

घर आलं.

''हॅलो...''

''जयू, मी तुझं ऐकायचं ठरवलंय, रेणूला मी भेटणार नाही यापुढे.''

''सुधीर, निर्णय तुझा आहे, तुमची दोघांचीही काळजी वाटते आहे मला म्हणून तर...''

काळजी? कुणाची? त्यांची?

''गुड नाईट...''

आता रेणू.

हा तर आणखी दुस्तर प्रकार होता.

कारण तिच्या अंगात अजूनही त्याचा तोच शर्ट!

''रेणू, सुधीरबरोबर काय...''

''कुठे काय दीदी, काही नाही.''

तिने नेहमीच्या सफाईने मला टप्पा दिला.

''मला काही कळत नाही असं वाटण्याइतकी तू बुद्दू नाहीस. रेणू, खोटं बोलू नकोस. काय म्हणून हा... हा वेडेपणा चालवलायस तू... तुम्ही...''

ती क्षणभर सटपटली, गोरीमोरी होत गेली. पण लगेच माझे अडखळणारे वाक्य अर्ध्यावर सफाईने तोडत ती एकदम मूड बदलत म्हणाली,

''दीदी, यात वेडेपणा कसला?...'' मला सांगावे की, न सांगावे अशा संभ्रमात ती अडकली होती. ते जाणवून मी चपापून थांबले. ''...त्यालाच लग्न करायचंय माझ्याशी.''

त्याला?

आता हतबुद्ध होण्याची पाळी माझी होती.

''अगं, तो काल तसं काहीच म्हणाला नाही. उलट तो तुझ्या आयुष्यातून गेल्यानंतर तुझं काय होईल यावरूनच पेटलं होतं आमचं.''

ती हसली. अगदी त्या बाल्कनीतल्या रात्री-अपरात्री हसत सुटणाऱ्या मुलीसारखी डसणारे कडू हसू हसली.

''असेल ना, पण सध्यातरी तो माझ्या प्रेमात बुडालेला आहे.''

''आणि रेणू तू? तूच प्रोत्साहन देतेयस नं त्याला? की तुलाच त्याच्याशी लग्न करायचंय?''

''मला तर करिअर करायचंय मेरी जान, लग्नाचा प्रश्न येतोच कुठे? कुणाशी जमवून घेणारी मी आहे का, तूच सांग.''

''अगं मग का खेळतेस अशी त्याच्याशी?''

माझा आवाज चढत चालला.

"जान, मी काय करू? तोच दहा वेळा गाडी घेऊन माझ्या दारात येतो. त्याला मी कसं आणि का थांबवू? मला वेळी-अवेळी कुठे प्रोड्यूसरला, डिरेक्टरला भेटायला जायचं असतं, मग जाते त्याच्याबरोबर. कारण इट सूट्स माय पर्पज..."

कालपर्यंत मला रेणूची काळजी वाटत होती, आता एकदम सुधीरची वाटायला लागली. पण सुधीर तरी कुठे खरं बोलला होता? त्याला रेणूशी लग्नच करायचे होते, तर ते माझ्यापासून त्याने लपवून का ठेवावे? व्हाय...

व्हाय...

"रेणू, माझं ऐक, अजूनही मागे फिर. सुधीर तुझ्यासाठी नाही. तो तुझ्याशी लग्न करणार नाही, हे सत्य आहे. मग तू स्वतःच्या हातानं दुःख का ओढवून घेतेयस? त्याला का दुःखी करतेस?"

"जान, तो काय कुक्कुलं बाळ आहे? तो दुःखी होईल, तर मी काय करू? त्याला दुःख होईल, तर त्याला तोच जबाबदार राहील, नाही? डोन्ट यू थिंक सो? तो स्वतःला आवरू शकत नाही, तर मग काय करू शकतो? अँड व्हॉट डू यू एक्स्पेक्ट फ्रॉम मी इन धिस्?"

तिचा आवाज संतापाने कर्कश होत फाटत चालला.

तिचा एक-एक शब्द माझ्यावर घाव घालत चालला होता.

"रेणू, असं कुत्र्यामांजरासारखं वागू नका गं. या सर्वांचा परिणाम..."

माझे वाक्य अर्ध्यावरच तोडत ती म्हणाली,

"ओह जान, तू मुळीच असं समजू नकोस की, तो मला खेळवतोय, कदाचित मीच त्याला खेळवत असेन. आणि तेच खरं आहे, असं समजायला तुझी काय हरकत आहे? तसंच समज. पण एक मात्र खरं आहे, काल त्याला तू रागावलीस, धमकावलंस, ते आवडलं आणि पटलंसुद्धा त्याला."

म्हणजे?

माझा चेहरा प्रश्नार्थक होत गेला ते बघताच तिच्या चेहऱ्यावर ते पूर्वीचे कडवट हसू परत अस्पष्टसे उमटायला लागले होते...

जहरी कडवट हसू...

मला पोटात खोलवर ढवळून येत गेले. सुधीरने हे काय केले होते? सर्व अंगातून विचित्र वाफा निघतायत असे वाटायला लागले, हातपाय जड होत चालले.

सुधीर... तो माझ्याशी इतकं खोटं बोलला होता? शिवाय तिथून सरळ रेणूकडेच गेला होता? तिला सगळं सांगून मोकळा झाला होता? व्हाय... व्हाय... मग मला ते दहा वेळा 'तुझी मदत हवी, सल्ला हवा' असं म्हणाला, ते सगळं काय होते? हे दोघे बेशरम आहेत की, मूर्ख? की मीच मूर्ख ठरतेय?

रेणूची रोखलेली नजर मला टाळता येईनाशी झाली...

ती तशीच उठली.

"दीदी, मी निघाले."

"रेणू, अजूनही ऐक. जो माणूस तुला एक सांगतो, मला दुसरीच थाप मारतो, तो तुझ्याशी प्रामाणिक राहील असं वाटतं तुला?"

भराभर चालत दारापाशी पोचलेली रेणू वळली. क्षणभर थबकली अन् वळली.

पण आता नजर पूर्ण बदललेली. नितळ, स्वच्छ आणि आश्चर्यकारकपणे पारदर्शक.

"जान, तुझं ऐकणारच आहे मी. मला तरी हे सांगणारं दुसरं कोण आहे? खूप चांगली आहेस तू, माझी इतकी काळजी करतेस. आय मस्ट लिसन टू यू इफ आय नो व्हॉट्स गुड फॉर मी."

पायात शूज सरकावून ती निघूनसुद्धा गेली.

मी बाहेर बघितले. खिडकीवरचे आकाश ढगाळून कोंदून गेले होते. पाऊस पडण्यापूर्वीचे तगमगून घुसमटणारे आकाश... घरात काळोख दाटायला सुरुवात झालीसुद्धा.

अनेक कामांची यादी मनात तयार असूनही मी तशीच बसून राहिले. सुधीरला लग्न करायचेय की नात्याच्या जबाबदारीत न अडकता भूक सहज भागवली जातेय, त्यासाठी त्याला रेणूची गरज वाटते. रेणूला करिअर करायचंय, त्यासाठी सुधीरचा वापर... म्हणजे शेवटी हे एक्स्प्लॉयटेशन... हा असला कसला भलताच मार्ग निवडला त्यांनी, एकमेकांची गेम करत जगण्याचा, जिवंत राहण्याचा?

धाडधाड करत विजा चमकून पाऊस कोसळायला लागला. बाहेरच्या नारळी झोकांड्या देत, घुसळून निघत, मारा सहन करत राहिल्या.

तेव्हा खिडकी बंद करायला हवीच होती.

का नाही केली?

दुसऱ्या दिवशी पुन्हा सुधीर. तसा तो नेहमीच माझ्या ऑफिसमध्ये फेरी टाकून जायचा. म्हणून अंजलीने त्याला सरळ आतच बसायला सांगितले असणार.

पण आज?

त्याला समोर बघताच मी संतापत गेले. ते का होतेय हे न समजताच संतापत गेले. चीड, संताप, त्रागा यांच्या विचित्रशा मिश्रणात मी बुडून, गुदमरून चालले होते. पण त्यामागचे नेमके कारण माझे मलाच समजत नव्हते. सुधीरने लपवाछपवी केली म्हणून? तो डोळे उघडे ठेवून स्वत:ला ट्रॅप होऊ देण्याचा मूर्खपणा करतोय

म्हणून? की मला दिलेला शब्द मोडून पुन्हा लोचटासारखा तिच्या दारात गेला म्हणून?

की खरे कारण कदाचित माझ्या अगदी समोर असूनही ते मला हुलकावण्या देत होते म्हणून?

"का, सुधीर का?"

मी तडकले.

ते ऐकताच समोरच्या खुर्चीत बसलेला सुधीर अचानक एकदम ताठ झाला. टेबलावर कोपरे रुतवत म्हणाला,

"जयू, व्हाय आर यू बिईंग सो सेंटिमेंटल? अँण्ड फूलिश टू."

"फूलिश?"

"येस, माय डियर, येस. यू वॉन्ट टू हियर द ट्रूथ ना? मग ऐक, मला रेणूशी लग्न करायचं नाही, मुळीच नाही."

"काय?"

"होय, तीच सारखी माझ्या गळ्यात पडतेय् आणि अशी गळ्यात पडलेली बाई कोण सोडेल. आय ॲम अ मॅन, डू यू अन्डरस्टँड? तिलाच माझी गरज आहे. माझ्या सहवासाची, माझ्या स्टेटस्‌ची आणि मे बी लग्नाचीसुद्धा."

त्याने किती सहजपणे खांदे उडवले.

"सुधीर, मग परवा मला मदत हवी असं का म्हणालास? आणि एवढं रडूनभेकून पुन्हा रेणूच्याच दारात गेलास? मग आपल्यातल्या बोलण्याला अर्थ काय? अँण्ड यू एक्सपेक्ट मी टू अन्डरस्टँड?" माझा राग फुटून बाहेर पडत गेला.

"ए, मी तिच्या घरी मुळीच गेलो नव्हतो. तीच माझ्या घरी आली होती. मी तिला सरळ सांगितलं की, आपण सगळं संपवून टाकू म्हणून, तर शी ब्रोक डाऊन. तिला यूटेरसचं दुखणं आहे, हे तेव्हा उघड केलं तिनं, तेव्हा तिची सगळी गरज माझ्या स्पष्टपणे लक्षात आली. काल तुला भेटली तिथूनसुद्धा ती सरळ फ्लॅटवरच आली. मी नाही कशाला म्हणेन?"

ओह नो. तू कधीच असा नव्हतास सुधीर. तुझ्याबरोबर घरात वावरताना मला कधीच भीती वाटली नाही. किती विश्वासाचं, भरवंशाचं नातं आपलं, असं मी मानत आले. पण आज ही रेणू मधे आली आणि ते सगळं तटातट तुटत संपूनच गेलं की ते नव्हतंच कधी तसं? नुसताच एक आभास होता नातेसंबंधांचा? आय हेट यू सुधीर... आय हेट यू ...

मी बधिर होत चालले.

हे दोघे एकमेकांच्या दुःखाला कारणीभूत ठरले असते, ती अपरिहार्यता जाणून मी आयुष्यभर अपराधी होत राहायचं? कसं स्वीकारायचं हे सगळं?

सुधीरच्या पुढच्या शब्दांनी मी भानावर आले.

"उद्या ती माझ्याबरोबर पुण्यालासुद्धा येणार आहे."

"सुधीर, यू आर नथिंग बट ॲन ॲनिमल, किती सहजपणे वापरतोयस तू तिला..."

तो शांतच होता.

"आणि ती वापरत नाही? मी नाही म्हटलं तरी ती येणारच. तिची लायेबिलिटी होणार असेल. तर मला ती नकोच आहे. मला आत्ता सिंगापूरला पोस्टिंग मिळण्याचा चान्स आहे. तेव्हा तूच तिला सांगून बघ, तुझंच ऐकेल ती; शिवाय कालपरवापासून एकेकटेच बोलतोय आपण, एकत्र भेटून बोलूया का?"

"म्हणजे पुन्हा तुझा प्रश्न सोडवायला माझा वापर?"

"तसं समज हवं तर, पण चल."

"नाही सुधीर. पुन्हा खोटी प्रॉमिसेस, रेणू तुला सोडणार नाही, तुला तिला नाही म्हणता येणार नाही. मला हे समजत नाही आणि ते समजून घेण्याची शक्ती माझ्यात आता उरली नाही...मी माझा वेळ का फुकट घालवावा तुमच्यावर? नो सुधीर, प्लीज गो फ्रॉम हियर, गेट लॉस्ट."

माझा आवाज तापत, चढत गेला. काचेपलीकडची अंजलीची छाया अस्वस्थ होत ताठ झालेली जाणवून मी थबकले.

टेबलवर पुढे झुकून बसलेल्या सुधीरची नजर बारीक टोकदार होत माझ्यावर खिळली होती. एक दीर्घ श्वास घेत तो उठला, बाजूच्या खुर्चीवरचा लॅपटॉप उचलत निघाला; पण निघतानिघता वळला आणि पुन्हा नजर रोखत म्हणाला,

"खरं तर तू घाबरतेस जयू, मला आणि रेणूला एकत्र भेटायला, नाही?"

त्याने तो घाव घातला आणि मग मात्र माझे डोळे खरोखरच भरून वाहायला लागले.

त्याच्या मोबाईलची रिंग वाजली.

"हॅलो, रेणू..."

एका कुठल्याशा भलत्याच महागड्या रेस्तॉरॉंमध्ये आम्ही बसलो होतो. क्रिस्टलच्या झुंबरातल्या झगमगीत दिव्यांच्या खाली लालभडक गालिचा पसरला होता. त्यावरच्या प्लास्टिक प्लान्ट्सच्या कुंड्यांमुळे लाल गालिच्यावर अधूनमधून अंधाराची विचित्रशी बेटे पसरली होती. त्या बेटांमध्ये मांडलेल्या टेबलांवरून माणसांची गर्दी दाबून भरली होती. ढणढणत वाहणाऱ्या म्युझिकमुळे तिथे पाय टाकताक्षणीच माझे डोके दुखायला लागले होते...मध्येच कुठेतरी थुईथुई करत अधूनमधून निरर्थक नाचणारे एक बेताल कारंजे...तेही होतेच होते... लोक या अशा रेस्तॉरॉंमध्ये येतात तरी कशाला?

ऑफिसमधून बाहेर पडताना रेणू आणि सुधीरने मला आणि अंजलीला नेमके पकडून गाडीत घालून इथे आणले होते. आम्हांला रेस्तॉराँत सोडून अंजली तिच्या कामासाठी निघून गेली.

सभोवती माणसांची गर्दी दाटलेली असूनही टेबलवर एक अस्वस्थ शांतता पसरत गेली.

आत्ता कुणीतरी ओळखीचे इथे यायला हवे होते. "हॅलो जया..." म्हणत वातावरणातल्या ताणाचा फुगा पटकन फोडून टाकणारे...कुणीतरी... किंचितशी ओळखदेख असणारे... का येत नसेल?

तर सुधीर, रेणू आणि मी.

वेटरने त्यांच्यासमोर चमचमणारे बीयर मग्स आणून ठेवले. फेसाळणारी सोनेरी बियर ग्लासात बुदबुदत उसळत भरत गेली. रेणूच्या तहानलेल्या डोळ्यांत त्या फेसाळणाऱ्या रंगाच्या लाटा मावेनाशा झाल्या होत्या. वेटरची पाठ फिरताच कुणाचीही पर्वा न करता घाईघाईत तिने तो मग उचलला आणि "चिअर्स..." असा चीत्कार करत अधाशीपणे ओठांना लावला, घटाघट घोट घेत तिने तो अर्धाअधिक संपवत झटक्यात खाली आणला आणि तिच्या चेहऱ्यावर पुन्हा ते कडवट विषारी हसू उमटून आले. सुधीर नुसताच बारीक नजरेने सावधपणे अंदाज घेत होता.

काहीतरी बोलतायत का ते दोघे? मी का आले इथे?

जबरदस्तीने इथे आणल्याचा राग माझ्या मनातून जाता जात नव्हता. आणि त्या दिवशीच्या त्या वाक्याचा घाव... तो विसरणेही शक्य नव्हते. डोकेदुखी तीव्र होत चालली होती.

"ए दीदी... दीदी बोल की काहीतरी."

रेणूनेच घसा खाकरत सुरुवात केली.

"अगं, मी काय बोलू आणि कुणाला?"

आणि का बोलू हा प्रश्न पुन्हा राहतोच...

माझा आवाज माझा मलाच ओळखू यायला काही क्षण जावे लागले. रेणू बेफिकीर होऊन पीतच होती.

त्या कोपऱ्यातल्या टेबलवरची ऑर्डर घेणारा पाठमोरा कॅप्टन तिथून दूर झाला, तसे माझे लक्ष का कुणास ठाऊक अचानक तिथे वेधले गेले आणि मी एकदम चमकले. तिथे बसलेली ती मुलगी... एक मुलगी... काळ्या शायनिंग लेदरचा स्कर्ट, व्हाइट लेसी ब्लाऊज आणि वर डेनीमचे जॅकेट घालून ती तिथे मोठ्या टेचात बसली होती... खिडकीच्या लाल-जांभळ्या मखमली जाड पडद्यांआडून कसे कुणास ठाऊक, प्रकाशाचे बारीकसे किरण तिच्या सोनेरी स्ट्रीक्स केलेल्या केसांच्या नाजूक लाटांवर नखरेलपणे अलगद नाचत उतरले होते.

वॉज दॅट हर?

होय, तीच होती ती.

ती बाल्कनीतल्या अंधारातून वेड्यासारखी हसत राहणारी मुलगी.

नक्की.

तीच.

त्या अंधारात तिचा मेकअपचे थर चढवलेला चेहरा गूढ होत उजळला होता आणि तिच्या टोकदार हावऱ्या नजरेत ते विषारी हसू तरळायला लागलेले मला इतक्या दुरूनही स्पष्ट दिसत होते, मी डोळे विस्फारून तिच्याकडे बघत राहिले. नजरेला सर्व दिसत होते; पण बुद्धीला काही उमजेनासे झाले होते. तेवढ्यात वेटरने तिच्यासमोर ग्लास आणून ठेवला.

चमचमणाऱ्या, उसळणाऱ्या बुडबुड्यांनी हिंदकळणारी सोनेरी बीयर भरलेला फेसाळणारा मग...

तो बघताच तिच्या तहानलेल्या डोळ्यांत त्या फेसाळणाऱ्या रंगाच्या लाटा मावेनाशा झाल्या. कुणाचीही पर्वा न करता घाईघाई करत तिने तो मग उचलला आणि सरळ माझ्याकडे बघत तो निमिषभर उंचावला. "चिअर्स..." असा चीत्कार करत त्या अधाशी लालभडक ओठांना लावला, हावरेपणाने घटाघट घोट घेत तो अर्धाअधिक संपवत झटक्यात खाली आणला आणि चेहऱ्यावर विस्कटून हेलपाटलेल्या केसांना मागे झटकत तिची नजर वर वळली.

पुन्हा माझ्याकडे.

तिचा चेहरा आता पार बदलून अनोळखी होऊन गेला होता. त्यावर एक वेगळीच दुष्ट सावली पसरली होती. डोळ्यांच्या खोबण्यांभोवती विवरासारखी काळी-जांभळी वर्तुळे स्पष्ट उमटली होती. ओठ जबरदस्तीने घट्ट मिटले जात लालजर्द रक्तरेषेसारखे चेहऱ्याला छेद देत होते. ती काळीकुळकुळीत टोकदार नजर जहरी होत माझ्यावर स्थिरावली, तसे त्या लालभडक ओठांच्या पाकळ्या अलग होत गेल्या, तिथे हसू प्रकट होत गेले आणि त्यातून उमटलेला उष्ण, जहरी श्वासाचा चटका मला इतक्या दुरूनही जाणवला.

ती आग जाणवताच मी गुंगल्यासारखी स्तब्ध होत गेले.

ओठांच्या कडांवर उमटलेल्या फेसाच्या बुदबुदणाऱ्या शराबी लाटा जॅकेटच्या मनगटाने पुसून काढत ती ते चरे उमटवत जाणारे विक्षिप्त हसू हसत खिंकाळत सुटली.

आजूबाजूच्या गर्दीचे आवाज, वेटर्सची लगबग, ढणढणीत म्युझिक सगळे धुरकटत, पार हरवत हरवत विरून गेले.

कुणीतरी मला हलवत होते, खूप लांबून, धुक्यातून कुणीतरी... बोलत होते.

"तू खूप काळजी करतेस दीदी."

ती काळ्या लेदर स्कर्टमधली मुलगी अजून अंग घुसळून वेड्यासारखी हसतच होती.

"दीदी, ए दीदी..."

मला काही सुचत नव्हते, समजतही नव्हते.

माझी नजर मूढ होत तिच्यावर खिळून राहिली होती, काहीतरी अभद्र तिथे प्रकट झाल्याची चरचरीत जाणीव मला आतून थरकापवून सोडत होती. तिच्या केसांवरच्या सोनेरी छटांच्या जाळणाऱ्या लाटा उंचावत चालल्या, तसे ते हसू भट्टीतल्या लोखंडासारखे तप्त, लालभडक होत गेले. फेसाच्या बुदबुदणाऱ्या लाटांमधून उमटणारे उष्ण श्वासांचे दाहक चटके... तेवढ्यात तिचा तोल जात ती टेबलवर भेलकांडली. त्या प्रकाशाच्या बेटात तिचे ओणावलेले शरीर ज्वालेसारखे धगधगीत उजळून निघाले होते. मात्र क्षणार्धात तिने तोल सावरला आणि ती ताठ सरळ होत गेली. उंच टाचेच्या चकचकीत लेदर बूट्सवर सडपातळ शरीर अलगद तोलून धरत तिने आपले हेलकावणारे खांदे मागे खेचून घेतले, सडसडीत मान फण्यासारखी उंचावत, तापलेली काळी कुळकुळीत नजर रोखत पवित्रा घेतला अन् टोकदार जहरी हसू हसतहसत माझ्या रोखाने बघत तिने पाऊल उचलले.

"दीदी..."

मी दचकले.

"रेणू... रेणू... सुधीरला तू नकोयस रेणू, तूच त्याच्या गळ्यात पडली आहेस म्हणून तो फक्त वापरतोय तुला. तो लग्न करेल हा भ्रम आहे तुझा आणि तुला तरी लग्न म्हणजे केवळ सोयच हवी आहे स्वतःच्या सुरक्षित भवितव्याची... याला काय अर्थ आहे? व्हूम आर वी किडिंग हियर?..."

मी भान हरपून तडातडा बोलत सुटले. ते ऐकताच रेणूचा चेहरा बदलत, खवळत गेला. ती चवताळून उठली.

"स्टॉप इट जया, सुधीर खरं आहे हे सगळं? तुला लग्न करायचं नाही माझ्याशी? व्हॉट्स धिस्? आणि मला हे सांगायला तुला एखाद्या तिसऱ्या व्यक्तीची गरज का पडावी? आर यू सच अ वीक बास्टर्ड? बोल, बोल ना..."

सुधीरची मान खालीच राहिली.

"सुधीर यू... यू... स्पीक अप सुधीर, तुला मी पुण्याला यायला नको आहे?"

तो अजूनही तसाच झुकलेला, वाकलेला.

"रेणू, तू अजूनही शहाणी हो. माझ्यामुळे हे झालं, तर तुम्ही दोघेही दुःखी व्हाल आणि गिल्टी वाटत राहील मला, आयुष्यभर."

''गिल्टी... गिल्टी... ओह माय गॉड! दीदी. स्टॉप इट्, गिव्ह मी अ ब्रेक, विल यू? म्हणे गिल्टी वाटेल. खरं तर इथे प्रश्न आमचा नाहीच, तुझाच आहे. यू वाँट टू हॅव युअर केक अँड ईट इट ऑल्सो... यू कॅन हॅव सुधीर, ओके? हॅपी? ही कॅन गो टू हेल... याह्?'

...त्या प्रकाशाच्या बेटात तिचे ओणावलेले शरीर ज्वालेसारखे धगधगीत उजळून निघाले होते. पण क्षणार्धात तिने तोल सावरला आणि ती ताठ सरळ होत गेली. उंच टाचांवर सडपातळ शरीर अलगद तोलून धरत तिने आपले हेलकावणारे खांदे मागे खेचून घेतले, सडसडीत मान उंचावत गेली...

अंधारातली तिची चाहूल जाणवताच मी स्तब्ध होत गेले. रेणूने मान वळवली, तसे प्रकाशात प्रवेश करत ती काळ्या स्कर्टमधली मुलगी खुदकन् हसली. आपला नाजूकसा हात नखरेलपणे पुढे करत म्हणाली,

''हाय स्वीटी, कमॉन, लेट्स गो.''

बोलताबोलता तिने रेणूच्या कंबरेभोवती हात टाकत तिला आपल्याजवळ ओढून घेतले. तिला बघताच रेणूचा ताणलेला चेहरा सैलावत गेला. त्या दोघी एकमेकीला बिलगून, नजरेत नजर मिसळून, निमिषभर तशाच उभ्या राहिल्या. मग त्या दोघींना एकदम हसू फुटत गेले.

त्यांच्या फण्यासारख्या उंचावलेल्या माना...

बारीक झालेल्या डोळ्यांत फुटलेला विखाराचा आगडोंब...

तेच ते लालभडक ओठांवरचे विषारी थरकापवणारे हसू...

ती नजर गर्रकन फिरत माझ्यावर खिळली... पायाजवळच्या अंधारात काहीतरी चळवळत, सरपटत होते. खुर्चीच्या पायाला वेटोळे घालत, गरम फूत्कार सोडणारे...

हातात हात गुंफून घेत त्या वळल्या आणि एकमेकींना आधार देत वर्तुळाबाहेरच्या अंधारात विरघळून नाहीशा झाल्या. सुधीर तटकन् उठला आणि कसाबसा वेडावाकडा होत त्यांच्या पाठोपाठ तोही अंधारात नाहीसा होत गेला.

मीच सुधीरमध्ये गुंतलेय असं रेणूनं म्हणावं? मी त्यांच्याबरोबर जायलाच नको होतं, काहीच करायला नको होतं. त्यांचं त्यांच्या परीनं ठीकच चाललं होतं, त्यात विनाकारण लुडबुड करणारी मी एक परकी व्यक्ती होते. त्यांना नकोशी असणारी एक परकी बाई... थर्ड पर्सन.

थर्ड पर्सन.

त्या शब्दांनीच मला गिळून टाकलं.

झोप येण्याचा प्रश्नच नव्हता.

तळमळ कमी होत नव्हती.

अंधारातून ते शब्द चाल करून येत राहिले.

थर्ड पर्सन.

थर्ड पर्सन.

थर्ड पर्सन.

भल्या रात्री कधीतरी इंटरकॉमची बेल वाजली. मी धसकून जागी झाले. बिल्डिंगच्या गेटवरून वॉचमन बोलत होता.

"मॅडमजी, रेणूमेमसाब आयी है..."

"इस वक्त?"

"हां, मैने मना किया, पर हालत ठीक नही लगती."

मी कष्टाने उठले, पॅसेजमधला दिवा लावत दार उघडले, तर बाहेर रेणू चिक्कार पिऊन झोकांड्या जात असलेली.

एकटीच?

मी वरून वाकून बघितले.

पार खालच्या लँडिंगवर सुधीर.

अपराधी अन् घाबरलेला.

"रेणू, काय हे?"

"दीदी, मेरी जान, तू अजून जागीच? तीन वाजतायत्. यू नो, यू आर डॅम राइट. धिस सुधीर इज अ रियल बास्टर्ड. नामर्द साला. मी म्हटलं पुण्याला चल, देवळात लग्न करू, तर नाही म्हणाला आणि मी तरी मिश्राला का सोडेन? आय ऍम गोईंग बॅक टू मिश्रा... बॅक टू द ब्लडी सन ऑफ अ बिच्..."

ती बडबडत राहिली.

मला काहीच ऐकू येईनासे झाले. बेडवरच्या चादरीवरची लाल-काळी वर्तुळं भोवंडत गरागरा फिरत राहिली.

मला वेड लागलेय का?

समजत नाही.

दुसऱ्या दिवशी कुणीच नाही.

तिसऱ्या.

सातव्या.

पंधराव्या.

की पासष्टाव्या?

ती मुलगीही नाही.

आणि आता पुन्हा हे दोघे समोर.
का आलेत?
मीच माझा आवाज शोधला.
''अभिनंदन.''
''थँक्स, कालच परतलो. उद्या सर्वांसाठी एक लहानशी पार्टी ठेवलीय म्हणून
पहिलं आमंत्रण तुला द्यायला आलो.''
''माझ्या शुभेच्छा आहेतच तुम्हांला.''
सुधीरची चुळबुळ झाली.
''जयू, आम्ही खूप त्रास दिला तुला. पण एका क्षणी मला असं वाटलं की,
रेणूच माझ्यासाठी योग्य जोडीदार ठरेल. आणि...''
''बस् सुधीर बस...''
मी त्याला मध्येच अडवले.
''काय अर्थ आहे या सगळ्यांत? का समर्थन देतोयस तू? मला माझा
वाटणारा सुधीर तू नाहीस. त्या तेव्हा माझ्याशी असणाऱ्या नात्याचा फायदा तुम्ही
घेतलात. पण त्याबरोबर येणाऱ्या जबाबदाऱ्यांचा विचार केलात कधी? वेळ आली
तेव्हा किती सोपेपणानं मला तुम्ही तुमच्या आयुष्यातून कापून अलग फेकलंत. चूक
माझीच होती, हे लक्षात आलं तेव्हा मी शांत झाले. आज तुम्हांला दिसतेय ती मी
पंधरा दिवसांपूर्वीची जयू नाही. मी आता कदाचित जास्त पक्की, सावध अन् शहाणी
झालेय्. पुन्हा असा वेडेपणा करणार नाही मी.''
''दीदी, तू दुखावली आहेस. आपण विसरून जाऊ ते. लेट अस् फरगेट ॲण्ड
फरगिव्ह.'' रेणूने प्रथमच तोंड उघडले.
''नको रेणू. या नात्यांवर हक्क कधीच नव्हता माझा. चुकूनच तसं वाटत गेलं,
पण आता तो हट्ट मी सोडलाय. मी तुमच्यावर रागावले नाही. तुमच्या आयुष्याचे
निर्णय तुम्ही घेतलेत, तसं माझ्या मनाची शांती टिकवणं हेदेखील माझ्या लेखी खूप
महत्त्वाचं आहे. तुम्ही सुखी व्हा, एकमेकाला सांभाळा आणि निदान एकमेकांशी तरी
खरं बोलायला शिका. निघते मी, बाय.''
बाहेर राघव उभा होताच.

मी स्टॉपवर.
मी अजून इथेच उभी आहे.
राघव त्याच्या बसमधून कधीच निघून गेलाय.

स्टॉपवरच्या प्रकाशमान वर्तुळात एक आकृती नुसतीच स्तब्ध उभी आहे. बिनसावलीची.

बसेस येतायत क्षणभर हेलकावत थांबतायत अन् पुढच्या अंधारात निघून जातायत.

व्हेअर द हेल इज माय बस?

हॅव आय मिस्ड माय बस?

रस्त्यापलीकडच्या फेसाळणाऱ्या लाटांवरून कुणीतरी हाका देतंय... समुद्रावरच्या दूर अंधारात एका गलबतावरचा दिवा चमकारे फेकत होता. बाकी सगळं शांत तेवढ्यात पलीकडच्या फूटपाथवर हालचाल जाणवत गेली. कुणीतरी त्या साकळलेल्या अंधारातून चालत येत होतं. तेवढ्यात अचानक तो चमकारा आकाशाला चिरत उमटला आणि तिच्या सोनेरी स्ट्रीक्स केलेल्या केसांच्या नाजूक लाटांवर निमिषार्ध चमकून लुप्त झाला.

वॉज दॅट हर?

होय, तीच होती ती. बाल्कनीतल्या अंधारातून वेड्यासारखी हसत राहणारी ती मुलगी. नक्की तीच. त्या अंधारात तिचा मेकअपचे थर चढवलेला चेहरा गूढ होत उजळला गेला होता आणि तिच्या टोकदार नजरेत ते विषारी हसू तरळायला लागलेले मला इतक्या दुरूनही स्पष्ट दिसत होते.

बाल्कनीतल्या अंधारातून वेड्यासारखी हसत राहणारी ती मुलगी.

नक्की तीच.

...उंच टाचेच्या चकचकीत लेदर बूट्सवर सडपातळ शरीर अलगद तोलून धरत तिने आपले हेलकावणारे खांदे मागे खेचून घेतले. सडसडीत मान फण्यासारखी उंचावत, तापलेली काळी कुळकुळीत नजर रोखत पवित्रा घेतला अन् टोकदार जहरी हसू हसत हसत रस्ता पार करायला माझ्या रोखाने पाऊल उचलले.

हिऱ्यांनी लगडलेला क्वीन्स नेकलेस झगमगू लागलाय.

वाहनं झू..म झू..म करत धावतायतच आपली.

◆

(कदंब, दिवाळी २००४)

www.ingramcontent.com/pod-product-compliance
Lightning Source LLC
Chambersburg PA
CBHW061538120525
26539CB00014B/521
* 9 7 8 8 1 7 7 6 6 8 2 1 6 *